BUHAY KO, PANANALIG KO (I)

"Iniibig ko silang sa akin ay umiibig,
at ako'y natatagpuan ng humahanap sa aking masigasig."
(Mga Kawikaan 8:17)

BUHAY KO, PANANALIG KO (I)

Dr. Jaerock Lee

BUHAY KO, PANANALIG KO I: Unang Bahagi ni: Dr. Jaerock Lee
Inilathala ng Aklat ng mga Urim (Kumakatawan: Seongkeon Vin)
235-3, Guro-dong 3, Guro-gu, Seoul, Korea
www.urimbooks.com

Karapatang sipi © 2012 ni Dr. Jaerock Lee
ISBN: 978-89-7557-534-1, ISBN 978-89-7557-533-4(set)
Naisaling Siping May karapatan © 2010 ni Dr. Esther K. Chung, Ginamit ng may Pahintulot.

Naunang Nailathala sa Koreano ng Mga Aklat ng Urim noong 2006

Unang Nailathala Marso 2012

Sinuri ni Eunmi Lee
Dinesenyo ng Kagawarang Editoryal ng Mga aklat ng Urim
Nailimbag ng Palimbagang Kumpanya ng Yewon
Para sa karagdagang impormasyon: urimbook@hotmail.com

Mabangong Espirituwal na Samyo

May nagsabing maaamoy natin ang pinakamabangong samyo ng rosas sa mga rosas na tumutubo sa Bundok ng Balkan. Pero hindi ito basta-basta makukuha sa kahit anong rosas lang. Upang makakuha ng pinakamagandang kalidad ng pabango, kailangang katasin ang rosas na pinitas sa ika-2:00 ng umaga, ang pinakamalamig at pinakamadilim na sandali.

Ang talambuhay ni Rev. Dr. Jaerock Lee, ang *'Buhay Ko, Pananalig Ko'* ay naghahatid din ng napakabangong espirituwal na samyo para sa mga mambabasa. Ito ay dahil sa buhay niyang kinatas mula sa pag-ibig ng Diyos. Buhay na nakaranas ng malakas na alon, malamig na pamatok, at pinakamalalim na kawalan.

Bakit kaya hindi naging katulad ng ibang kabataan si Rev. Dr. Lee, na nangarap ng isang maganda at nagniningning na buhay? May panahong nagsumikap siyang makatapos sa kolehiyo, mag-aral sa ibang bansa at naging matagumpay at kahanga-hangang tao. Pero taliwas sa kanyang mga pangarap, ang buhay niya ay nalugmok sa kawalang pag-asa. Ang katawan niya ay napuno ng mga sugat ng mga karamdaman. Sa halip na maging tanyag, binalewala siya at kinutya ng mga taong malapit sa kanya. Nabatid niyang walang kabuluhan ang pagmamahal ng mundo. Naunawaan niya ang kahulugan ng kahirapan at ang sakit ng damdaming mawalan ng kapangyarihan bilang ama ng tahanan. Dalawang beses din siyang nagtangkang magpakamatay.

Habang nasa kawalan ng pag-asa, kung saan hindi na siya makahinga, natagpuan niya ang Diyos. Bago mangyari ito, mag-isa siyang nagpakasakit sa nakakapagod niyang buhay. Ngunit ang makapangyarihang Diyos na punung-puno ng pag-ibig ay dumating, natagpuan siya, at nagsimulang lumakad kasama niya. Iniligtas siya ng Diyos mula sa kawalan ng pag-asa at pinuno siya ng pag-asa sa kahariang makalangit! 'Paano ko mababayaran ang kamangha-manghang biyaya ng Diyos?' ang tanong na naging pangunahin sa buhay ni Rev. Dr. Lee. Sinunod niya ang Utos ng Diyos. Hindi niya ginawa ang ipinagbabawal ng Diyos. 'Sumulong' siya, nang sabihang sumulong. Naging alipin siya ng napakataas at napakadakilang pag-ibig ng Diyos, at ang maging nakakalugod sa Diyos Ama ang naging pinakalayunin niya sa buhay.

Ang ipinahayag na malalim na pag-ibig ni apostol Pablo na nakatala sa Mga Taga-Roma 8:35-39 ay naging pahayag din ni Rev. Dr. Lee: *"Sino ang makapaghihiwalay sa atin sa pag-ibig ni Cristo? Ang kahirapan ba, o ang kapighatian, o ang pag-uusig, o ang taggutom, o ang kahubaran, o ang panganib, o ang tabak? Gaya ng nasusulat, 'Dahil sa Iyo kami'y pinapatay sa buong araw; kami ay itinuring na mga tupa sa katayan.' Ngunit sa lahat ng mga bagay na ito, tayo'y higit pa sa mga nagtatagumpay sa pamamagitan Niya na sa atin ay umibig. Sapagkat ako'y naniniwalang lubos, na kahit ang kamatayan man, ni ang buhay, ni ang mga anghel, ni ang mga pinuno, ni ang mga bagay na kasalukuyan, ni ang mga bagay na darating, ni ang mga kapangyarihan, ni ang kataasan, ni ang kalaliman, ni ang alin pa mang nilalang, ay hindi makapaghihiwalay sa atin sa pag-ibig ng Diyos, na kay Cristo Jesus na Panginoon natin."*

Katulad ng sinasabi sa Mga Kawikaan 8:17, *"Iniibig ko silang sa akin ay umiibig, at ako'y natatagpuan ng humahanap sa aking masigasig,"* kung kalooban ng Diyos, ang tugon lang ni Rev. Dr. Lee ay taos-pusong "Opo" at "Amen" sa lahat ng situwasyon. Binihisan siya ng Diyos ng Kanyang kapangyarihan at itinaas siya sa mundo. Ang kanyang iglesya, Manmin (All Creation) Central Church ay idinadalangin ang lahat ng tao sa lahat ng mga bansa tulad ng kahulugan ng pangalang 'Manmin,' isa-isa nitong ginagampanan ang pangitaing handog ng Diyos at naging pinakasentrong lugar ng mga maaalab na gawain ng Banal na Espiritu.

Dahil nagdusa si Rev. Dr. Lee mula sa sari-saring mga karamdaman, nauunawaan niya ang pagdurusang nararamdaman ng mga maysakit. Dahil mismong siya ay kinutya at hinamak, nauunawaan niya ang puso ng mga sawi. Dahil dumaan siya sa sobrang kasalatan, nauunawaan niya ang kabigatan ng kahirapan. Kaya libu-libo sa mga miyembro ng kanyang iglesya ang nagtitipon para makita siya nang personal.

Ang buhay ni Rev. Dr. Lee ang isa sa pinakamadramang pagbabagong naganap sa buhay ng isang taong nakakilala sa Diyos. Ang buhay niya ay nagpapakita sa atin ng lubos na pagsunod sa Diyos at ang ganap na katapatan ay magbubunga ng napakarami maging sa espirituwal o materyal man.

Ang buhay niya ang magsasabi sa atin ng lihim kung paano tatanggap ng mga biyaya, at ito'y pagiging banal at kasinglinaw ng kristal, tulad ng Diyos Amang banal, na minsan ay tulad ng umuungol na leon, at minsan naman ay tulad ng malambot at malamyos na kamay ng isang ina.

Tulad ng halimuyak na nagmumula sa buhay ni Rev. Dr. Lee, umaasa akong lahat ng mambabasa ng librong ito ay makakapagbigay din ng halimuyak na mas mabango pa sa mga rosas sa Bundok ng Balkan.

Disyembre 10, 2006

Rev. Dr. Esther K. Chung

Dating Presidente ng Seoul Women's University, Seoul, Korea
Presidente ng Manmin International Seminary, Seoul, Korea
Propesor Pandangal, Universidad Nacional de San Antonio Abad del Cusco, Peru

Naglalagablab na Pagsubok at Kapangyarihan

Ang librong *'Buhay Ko, Pananalig Ko'* ay nagbibigay ng malinaw na sagot sa tanong na "Paano natin isusulong ang ating buhay Cristiano?" Kaya naman ang librong ito ay para sa mga tumanggap na kay Jesu-Cristo at sumampalataya sa dugo Niyang nabuhos doon sa krus.

Ang totoo, hindi ko gaanong kilala si Rev. Dr. Jaerock Lee, ang Punong Pastor ng Manmin Central Church. Isang araw, ibinigay sa akin ng isang kaibigan ang libro niyang *'Buhay Ko, Pananalig Ko,'* at habang binabasa ko ito, hindi ko napigilang mapaluha. Sinimulan kong basahin ito isang gabing hindi ako makatulog, at binihag ako nang husto.

Hindi ko mabasa nang hindi napapaluha sa mga pagdurusa niya mula sa lahat ng klaseng sakit, kahirapan at problema sa pamilya na maaaring ikumpara sa mga pagdurusa ni Job. Ito rin ang uri ng kalungkutang kakaiba sa damdaming Koreano. Masyadong malala ang mga sakit niya kaya't umabot siya sa pag-inom ng katas ng dumi ng tao. Nagtangka rin siyang magpakamatay ng dalawang beses.

Ako man ay nakaranas din ng mga kahirapan sa buhay ngunit ang naranasan niya ay lubhang masakit kaya't hindi ko napigilang mapaiyak.

Karamihan sa mga Koreano noong panahon ng pagtitipid noong dekada '50 at '60 ay nakaranas ng maraming paghihirap. Kahit sa panahon ngayon, may mga taong walang kakayahang magkaroon ng gamit na pampainit tuwing taglamig o makakain ng tatlong beses sa isang araw. Marami rin ang mga maysakit, ngunit hindi makapagpagamot sa ospital. Marami ang nahihirapang tumira sa mga pansamantalang tirahan matapos maging biktima ng pagbaha at iba pang kalamidad. Tayong mga Koreano ay hindi pa gaanong nakakalaya sa kahirapan at kasalatan.

Ngunit si Rev. Dr. Jaerock Lee ay nagkaroon ng buhay na lubos na nabago nang mapagtagumpayan niya ang lahat ng pagdurusa at mga sakit. Ang librong ito ay naglalarawan ng bawat hakbang na ginawa niya sa paraang nakaaantig ng damdamin. Hindi isinulat ang librong ito na may halong drama, mabulaklak na mga pananalita at may halimuyak ng panitikan. Ang matapat at simpleng mga pahayag ay humaplos sa puso ko.

Dapat ko bang sabihing 'Ang Samyo ng Katotohanan'? Ang kanyang pahayag na mayroong katotohanan ng kaligtasan ng Diyos at pagluluwalhati kay Jesu-Cristo lamang ay mag-uudyok sa mga mambabasang maramdaman din ang ganitong biyaya ng Diyos.

Marahil ay wala akong nabasang 'totoong mahuhusay na libro,' pero ang dahilan kung bakit nabagbag ang damdamin ko nang husto ay ang buhay niyang may pagsisisi sa lahat ng mga kasalanan niya nang makilala si Jesus. Kasama dito ang pagsunod sa panawagan ng Diyos, ang pagpasok sa seminaryo para maging pastor, at ang pagpupursiging mag-ipon 'kahit isang pirasong uling' lang, ay isang simbolo ng buhay ko at ng buhay ng kapitbahay, mga batang nagtataguyod ng pamilya at mga nagsisikap mabuhay sa kabila ng kapansanan. Pagkatapos kong basahin ang librong ito, malaki ang ipinagbago ng takbo ng buhay Cristiano ko.

Naniniwala akong ang buhay ni Rev. Dr. Jaerock Lee ay maaaring maging huwaran ng ating buhay Cristiano. Naniniwala tayong napapabanal tayo kapag nakikinig sa mga mensahe sa iglesya subalit kapag bumalik na sa mundong ginagalawan, nakikiayon tayo at patuloy na nagkakasala. Ito ang paulit-ulit na nangyayari sa ating buhay pananampalataya.

Sa gayon, ang *'Buhay Ko, Pananalig Ko'* ay nagbibigay ng malinaw na sagot sa tanong, "Paano natin isusulong ang ating buhay Cristiano?" Inuudyukan tayo ni Rev. Dr. Jaerock Lee na sumigaw sa panalangin sa pamamagitan ng librong ito. 'Idalanging mapabanal at maging kagamit-gamit sa plano ng Diyos,' 'Idalanging matanggap ang kapangyarihan ng Diyos,' 'Idalanging matanggap ang iba't ibang bunga ng Banal na Espiritu,' 'Idalangin ang iyong iglesya, ang iyong pastor, at iba pang lingkod ng Diyos,' 'Idalangin ang kaharian at ang katuwiran ng Diyos,' at 'Idalangin ang pag-ibig na espirituwal.' Ang kanyang pahayag ng pananampalatayang nagmumula sa mga karanasan ay humahaplos sa ating buhay.

Ang mga himalang nangyayari simula nang itatag niya ang kanyang iglesya kasama na rito ang mga himala ng pagpapagaling, ang pagbuhay ng mga naghihingalo at ang pagbuhay sa mga patay na ay nagbunsod ng inggit ng ibang mga pastor. Nag-aral siya sa Orthodox Holiness Seminary at naordinahan siya nito, at bakit kaya siya itiniwalag? Ang hindi makatuwirang prosesong sinunod ng denominasyon ay detalyadong ipinaliwanag dito.

Makikita natin ang tunay na pagkatao kung titingnan natin ang bunga . Sa ngayon, ang apoy ng Banal na Espiritu ay naglalagablab linggu-linggo sa Manmin Central Church, at nalunasan ang napakaraming sakit na wala nang pag-asang gumaling. Malaking mga krusada sa America, Russia, Africa, Gitnang Silangan, Europa at Latin America, at napakaraming tao mula sa iba't ibang panig ng mundo ang nakakita ng mga tanda at mga himala. Sa ngayon, ang Korea ay nagiging 'Sentro ng Misyon' sa mundo!

Kahit naitatag na niya ang Manmin Central Church bilang isa sa pinakamalaki sa buong mundo, nabubuhay siya sa pananalangin sa bundok at sa pag-aayuno. Kahit na nabingit sa kamatayan ang mga anak niyang babae, at kahit siya mismo ay muntik nang mamatay dahil sa maraming araw na pagdurugo sanhi ng sobrang pagod, napagtagumpayan niya ang lahat ng pagsubok na iyon sa pamamagitan ng pananampalataya lang. Gayon man, nanatili siyang mapagpakumbaba. Dapat nating tularan ang kanyang pananampalataya.

Isang misteryo nang gawing alak ni Jesus ang tubig sa isang kasalan, nang pagalingin Niya ang mga dinudugo at mga ketongin, at buhayin ang patay nang si Lazaro. Bakit may mga taong pinupulaan ang pagpapagaling at kapangyarihan ng Diyos sa pamamagitan ni Rev. Dr. Jaerock Lee? Maaari ba nating pag-usapan ang isandaang taong Cristianismo sa Korea nang hindi nababanggit ang gawain ng pagpapagaling?

Ang Korea ang may pinakamaraming krus sa mga simbahan sa buong mundo. Sa bansang ito nakikita ang mga nananalangin nang malakas nang sabay-sabay, mga katawang nanginginig at sumasayaw habang nagpupuri; gumagaling ang cancer sa bundok dalanginan, at ang mga naghihingalo ay binubuhay. Sa ngayon, maraming mga misyonero ang naipadala na ng Korea sa ibang bansa. Sa pagbabasa ko ng librong ito ni Rev. Dr. Jaerock Lee, nararamdaman kong ang Korea ay bansang pinagpala.

Sa kasalukuyan, si Rev. Dr. Jaerock Lee ay nagpapahayag ng tungkol sa 'Langit,' at hindi natin alam kung kailan siya matatapos. Kung may isang taong magpapahayag tungkol sa paksang ito, wala na siyang masasabi pagkalipas ng dalawang Linggo. Subalit si Rev. Dr. Jaerock Lee ay nagpapatuloy sa paghahayag nang mas detalyado pa sa paglipas ng mga araw. Sa palagay ko, tinanggap niya ang kaloob ng propesiya at marami pang ibang kaloob, kaya ang mga mensaheng ito ay patuloy na naihahayag katulad ng seda na patuloy na lumalabas sa cocoon o bahay-uod.

Katulad ng pahayag ni Haring Solomon sa Kawikaan, ang mga mensahe ni Rev. Dr. Jaerock Lee ay tahimik na naihahayag at madaling maunawaan, inihahayag ang Salita ng Panginoon tulad ng mga gintong mansanas na nakalagay sa pilak (Kawikaan 25:11). Pinatunayan niya ang kapangyarihan ng mga himala pagkatapos niyang makaranas ng marubdob na mga pagsubok.

Pebrero 2007
Ni Yoorim Han
(Manunulat sa Telebisyon)

NILALAMAN

Kabanata 3
Ang Pagtawag Sa Akin

Kabanata 4
Ang Panawagan ng Diyos

NILALAMAN

Kabanata 5
Pagsisimula ng Iglesya

Kabanata 6
Paglago ng Iglesya at Mga Pagsubok

Kabanata 7
Pinalawak ng Diyos ang Hangganan ng Ministeryo

Kabanata 1

Inakalang Pipi ang Sanggol na Ipinanganak

Tinuruan Ako ng Kabutihan at Katarungan ng Mga Magulang Ko

"Tsk, tsk...pipi ang sanggol na ipinanganak. Bakit kaya hindi siya makaiyak?" Dahil hindi ako umiyak nang ipanganak ako, nag-alala ang mga magulang ko at pinalo ako. Kahit ganoon, hindi pa rin ako umiyak kundi ngumiti pa nga ako. Nalungkot ang pamilya ko, akala kasi nila, pipi ako.

Nang maranasan ko ang biyaya ng Diyos, nagtaka rin ako kung bakit hindi ako umiyak noong sanggol ako. Marahil, alam ng espiritung mamumuhay ako ng pinagpalang buhay bilang lingkod ng Diyos, magdadala ng napakaraming kaluluwa patungo sa kaligtasan. Noong Abril 20, 1943 (batay sa kalendaryo ng buwan), ipinanganak ako, kasunod ng tatlong anak na lalaki at tatlong anak na babae. Ang Tatay ko ay si Chabeom Lee, at ang Nanay ko ay si Gamjang Cho. Ipinanganak ako sa maliit na baryo sa Haeje Myeon, Muan Goon, probinsiya ng Jeonnam. Iskolar ang tatay ko ng Klasikong Tsino at mahilig siya sa mga bagay na elegante, gayon din sa musika. Noong panahong sinakop ng

Hapon ang Korea, madalas niyang bisitahin ang bansang Hapon dahil sa kanyang mga negosyo. Nang maging malayang bansa ang Korea, nagsara siya ng negosyo at humanap ng tahimik na lugar para doon manirahan. Noong tatlong taong gulang ako, lumipat ang pamilya ko sa Changsung na isang baryo sa Boon-hyang Ri, Nam Myeon, Changsung Gun. Ito'y isang eksklusibong baryo. Sabi ng mga tao, ang pamilya ng 'Chun' lang ang puwedeng manirahan doon, pero mabilis na nakalipat doon ang pamilya namin.

Sa natatandaan ko tungkol sa tatay ko, pinili niyang mapag-isa at lumayo sa madla at magbasa ng napakaraming libro sa bahay namin. Noon pa man, naaalala kong kakaunti lang ang mga bumibisita sa amin. Sa tuwing may mga bisita, nakikipag-inuman siya sa kanila, tumutula ng mga sinaunang tula, at nakikipagtagisan sa Klasikong Tsino.

Nais ng Tatay Kong Mapalaki Niya Ako na Isang Kahanga-hangang Tao

Palagi niyang sinasabi sa akin, "Jaerock, dapat maging tapat ang isang tao. Dapat maging kahanga-hangang tao ka balang araw." Nais ng mga magulang na lumaking maayos at matagumpay ang kanilang mga anak. Naaalala kong habang lumalaki ako, nagsumikap ang tatay kong ilagay sa utak ko kung ano ang mahahalagang bagay sa buhay at ang nanay ko naman ang nagsisilbi at nagsasakripisyo para sa pamilya namin.

Noong limang taong gulang ako, sinimulang ituro sa akin ng tatay ko ang "Isanlibong Titik ng Tsino." Nagkuwento rin siya ng maraming kuwento tungkol sa mga sikat na bayani. Tuwing maririnig ko ang kuwento tungkol sa "Three Kingdoms" (Tatlong

Kaharian)nina Guan Yu, Zhang Fei at Zhao Yun na nagtaya ng buhay sa isang digmaan para protektahan ang tagapangulo nilang si Liu Bei, at ang kuwento tungkol kay Zhu Ge Lian na nagpaihip ng hangin, nasasabik ako at pinagpapawisan ang mga kamay ko. Madalas ding magkuwento ang tatay ko tungkol sa mga turo ng mga pantas na sina Confucius at Mencius, at ang integridad ng mga dakilang tao. Ang kuwento tungkol kay Mongju Jung na hanggang sa wakas ay naglingkod sa dinastiya ng Koryo (na humantong sa pagkawasak) gayong alam niya na mapapatay siya, at ang kuwento ni Admiral Soonshin Lee na iniligtas ang bansa sa bingit ng pagkawasak. Ang mga kuwentong ito ang umaantig sa puso ko kahit ilang beses ko nang narinig. Ang mga kuwento ng mga dakilang taong ito na nag-ingat sa kanilang katayuan at katapatan – kahit sa mga situwasyong nameligro ang kanilang mga buhay – ay umukit sa puso ng batang ito. Sa pakikinig ko sa mga kuwentong ito, isinaisip kong dapat kong igalang ang mga magulang ko, lumakad sa tamang daan, at ibalik ang biyayang natatamasa ko habang nabubuhay ako nang hindi nagbabago pagdating sa gitna.

Nangangarap na Maging Kongresista

Pumasok ako sa elementaryang nangangarap maging kongresista. Madalas akong isama ng tatay ko sa pangangampanya. Lumalakad kami ng sampu hanggang labinlimang kilometro para lang pumunta sa mga nangangampanya. Isinasama niya ako sa mga halalang panlalawigan, pambayan at pambansa. Pangarap niya'y maging politiko ako na buong tapat na maglilingkod sa bayan.

Ang Freedom Party ang nasa kapangyarihan noong

panahong iyon at napakaraming tao ang pumupunta sa mga kampanya nila. Sa tingin ko ay napakagagaling nila at mabubuting mga tao. Naisip ko, "Gusto kong maging katulad nila paglaki ko..." Sa pakikinig ko sa kanilang talumpati, araw-araw pinapangarap ko na maging miyembro ng kongreso. Nagpatuloy ang pangarap kong ito hanggang tumuntong ako ng elementarya at secondary a sa paaralan. Mag-isa na akong pumupunta sa mga kampanya at nakikinig sa mga kandidato.

Bago ako pumasok sa elementarya, marunong na ako ng multiplication table at Hangul (sulat-kamay ng mga Koreano). Naturuan na ako ng mga kapatid ko kaya naiinip na ako sa eskuwelahan, hindi na interesado sa pag-aaral. Mas gusto kong makipaglaro sa mga kaibigan ko pagkatapos ng klase. Natutuwa ako sa mga larong may pagkabayolente tulad ng sundalo-sundaluhan, pakikipagbuno at sipaan. Mas malakas ako sa mga kaibigang kasing-edad ko, at gusto kong lagi akong panalo sa lahat ng laro. Matigas ang ulo ko at mayabang ako. Hindi ako titigil hanggang hindi ako nananalo. Malusog akong bata. Kahit hirap kami sa pera, pinaiinom ako ng nanay ko ng mga mamahaling gamot na pampalakas. Hindi gawi sa probinsiya noon ang uminom ng ganoong kamahal na gamot. Napakalaki ng pag-ibig ng nanay sa bunsong anak niya. Kapag naglalakad kami ng nanay na magkahawak-kamay, sinasabi ng mga matatanda sa lugar namin, "Mukhang matalino ang batang iyan...magiging bigatin iyan balang araw...nakikita ko sa mukha niya na magiging kahanga-hangang tao siya...alagaan mo siyang mabuti!" Napakasaya ng nanay ko kapag nakakarinig ng mga ganoong salita. Habang lumalaki ako, nakita ko siyang paminsan-minsa'y pumupunta sa templo ni Buddha, may dalang alay na bigas at humihiling ng biyaya para sa pamilya.

Taimtim na Nagdasal ang Nanay Ko

Gabi-gabi, naliligo ang nanay ko pagkatapos ay isusuot ang puting Hanbok (tradisyunal na damit ng Koreano). Lalabas siya ng bahay, maglalagay ng malinis na tubig sa banga at magdadasal sa mga bituin. Dahil ako ang bunso niya, hindi ako natutulog hangga't hindi siya bumabalik. Sa mga gabing hindi siya agad bumabalik, sinisilip ko siya sa maliit na butas ng bintanang papel hanggang makatulog ako.

Minsan, tinanong ko siya, "Nanay, bakit ka nagpapatirapa at sobrang magdasal?" Ang sagot niya, "Dahil noong nagdasal ako sa Big dipper, nakabalik ng ligtas ang Kuya mo mula sa digmaan ng Korea. Ito rin ang dahilan kung bakit kayo malulusog at matatangkad." Ngunit kinalaunan, nang magkasakit ako sa loob ng maraming taon, nagdasal siya sa mga bituin pero wala nang epekto ang kanyang mga dasal. Pero nang malaman niyang napagaling ako nang husto sa pamamagitan ng kapangyarihan ng Diyos, nagsimula siyang magsimba. "Nag-alay ako ng maraming dasal sa mga bituin at kay Buddha sa loob ng mahabang panahon pero hindi napagaling ni Buddha at ng Big Dipper ang anak ko. Dahil gumaling siya sa loob ng simbahan, magsisimba na ako." Pagkatapos niyang sabihin iyon, itinapon niya ang kanyang mga diyus-diyosan, at naging tapat siyang mananampalataya, tanging Diyos na lang ang pinaglingkuran niya.

Mahigpit na Pagtuon sa Edukasyon ng Mga Magulang Ko

Dahil bunso ako, naging masunurin ako kaya't espesyal ang pagmamahal ng mga magulang ko sa akin. Mahigpit sila pagdating sa pag-aaral at disiplina sa lahat ng aspeto ng buhay. Tinuruan nila kaming magkakapatid hindi lang ng pakikipagkapwa, kundi ng magandang asal at paggalang, ang tamang paglakad, pagsasalita, pananamit, pagkain sa hapag kainan, paghawak ng kutsara, pagtulog at paggising. Binigyang-diin nilang kapag nagsasalita kami, hindi kami dapat magtaas ng boses, hindi dapat magsalita kung hindi pa tapos ang kausap, huwag tumingin ng diretso sa mata ng mas nakatatanda kung kinakausap sila, hindi dapat istorbohin ang mga kapitbahay kapag bumibisita, at kahit gaano kami kahirap, dapat limusan ang namamalimos, at iba pa. Tinuruan din nila kaming maging mabait at mapagpasensiya. Sa palagay ko, dahil sa mga turo ng mga magulang ko, bago ko pa nakilala ang Diyos ay malinis na ang konsiyensiya ko. Ang tawag sa akin ng mga tao ay "ang taong hindi kailangan ang batas." Nang tanggapin ko ang Panginoon, nagpasalamat ako sa mahigpit na pagtuturo ng mga magulang ko kaya naging madali para sa akin ang magsabi ng "Amen" at kumilos ng naaayon sa kahit anong utos mula sa Salita ng Diyos.

Bilang iskolar ng Klasikong Tsino, nag-aral ang tatay ko ng "Physiognomy," ang pagbabasa ng ugali ng tao base sa itsura ng mukha, at ang pagbabasa ng palad. Nahuhulaan niya ang mga mahahalagang pangyayari sa bansa, pati mga bagay na mangyayari sa baryo namin. Madalas niyang sabihin, "Jaerock, magiging importanteng tao ka. Magiging maganda ang kapalaran mo, kaya lang maikli lang ang buhay mo, putol sa gitna kaya maaga kang mamamatay. Pero may manipis na linyang nakakonekta sa guhit ng buhay mo kaya kapag lumampas ka ng tatlumpung taon, magiging pagpapala ka sa maraming tao."

Ang saya ng tatay ko pagkatapos niyang basahin ang "Physiognomy" at mga palad ko. Sinabi niyang malamang mamatay ako nang maaga pero kung lalampas ako ng tatlumpung taon, makapaglalakbay ako sa maraming lugar sa mundo at igagalang ako ng maraming tao. Noong magtatatlumpung taon ako, naging masasakitin ako. Maraming beses na nabingit ako sa kamatayan. Maraming beses na hindi ko alam kung mabubuhay pa ako kinabukasan. Dahil sa kondisyon ko, ni hindi ko na nakuhang mangarap na maging importanteng tao balang araw. Kinaawaan ako ng tatay ko dahil akala niya'y hindi ako magtatagal sa mundo, kaya nagpursigi siyang turuan ako at bigyan ng magagandang bagay. Naging napakasipag at tapat sa akin ng nanay ko at ng buong pamilya ko.

Isang Aksidente sa Elementarya

Malusog na ako simula sa pagkabata. Dahil bunso ako, minahal ako nang husto ng nanay ko at pinakain ng pulot na may katas ng halamang gamot. Dahil dito, mas malakas ako sa mga batang kasing edad ko. Kahit bata pa ako, palagi akong nasasabitan ng medalya sa wrestling o pakikipagbuno. At ang tawag sa akin ng mga tao ay "Malakas na Tao." Maraming bata ang bumubuntot sa akin at lider ang tingin nila sa akin.

Dahil mga bata kaming lumaki sa Digmaan sa Korea, mahilig kami sa bayolenteng laro, mga larong may kinalaman sa labanan, espadahan, sipaan, pagbubuno at larong 'Sahbi.' Sa larong ito, sasakalin mo ang kalaban hanggang sa sumuko siya. Kapag nagpapambuno ang mga bata, itataas nila ang mga kamay bilang pagsuko kung hindi na sila makahinga. Hinimatay ako minsan dahil ayokong sumuko. Sumasali ako sa kahit anong paligsahan hanggang sa manalo ako, mayabang kasi ako at matigas ang ulo. Noong nasa ikaapat na grado ako, naglalaro ako kasama ang mga kaibigan ko nang mabali ang isa sa aking tadyang. Wala kaming kakayahang magpaospital kaya pinainom ako ng mga halamang gamot ng mga magulang ko at hinintay na lang na gumaling. Tuwing tag-araw, sumasakit ang tadyang ko, parang sinusuntok ang tagiliran ko, hindi ako makahinga ni makatakbo. Dahil walang pampagamot, nilagyan ng tatay ko ng dalawang makamandag na ahas ang 'Soju' (alak ng Korea) at ipinaiinom ito sa akin, tuwing umaga at gabi. Dito ako natutong uminom sa murang gulang.

Ikaapat na grado rin ako nang may isang guro na kung tawagin ay 'Baliw na Guro.' Naglalaro kami ng kaibigan ko ng 'Sahbi' at akala niya'y nag-aaway kami. Pinapunta niya kami sa silid ng mga guro, pinagalitan at pinagsasampal. Pagkatapos, inutusan kaming magsampalan ng dalawampung beses. Dahil doon, namaga ang mukha ko at nabasag ang isang eardrum ko. May lumabas na likido sa tainga ko na naging dahilan ng pagkabingi ko. Ang guro kong ito ay tinanggal sa eskuwelahan pero nagpatuloy ang pagdurusa ko dahil sa pangyayaring iyon.

Ang Kabataan Ko

Mahilig akong mag-isa at napakamahiyain ko. Noong 1959, nagtapos ako sa elementarya sa lungsod ng Kwangju at pumunta sa Seoul para pumasok sa sekondarya na paaralan. Tumira ako sa Shindang Dong, Seongdong Gu, Seoul kasama ng ate ko. Noong nasa ikaapat na taon na ako, hindi ako nakapasok ng apatnapung araw dahil sa sakit ko. Habang nakahiga ako sa kama, pumasok sa bahay namin ang isang taong hindi ko kilala at nagpahayag ng Magandang Balita ng kaligtasan. Pinatanggap niya sa akin si Cristo. Naisip ko, "Naloloko na ba ang taong ito? Nasaan ang Diyos na sinasabi niya? Kunsabagay, hindi naman ako naniniwala kay Jesus. At kung maniwala man ako, paano ako magbabahagi ng Ebanghelyo? Napakamahiyain ko para gawin iyon."

Naaawa ako sa mga taong nag-iikot para magpahayag ng tungkol kay Jesus. Dahil ako'y hindi naniniwala sa Diyos, mahiyain at gustong palaging nag-iisa, naisip ko, "Isa pang

Sa 'middle school'

Sa mataas na paaralan

dahilan iyan kung bakit ayaw kong maniwala sa Diyos – ayokong mag-ikot at magpahayag ng Ebanghelyo." Sinabi ng tatay kong iskolar ng Klasikong Tsino, "Ipinanganak kang may ugaling hinding-hindi mangungutang kahit isang butil ng asin." Kahit mahihirap ang mga tao sa probinsiya noong panahong iyon, sagana sila sa asin. Ang ibig sabihin ng tatay ko, nasa personalidad kong hindi umasa o gambalain ang ibang tao.

Noong nasa elementarya ako, kapag natanggap ko na ang singil sa matrikula, hindi ko ito maipakita sa mga magulang ko. Lagi akong pumapalya sa takdang araw ng bayaran kaya lagi akong napapagalitan. Papupuntahin sa paaralan ang mga magulang ko at doon ko lang ipapakita ang singil sa nanay ko. Kapag nakita na ito ng nanay ko, ibibigay niya agad ang pambayad. Alam ko namang ibibigay niya ang pambayad kaya lang hindi ko maatim na humingi sa kanya. Ganyan ako kakimi at kamahiyain. Kinalaunan, nakaapekto sa ministeryo ko ang personalidad kong ito.

Tangkang Pagpapakamatay Nang Mawala ang Memorya

Hindi ako nakapag-aral nang mabuti noong nasa sekondarya na paaralan ako dahil napakamasakitin ko, lagi akong lumiliban sa klase. Pangarap kong makapasa sa pagsusulit sa kolehiyo para makapasok ako sa kursong pang-inhinyero sa Seoul National University. Uminom ako ng mga pildoras na pampagising para makapag-aral nang mabuti. Kaya lang, habang tumatagal wala nang epekto ang pildoras kaya dinagdagan ko ang pildoras na iniinom ko. Dahil dito nalulong na ako sa gamot at dapat lagi na akong uminom. Kapag hindi ako nakakainom, nanlalambot ako at hindi makapokus. Apat na oras lang ang tulog ko at araw-araw, pumupunta ako sa pambansang aklatan na ngayon ay pamilihang bayan na ng Lotte. Isang taon kong ginawa ang ganitong pag-aaral at nagkaroon ako ng kumpiyansang papasa sa kursong pang-inhinyero sa Seoul National University.

Noong Nobyembre 1962, habang papalapit ang pagsusulit, biglang nawala ang memorya ko. Nagbabasa ako ng diyaryo habang nagpapahinga nang biglang hindi ko matandaan ang pangalan ng presidente ng Korea noong panahong iyon na si Dr. Synman Rhee. Hindi lang iyon, hindi ko rin matandaan ang anumang salitang Ingles at mga pormula sa matematika na matagal kong isinaulo. Wala man lang akong matandaan. Hindi ito pansamantala lang. Tinangka kong alalahanin ang lahat ng pinaghirapan kong pag-aralan, kahit ang pinakasimple ay hindi ko matandaan. Pakiramdam ko, nahuhulog ako sa walang kasing lalim na butas. Wala nang pag-asa ang kinabukasan ko, at nasa bingit na ako ng depresyon. Dahil sa kimi at mahiyaing personalidad ko, gumugol ako ng isang taon para makapasa sa pagsusulit, at ngayon, nawala ang memorya ko.

Anong mukha ang ihaharap ko sa mga magulang ko, pagkatapos nila akong suportahan at paghirapan? Sobra ang kahihiyan ko para magpatuloy pang mabuhay. Naisipan kong magpakamatay, at nagsimula akong bumili ng mga pildoras na galing sa America. May mga nagsabing iyon daw ang pinakamalakas at pinakaepektibo. Noong nag-aaral ako, nangungupahan ako sa isang silid na malapit sa bahay ng ate ko, at sa kanila ako kumakain.

Sinabi ko sa kanya, "Ate, pupunta ako ngayong gabi sa bahay ng kaibigan ko para mag-aral. Hindi ako maghahapunan dito. Huwag na ninyo akong hintayin."

Hindi alam ng ate ko ang plano ko. Pagkatapos kong mag-empake ng mga gamit ko, at sumulat ng pinakahuling sulat para sa aking mga magulang at mga kapatid, ikinandado ko ang pintuan. Nagtalukbong ako, uminom ng napakaraming pildoras, at humiga. Ilang sandaling may malay pa ako, pero kaagad ding nawalan ng ulirat. Pero may kasabihan, "Ang kamatayan sa buhay na ito ay simula lang ng kasunod na buhay."

Ang kuya at bayaw ko ay may negosyo ng mga kumot sa palengke ng Dongdaemoon. Nagsasara na sila ng puwesto tuwing 10:00 ng gabi para sa iba pang negosyo, at umuuwi sila ng hatinggabi. Nakapagtatakang noong araw na iyon, nagpasiya silang umuwi nang maaga. Sinabi ng kuya sa bayaw ko, "Magsara tayo ng maaga para maaga tayong makauwi."

"Talaga? Gusto ko ring umuwi ng maaga," tugon niya.

Hindi na dumadaan sa akin ang kuya ko tuwing umuwi para hindi ako maistorbo sa pag-aaral ko. Pero noong araw na iyon, gusto niya akong makita.

"Nasaan si Jaerock?" tanong niya. "Pupunta raw siya sa kaibigan para mag-aral doon," sagot ng ate ko. Pero pumunta pa rin siya sa silid ko. Nakakandado ang pintuan kaya kinabahan siya. Pinilit niyang buksan ang pintuan at tumambad ang mistulang bangkay na katawan ko. Sinabi ng kuya ko sa bayaw ko, "Baka mabuhay pa siya pag dinala natin siya sa ospital at malinis ang tiyan niya." Isinugod nila ako sa ospital at dahil sa napakarami kong nainom na pildoras, sabi ng doktor ay malamang na hindi na ako mabuhay pa. Pagkalipas ng ilang araw, nagkamalay-tao rin ako. Kaya lang, tuluyan na akong nawalan ng memorya. Pagkaraan ng isang taon, hindi pa rin bumabalik ang memorya ko. Dahil sa pagsisikap kong mag-aral, naipasa ko ang pagsusulit at noong Marso 1964, nakapasok ako sa Paaralan na pang-Inhinyero sa Hanyang University.

Ang Pag-aasawa at Kapalaran Ko

Noong Oktubre 29, 1964, habang nasa kolehiyo, itinigil ko ang pag-aaral nang tawagin ako ng militar para magsundalo. Nang malapit nang matapos ang serbisyo ko sa militar, ipinakilala ako ng isa sa mga kamag-anak ko sa isang kaibigan sa panulat. Siya ang naging asawa ko.

Nawala Ang Lahat ng Mana Ko

Natapos ang serbisyo ko sa militar noong Mayo 1967. May isang pangyayaring naganap na hindi ko inaasahan. Bago kasi ako nagsundalo, ibinigay na ng mga magulang ko ang pangmatrikula para sa ikalawang semestre. Ipinautang ko ito sa isang kamag-anak na nangakong magbabayad pagkatapos ng serbisyo ko sa militar na may patong na interes. Kaya lang, nagkaproblema ang kamag-anak kong ito at hindi ako nabayaran. Nalaman ng kuya at bayaw ko ang pangyayari kaya binigyan nila ako ng pangmatrikula. Pagkatapos ng serbisyo ko, nakilala ko nang personal ang kaibigan ko sa panulat, at minahal ko siya nang dalisay. Nangako kaming magpapakasal.

Isa siyang babaing may malalaki at maningning na mga mata tulad ng lawa. Nalaman niyang may pangmatrikula ako, inutang niya ito at nangakong babayaran agad. Hindi natupad ang pangako niya. Dahil dito hindi ako nakapagpalista sa ikalawang semestre at kinailangang maghintay pa ng ilang buwan. Naisip kong umuwi na lang sa amin. Sinabi ko sa mga magulang ko, "Nanay, tatay, mag-aasawa na ako kaya ibigay na ninyo sa akin ang pamana ninyong pera. Gagastusin ko ang isang bahagi sa pagpapakasal ko, at dahil mahusay mag-ayos ng buhok ang nobya ko, magbubukas kami ng beauty parlor na magiging hanap-buhay namin. Idideposito ko sa bangko ang matitira at iipunin ko pati interes nito. Mag-aaral ako bilang iskolar. Pagkatapos ko sa kolehiyo, pupunta ako sa America para magpakadalubhasa." Ipinaliwanag ko nang detalyado ang mga plano ko, at nahikayat ko naman sila. Wala silang nagawa kundi makinig sa kanilang anak. Kahit nag-aalinlangan, ibinigay nila sa akin ang mana kong pera. Nagbalik ako sa Seoul na nangangarap ng magandang buhay sa malaking perang minana ko. Pero nagsimulang pumangit ang lahat. Magkikita sana kami ng mapapangasawa ko sa istasyon ng Seoul pero hindi siya dumating. Isang linggo ko siyang hinagilap.

Tumawag ang ate ko, "Kapatid, natanggap mo na pala ang minana mong pera! Magkano ba ang tutubuin mo pag inilagay mo iyan sa bangko? May matalik akong kaibigan na may negosyo, kapag ipinagamit mo ang pera mo sa kanila, tutubo ito nang malaki. Gagarantiyahan din kita kaya hindi ka dapat mag-alala." Dahil wala akong kamuwang-muwang, nakinig ako sa ate ko. At dahil wala nang balita sa nobya ko, umupa ako ng bahay at ibinigay ang natirang pera sa ate ko.

Pagkalipas ng ilang araw, nagpakita na ang nobya ko. Hindi pala sang-ayon ang pamilya niya sa akin kaya hinikayat pa niya ang mga ito para pumayag sa pagpapakasal namin. Nagtangka rin siyang magpakamatay, uminom siya ng pampatulog. Isinugod siya sa ospital at mabuti na lang naagapan siya. Kalalabas lang niya sa ospital.

Binigyan ako ng tubong katumbas ng dalawang buwan sa perang ipinangnegosyo ng ate ko. Pagkatapos noon ay wala na akong narinig sa kanya. Tinawagan ko siya, "Ate, kailangan kong magmatrikula sa susunod na semestre, ibalik mo na lang ang pera ko." Hindi siya sumagot. Pagkaraan ng Bagong Taon, pinuntahan ko si ate para kunin ang pera kong pangmatrikula. Sa tingin ko ay may problema siya. Ang sabi niya, "Kapatid, akala ko maayos ang negosyo ng kaibigan ko, nagpupuslit pala siya ng mga kontrabando. Siya ay nahuli at nasa kulungan ngayon. Hindi ko na mababawi ang pera mo." Nawalan ako ng pag-asa. Sabi ko sa sarili ko, "Sobra naman ito! Hindi pa man ako nakapagtatapos sa kolehiyo! Ano ba itong malaking kapahamakang napasukan ko?" Sa isang saglit, nawala lahat ng perang minana ko. Naisipan kong magtrabaho sa umaga at mag-aral sa gabi. Naging manunulat ako sa isang dyaryo. Noong Enero 1968, nagpakasal na kami ng aking nobya.

Tiwala Ako sa Pag-inom

Pagkatapos naming ikasal, nagkaroon kami ng salo-salo sa bagong bahay namin noong Marso 1968. Bumili kami ng

apatnapung bote ng whisky mula sa Dongdaemoon, nagdala din ng maraming alak ang mga kaibigan ko. Umaga nagdatingan ang mga kaklase ko, hapon naman nang dumating ang mga kaibigan kong mga taga Seoul. Kinagabihan, ang mga kaibigan kong mula sa aming bayan naman ang nagdatingan. Napakasaya ko noon hanggang lumalim na ang gabi. Tiwala akong kaya kong uminom ng maraming alak kaya

Habang nagtatrabaho bilang tagapagbalita sa isang pahayagan

hindi ako tumanggi sa mga kaibigan ko hanggang inabot na kami ng madaling-araw. Sa palagay ko nakapitong bote ako ng whisky. Dahil dito nanakit nang husto ang tiyan ko. Pagkatapos magpaalam ng mga bisita ko, nahiga ako sa kama, masayang masaya sa matagumpay na salo-salo.

Walang anu-ano'y, nagsimulang umikot ang kisame ng silid. Umikot din ang mga ilaw, at lahat ng nasa paligid ko ay umiikot. Nagsimula akong sumuka. Sa sobrang pagsusuka ko, pakiramdam ko'y pati bituka ko ay lalabas na sa aking lalamunan. Ibinili ako ng gamot ng asawa ko, subalit isinuka ko ring lahat iyon pagkatapos kong malulon. Kahit tubig lang ay hindi ko mainom. Napakasakit ng nararamdaman ko. Simula nang araw na iyon, hindi na ako makakain ng maayos. Dahil sa problema ko sa tiyan, hindi ako matunawan. Lahat na ng gamot, nasubukan ko, pati halamang gamot. Walang nangyari. Akala naming mag-asawa gagaling din ako pagkalipas ng ilang araw. Pero habang lumilipas ang panahon, lalo lamang itong lumala. Ang katawan ko ay wala na sa tamang kalagayan.

Pagpapagaling

Kailangan kong umalis sa trabaho. Uminom ako ng lahat ng klaseng gamot, at nagpatingin sa napakaraming ospital para malaman kung ano talaga ang sakit ko. Pero bukod sa sakit sa sikmura, walang matukoy na iba pang sakit. Patuloy na bumaba ang timbang ko, at napakarami nang kumplikasyon. Pagkalipas ng tatlo hanggang apat na taon, wala nang malusog na bahagi sa katawan ko. Ako ay tila "naglalakad na tindahan ng mga sakit." Lahat ng gamot na sinasabing epektibo, ay nasubukan ko na. Nagdusa ako sa pangangati tuwing tag-araw dahil sa alipunga, at tuwing taglamig naman, nagkakaroon ako ng frostbite. Nagka-eksema ako sa buong katawan, at tuwing umaga ay namamaga at nagtutubig ito. Dahil sa ozena , parang napakabigat ng ulo ko. Barado lagi ang ilong ko at nagpatuloy ang paghina ng memorya ko.

Dati na akong may problema sa mga kulani. Sa simula, parang maliit na bola lang ito sa leeg ko. Pero ito ay palaki ng palaki, naging kasinlaki ng ubas. Hindi ko maigalaw ang leeg ko dahil sa pamamaga ng kulani. Sinabi ng doktor na eksperto sa mga halamang gamot, hindi na niya ako mabibigyan para sa kulani dahil sobra na sa dami ang gamot na iniinom ko. Hindi lang pamamaga ng kulani ang pinagdudusahan ko, nagkaroon din ako ng sobrang pagkatakot. Hindi ako makatulog, may eksema, kulang sa dugo, may impeksyon sa tainga, at ang mga lamang loob ko kasama na ang bituka ay hindi na gumagana nang maayos.

Tinangka Kong Magpalit ng Pangalan

Sinubukan ng asawa kong makakuha ng lahat ng klaseng medisina pati na ang mga gamot ng mga katutubo para lang gumaling ang sakit ko. Dahil walang nangyari sa pagsisikap niya sa loob ng maraming taon, naging mapamahiin na tuloy siya. May mga nagsabi sa kanya, "Puwede pa siyang gumaling. Tumawag ka ng isang nagpapalayas ng masamang espiritu." May iba namang nagsabi, "Tumawag ka ng isang mongheng tagasunod ni Buddha para magpalayas ng diyablo." Pumunta siya sa mga sikat na monghe at sinubukang magpaturo sa pagpapalayas ng diyablo. Ang pinakahuli sa lahat, nagpalit kami ng pangalan.

Sabi kasi ng ibang tao na mababago ang kapalaran namin pag nagpalit kami ng pangalan. Naisip naming may katuwiran ito. Noon, katabi ng munisipyo ang maraming opisinang pagbabago ng mga pangalan ang negosyo. Maaga pa ay pumunta na kami sa opisina ni Bongsoo Kim. Kinailangan naming maghintay mula umaga hanggang tanghali para makaharap siya. "Ang sama ng pangalan ninyo. Bakit hindi ninyo palitan?" Mula noon, ginamit na namin ang mga pangalang ibinibigay niya. Wala pa ring nangyari.

Ang Pagdurusa ng Amang Maysakit

Dahil sa mahiyain ako, itinago ko ang lumalala kong kondisyon – maging sa asawa ko. At habang lumulubog siya sa utang, hindi ako basta naupo at nanood. Kung saan-saan ako naghanap ng trabaho. Dahil sa problema sa pandinig, hindi ako matanggap sa trabaho. Lumala ang pandinig ko kaya hindi ako pwedeng gumamit ng telepono, mahirap makakuha ng trabaho.

Dapat akong humanap ng trabahong nagsosolo lang ako. Nagsimula akong magbenta ng maliliit na mesa. Inilako ko ito sa kalye pero dahil nga mahiyain ako, hindi ako makasigaw ng "Mesa! Mesa kayo diyan!" Pagkatapos ng ilang araw na walang benta, unti-unti akong nagkalakas-loob at nagsimulang makapagbenta.

Isang araw noong 1972, maglalako na ako ng mga mesa nang maramdaman kong napaparalisa ang mga paa ko. Napakasakit lumakad. Iniwan ko muna ang mga mesa sa isang lugar at sumakay sa bus pauwi. Simula noon, naratay na ako sa banig ng karamdam. Nagkaroon na pala ako ng malalang rayuma. Napakasakit ng pakiramdam tuwing maglalakad ako, 'di nagtagal gumamit na ako ng tungkod. Pero mas malala pa sa karamdamang pisikal ang karamdaman sa utak. Nakakalungkot na hindi ako makarinig. Nasira ang isang tainga ko noong kabataan ko. Dahil sa matitinding gamot na ininom ko sa loob ng lima hanggang anim na taon, nabingi na rin ang kabilang tainga ko. Kahit gaanong paghihirap ang gawin ko sa pagbabasa ng buka ng labi ng mga tao, hindi ko pa rin sila maintindihan kapag maingay sa paligid. Kahit sa mga miyembro ng pamilya ko ay hindi ko masabi na ako'y malapit nang maging bingi. Natatakot akong masabihang may kapansanan. Kapag may nakikipag-usap sa akin, mali ang sagot ko dahil hindi ko sila marinig. O kaya, hindi ako makasagot at namumula ako dahil sa kahihiyan.

Hirap na hirap ang asawa ko sa pag-aalaga sa akin, at sa pagbabayad kahit na ng interes lang ng utang namin. Dahil sa pinakamumurahing lugar ang inuupahan namin, palipat-lipat kami. Sa Ah-hyeon Dong, sa Kimpo, sa Sangdo Dong, sa Chongno, sa Ddooksum at iba pang lugar. Minsan, pag desperado na kami, nakikituloy kami sa mga magulang ng asawa ko, o kaya sa bahay ng ate niya. Pagkatapos ng pagpapalipat-lipat namin, nanirahan kami sa baryo sa isang bundok sa Keumho Dong. Yari sa mga kuwadradong bato ang bahay namin, at mukha itong isang kahon. Kapag lumabas ka sa pintuan sa harapan, matatanaw mo ang Ilog ng Han.

Patay na ngayon ang biyenan kong babae pero iniyakan niya ako nang husto noon. Dinala niya ako sa ospital, sa doktor ng mga halamang gamot para mag pa-accupuncture at bumili ng gamot. Dahil hindi ako makalakad, ipapasan ako ng mga kaibigan ko pababa ng bundok para makapag-taksi papuntang ospital kasama ng biyenan ko. Pagkagaling sa ospital, ibibili niya ako ng alak na gawa sa bigas – marahil awang-awa siya sa akin. "Anak, alam kong nagdurusa ka pero inumin mo iyan, magsaya ka naman..."

Ang Pag-kawalang Pag-asa ng Asawa Ko

Nagparoo't parito ang asawa ko para makautang ng perang pambili ng gamot ko, habang nagpapatong-patong ang utang namin na parang niyebe. Noong mahigpit ang pangangailangan namin, nangungutang siya sa mga magulang at mga kapatid niya. Babayaran niya ang interes sa utang at pambili ng gamot ang matira. 'Di nagtagal, masamang tao na ang tingin ng pamilya niya sa akin. Sa palagay nila ay pinahihirapan ko ang pinakamamahal nilang bunso dahil hindi ko matustusan ang pamilya ko bilang mabuting asawa. Dahil nga sa pagkakasakit ko, hindi man lang kami nakapagsaya sa mga unang taon ng pagpapakasal namin. Napilitang maghanap-buhay at mag-alaga sa pamilya ang asawa ko. Kinailangan niyang buhayin ang dalawang anak na babae namin sa pagsusumikap sa trabaho. Napagod na siya at ang magandang ugali ay naging magaspang – napatigas ng mga responsibilidad sa buhay na naipatong sa kanyang balikat. Inalagaan niya ako sa loob ng lima hanggang anim na buwan, umasang magiging malusog muli. Pero sa nakikita niyang paglala ng kalagayan ko, wala siyang magawa at nauwi sa kawalan ng pag-asa niya. Dahil may pagkamaiksi ang kanyang pasensiya, sa tuwing mabibigo siya ay nag-aalsa-balutan at umuuwi sa mga magulang niya...

"Hindi ko kailangan ang pagmamahal. Pera ang kailangan natin ngayon. Magtrabaho ka naman!" Dapat niyang bayaran ang mga utang niya sa mga pribadong tao, napakataas ng tubo! Kaya't kung sinisingil na siya, hindi na niya matiis at maglalayas na, hindi na raw niya makaya ang pagsasama namin. Pero pagkalipas ng ilang araw, babalik siyang muli.

Isang araw, nagtayo siya ng isang maliit na meryendahan sa palengke ng Keumho Dong sa tulong ng kapatid niyang babae. Mahusay siyang magluto at marami siyang suki. Nagtrabaho siya sa palengke mula madaling-araw hanggang hatinggabi. Uuwi siyang pagod na pagod at patang-pata. Nagpupursigi siya para mabayaran ang mga utang namin, pero pag-uwi niya at makikita akong nakahiga dahil sa sakit ko, nawawalan siya ng pag-asa. Madali siyang mainis kahit sa kaliit-liitang bagay. Ang dalawang anak naming babae ay inaayawan sa lugar namin. Simula nang buksan ng asawa ko ang meryendahan, nagsikap akong alagaan ang panganay naming si Miyoung, ang pangalawang si Mikyung ay tumira sa nanay ko, sa bahay ng kapatid kong lalaki.

"Bakit kaya kamukhang-kamukha niya ang tatay niya?"

Dahil ba kamukhang-kamukha niya ang tatay niya? Hindi man lang nakatanggap ng buong pagmamahal si Mikyung mula sa amin dahil sa situwasyon namin. Nang minsang dumalaw ako sa bahay ng kapatid ko, nakita kong may kapirasong basahan sa bibig si Mikyung habang naglalaro. Nadurog ang puso ko noon. Pero dahil sa kalagayan ko, hindi ko siya maiuwi sa bahay para alagaan. Punung-puno ako ng hinagpis. Nagkaroon ako ng nerbiyos noon kaya naging maramdamin kahit sa napakaliit na bagay. Sa tuwing may nakakasakit na nasasabi ang asawa ko, nauuwi ito sa pagtatalo namin. At sasabihin niyang gusto na niya ng diborsiyo, magbabalot ng gamit at patakbong uuwi sa mga magulang niya.

"Paano ninyo natatagalan ito? Maghiwalay na kayo para sa kabutihan ninyong dalawa."

Pinuntahan ako ng pamilya niya at ipinakitang hindi nila ako gusto, napakalakas ng pagkastigo nila sa akin kaya narinig ng mga kapit-bahay. Namula ako sa galit at kahihiyan. Ang umalis kong asawa ay nagbalik at sinabi, "Hindi ako bumalik para makita ka. Nandito ako para makita ang anak natin. Kung sakaling bumalik ang kalusugan mo, hihiwalayan na kita. Gusto ko nang gawin iyan ngayon pero duduruin ako ng mga tao at sasabihing inabandona ko ang asawa kong may sakit. Kaya saka na lang!"

Ang Pisikal na Pagmamahal ay Nagbabago

Noong 1972, pinagmasdan ko ang sarili ko at nakita ang isang taong punung-puno ng sakit na 'di gumagaling. Dahil nga napakarami ko nang nainom na matitinding gamot, wala nang epekto sa akin ang iniksiyon at medisina. Sinisi ako ng mga magulang, mga kapatid at mga kamag-anak ko, at nilayuan ako. Iniwasan ako ng asawa ko. Sumuko na sa akin kahit ang nanay ko.Dinalaw niya ako, pitumpung taon siya noon. Pagkakita niya sa anak niyang nakaratay, nag-iiyak siya nang buong pait. Sa tingin niya, wala na akong pag-asa.

"Naku, mabuting mamatay ka na lang. Sa ganyan mo lang ako mabibigyan ng dangal."

Ganyan kasama ang situwasyon ko, kahit ang nanay ko na nagmamahal sa akin nang labis ay mamatamisin pang mamatay ako para magkaroon siya ng dangal. Ang buong akala ko hindi ako iiwan ng nanay kahit pa talikuran ako ng buong mundo. Nang sandaling iyon, napagtanto kong ang pagmamahal ng tao ay madaling mawala. Kung hindi maganda ang mga pangyayari, maaaring magbago ang pagmamahal.

Hindi nauunawaan ng nanay ang pagdurusa ko, lalo na ng mga kapatid ko. Isang araw, dinalaw ako ng kapatid kong lasing. Gusto raw niya akong aliwin. Pero sa halip na maaliw ako, lalo lang akong nasaktan sa mga sinabi niya.

Bigo sa Pangalawang Tangkang Pagpapakamatay

Pakiramdam ko ako'y isang ibong nagpupumilit lumipad sa kagustuhang mabuhay, pero wala akong magawa. Noong unang mag-alsa-balutan ang asawa ko at umuwi sa bahay ng magulang niya, sinundo ko siya. Nang ulitin niya ito, hindi ko na siya muling sinundo dahil sa poot na kakaharapin ko mula sa pamilya niya. Sa tuwing maiisip ko ang kinabukasan ng mga anak ko, may parang bukal ng tubig na nagtutulak sa akin para mabuhay pa. Pero pag tumambad na sa harapan ko ang realidad ng buhay, nanghihina ulit ako. Pagkatapos isiping wala na talaga akong pag-asang makawala pa sa anino ng kamatayan, nag-ipon ulit ako ng mga gamot na pampatulog para wakasan na kaagad ang kawawa kong buhay. Hindi lang ako nagdurusa sa napakaraming sakit kundi pati ang sarili kong asawa ay hindi na mabait sa akin.

Sinasaktan na niya ako. Nawalan na ako ng gana at pagnanais na mabuhay pa. Naisip kong sa halip na sunduin ko siya sa bahay ng magulang niya, mas mabuti pang mamatay na ako, kaya ininom ko ang dalawampung pirasong gamot na pampatulog na naipon ko.

Nasa mga biyenan ko ang asawa ko nang inumin ko ang mga pildoras. Hindi raw siya makatulog at kinakabahan daw siya. Hindi raw maalis ang pakiramdam niyang may masamang nangyayari sa bahay namin. Dahil sa pagkabalisa, nag-taksi siya, nagmamadaling umuwi at natagpuan akong naghihingalo. Isinugod niya ako sa ospital, ginamot at naagapan nila ang buhay ko. "Hindi ko man lang mawakasan ang buhay ko sa paraang gusto ko. Hindi na ako dapat nagtatangkang magpakamatay." Nang matauhan ako sa ospital, nagbalik-alaala ako sa dalawang beses na bigong pagpapakamatay at naramdaman kong may mas mataas na kapangyarihang namamagitan sa buhay ko. Kaya nagpasiya akong huwag na muling magpakamatay.

Mahusay na Gamot sa Rayuma ang mga Pusa

Sa tuwing maganda ang pakiramdam ko, naglalakad-lakad ako nang nakatungkod. Pero minsan, kung malala ang kondisyon ko, nakaratay ako sa kama at hindi man lang makagalaw. Kailangang may mag-asikaso kung dumudumi ako. Nabalitaan ng asawa kong mahusay ang pusa para sa rayuma kaya namili siya ng mga pusa, hindi lang sa palengke ng Sungdong Ku kundi sa iba pang mga palengke tulad ng Dongdaemoon at Joongbu. Pinakuluan niya ang mga pusa para makain ko. Minsan, kung hindi maayos ang pagkakaluto, napakasama ng amoy kaya mas gusto ko pang mamatay na lang kaysa kainin ito.

Lahat ng klaseng gamot na nabalitaang mahusay ay dinala ng nanay at asawa ko. Nagluto sila ng alupihan, bulate, pati balat ng puno. Pinakain nila ako ng apdo ng mga aso at mga oso. Sinubukan ko ring uminom ng alak na gawa sa ahas. Nagpatuloy ang pakikipaglaban ko sa mga sakit. Ang mga pildoras daw na gawa sa Germany para sa ketong ay isang uri ng lason. Dahil malala ang sakit ko sa balat na naaapektuhan ang buong katawan ko, ininom ko ito sa pag-asang gumaling. Napakamiserable ng naging resulta.

Uminom Ako ng Katas ng Dumi ng Tao sa Loob ng Labinlimang Araw

Nasubukan ko na lahat ng klaseng gamot at panggagamot ng mga doktor, arbularyo, pati na ang mga manggagaway at nagpapalayas ng masasamang espiritu. Pero nagpatuloy ang pagbagsak ng kalusugan ko, mistulang lumulubog ako sa walang katapusang butas.

"Jaerock, may kilalang doktor na dumating sa bayan. Bakit hindi ka magpatingin sa kanya?"

"O sige, wala namang mawawala sa akin." Sinunod ko ang payo ng mga kaibigan ko sa Keumho Dong at nagpatingin ako sa kanya. Pinulsuhan niya ako at sinuri. Sabi niya, "Himala na buhay ka pa. Ang pulso mo ay parang tumitibok pero wala ka nang pulso. Kataka-takang buhay ka pa. May isang paraan para gumaling ang mga sakit mo. Naglaro ka ba ng magagaspang na laro noong bata ka? Nabugbog ka ba nang husto? Napakarami mong pasa sa buong katawan, mga namumuong dugo at baradong mga ugat. Iyan ang mga dahilan kung bakit ka nagkakaganyan."

"Ganoon po ba? Anong irereseta ninyo?"

"Sa istasyon ng tren sa probinsiya, may lugar kung saan dumudumi ang mga tao. Ang mga katas ng dumi sa ilalim ay sampung taon nang nabubulok. Sandukin mo ito at uminom ka ng isang tasa nito tatlong beses sa isang araw, sa loob ng labinlimang araw. Lahat ng namumuong dugo sa katawan mo ay matutunaw, at babalik ang kalusugan mo."

Nagbigay ang doktor ng detalyadong paraan kung paano kukunin ang katas ng dumi. Magtali raw ng mga *pine needles* sa bunganga ng palayok para gawing pangsala, itali sa bato ang palayok at ibaba ito sa dumihan. Mapupuno ng malinaw na katas ng dumi ang palayok. Kung ininom ko ang katas na ito at gumaling ako, nangako akong babayaran ko ang doktor ng napakalaking halaga. Napakasaya naming mag-asawa dahil sa wakas natagpuan na namin ang panlunas. Nagmadali kaming pumunta sa istasyon ng tren, napapasayaw sa tuwa. Nang marinig ng nanay ko kung paano makukuha ang panlunas na ito, magdamag siyang nangolekta ng katas ng dumi, inilagay sa magandang mangkok, at inihain sa akin ng may pagmamahal.

Sa loob ng labinlimang araw, ininom ko ang katas nang walang palya. Napakahirap inumin nito dahil sa napakabahong amoy, pero ininom ko pa rin sa kagustuhan kong gumaling. Gumamit ako ng straw, nagsepilyo at kumain ng kending bigay ng nanay ko pero hindi maalis ang amoy. Pagkatapos ng labinlimang araw, wala pa ring nangyari.

"Nanay, kung mamamatay ako, uuwi ako sa bahay ko sa Seoul para doon mamatay."

Kabanata 2

Ang Diyos ay Tunay na Buhay!

Kapag Nalagas ang Huling Talulot, ang Buhay Ko ay Malalagas Din

Paano Ibinahagi sa Akin ng Pangalawa kong Kapatid ang Ebanghelyo

Nang walang nangyari sa pinakainaasahan naming pag-inom ng katas ng dumi, bigong- bigo kaming umuwi sa Seoul. Ang gusto kong mangyari ay mamatay na lang kaagad, kaya nahiga ako sa kama at naghintay ng kamatayan. Ang naging gawain ko sa kuwadrado naming bahay ay magbasa ng mga nobela at uminom ng alak na gawa sa bigas. Sa maliit na bahay namin, may lalagyan ng alak, mga mangkok na lalagyan ng gamot at mga hiniram na librong nakakalat kung saan-saan.

Sa pamilya namin, ang pangalawang kapatid na babae ko lang ang mananampalataya. Nabulag ang isang mata niya nang magkaroon siya ng napakataas na lagnat noong bata pa siya. Pinakasalan niya ang binatang taga kalapit-baryo at napalaki nang mahusay ang tatlong anak na lalaki at dalawang anak na babae. Namuhay siya ng isang matapat na buhay. Isang araw, may nagbahagi sa kanya ng ebanghelyo, at nagsimula siyang dumalo sa simbahan. Inakala ng nanay at mga kapatid ko na siya'y isang panatiko at ayaw nilang magsimba siya. "Nagbabanat ka ng buto sa pagsasaka, pagkatapos ibibigay mo lang sa simbahan. Hindi ka man lang nagtatrabaho kapag Linggo para makapagsimba. Hindi ka na makakaahon sa hirap. Kailan ka pa ba yayaman?" Kahit na pagalitan siya ng nanay namin, ngingiti lang siya at sasabihing, "Nanay, napakasayang sumampalataya kay Jesus. Bakit hindi ka rin magsimba?"

Tuwing Linggo, maaga niyang gagawin ang mga gawaing bahay pagkatapos ay pupunta sa simbahan. Pinupunasan niya ang pulpito at naglilingkod sa simbahan. At tuwing magkakaroon siya ng unang ani ng prutas o anumang magandang bagay, palihim niyang iiwanan iyon sa bahay ng pastor at patakbong aalis. Gustong-gusto niyang paglingkuran ang manggagawa ng Diyos sa ganitong paraan.

Mahilig siyang dumalo sa mga pagtitipon para sa pagbabagong buhay o pagpupulong para sumigla ang buhay espirituwal at taimtim niyang hinahanap ang biyaya ng Diyos. Pati ang gintong singsing niya – na ipinapalagay na napakahalaga noon – ay inialay niya sa simbahan.

"O Diyos, bigyan Mo ako ng pananalig na kasinghalaga ng ginto. Bigyan Mo ako ng pananalig na tulad ng ginto na hindi magbabago sa paglipas ng panahon."

Simula ng pagkabata, paborito ko na ang kapatid kong ito. Noong nag-aaral pa ako sa Seoul, halos tumira ako sa bahay niya tuwing bakasyon. Sinusubukan niyang ibahagi sa akin ang Ebanghelyo tuwing may pagkakataon. Kahit noong maysakit ako, awang-awa siya sa akin. Patuloy niya akong sinabihang magsimba, "Kapatid, kung magsisimba ka, pagagalingin ka ng

Diyos. Magiging malusog ka ulit."

"Ate, huwag kang magbiro. Nakakarating na nga ang mga tao sa buwan ngayon eh. Nasaan ba ang Diyos? Kung buhay Siya, ipakita mo Siya sa akin."Maraming beses pa rin niya akong hinimok na magtiwala sa Diyos. Ngunit matigas ang ulo ko.

Kapag Nalagas ang Huling Talulot, ang Buhay Ko ay Malalagas Din

Pakiramdam ko, ako ang bida sa isang sikat na nobela. Sa nobelang iyon, nabubuhay sa kawalang pag-asa ang bidang babae. Naniniwala siyang kapag nalagas ang huling dahon ng isang halaman dahil sa lakas ng hangin, magwawakas na rin ang buhay niya. Nabubuhay din ako sa kawalan ng pag-asa sa kinabukasan.

Noong Abril 1974, namukadkad ang mga rosas at dilaw na bulaklak sa bulubundukin at parang sa buong kanayunan. Humahalimuyak ang mga ito sa buong kapaligiran. Pero ang buhay ko ay patuloy na nalalanta at bawat paghinga ko ay naglalapit sa akin sa kamatayan.

Bawat nilikha ay buhay na buhay sa panahong ito. Pero kailan kaya magwawakas ang buhay kong katulad ng huling dahon na iyon?"

Walang natutuwa kapag nakikita ako. Hindi ako makakain ng kanin o karne pero nakakainom ako ng alak. Ang alak ang tanging kaibigan ko. Umasa lang ako sa alak noong halos wala nang pag-asa. Padalang ng padalang ang pagdalaw ng mga magulang at kapatid ko sa akin. Hindi nagtagal, hindi na ako umasang may dadalaw pa sa akin. Pero isang araw, may kumatok sa pintuan. Ang pangalawang kapatid kong babae, ang kapatid na mahal na mahal ko.

"Ate, anong hangin ang nagpadpad sa iyo dito sa Seoul? Halika, tuloy ka!"

"May ilang bagay akong gagawin dito sa Seoul."

Dahil iyon ang panahon nang may pinakamaraming trabaho sa pagsasaka, natuwa ako – pero gulat na gulat – na makita siya.

Nagpapasama Siya sa Akin

"Kapatid, puwedeng humingi ng pabor? Kailangan mo akong tulungan. May isang lugar na noon ko pa gustung-gustong puntahan. Samahan mo ako doon."

"Ano? Anong ibig mong sabihin? Alam mo naman hindi ako makalakad nang mabuti."

"Alam ko, alam ko. Subalit gusto kong makarating sa lugar na ito, kaya't hinihiling ko ang tulong mo."

Tumanggi ako sa simula, sinabi kong hindi ko siya kayang samahan dahil sa sakit ko. Pero nagmakaawa siya sa akin kaya pakiramdam ko'y ang sama ko naman, kaya pumayag na rin akong samahan siya.

Ang gusto niyang puntahan ay ang krusadang pinangungunahan ni Punong Diakonesa Shin-ae Hyun na noon ay nagpapagaling ng mga maysakit. Kilala siya sa kaloob niyang pagpapagaling. Nakilala ko siya sa pamamagitan ng mga dalangin ng kapatid ko at paghahanap ng paraan para madala ako sa simbahan. Alam ng kapatid ko na pag pinilit niya akong magsimba para gumaling sa sakit ko ay hindi ako papayag na sumama. Habang idinadalangin niya ako, binigyan siya ng karunungan ng Diyos na magpasama sa akin sa simbahan.

Bago Ako Maniwala sa Diyos

Dahil pinag-aralan namin sa eskuwelahan ang teorya ni Darwin, naging ateista ako, isang taong hindi naniniwala sa Diyos. Buong tapang kong sasabihin na walang multo. Subalit ang katotohanan, sa kaibuturan ng puso ko, hindi ko puwedeng itangging mayroong Diyos. Kapag pinag-isipan ang mga bagay-bagay, hindi mabura sa isip ko na may buhay pagkatapos mamatay ang isang tao. Sa puso ko, tinatanggap kong may Diyos na Manlilikha. Naisip ko, "Kung totoong may Diyos, malamang may impiyerno rin, katulad ng palabas na napanood ko. Ano kayang magiging buhay ko pagkatapos kong mamatay?"

Dahil nga hindi ko maitanggi sa puso kong may Diyos, dapat ko ring aminin na may buhay pagkatapos ng kamatayan. Sa isang sulok ng puso ko, may takot din ako sa impiyerno. Kaya bago pa ako naniwala sa Diyos, sinikap ko nang mabuhay nang mabuti at maayos.

Dahil hindi naman ako pinagsisimba ng kapatid ko para gumaling kundi nagpapasama lang siya sa akin sa pagpupulong ng mga Cristiano, pumayag na rin ako. Noong Abril 17, 1974, maaga siyang bumangon at naghanda dahil gusto niyang makaupo sa harapan. Ito ang pinakaunang beses kong lumabas ng bahay sa loob ng napakahabang panahon. Hirap na hirap akong bumaba sa bulubunduking bayan ng Keumho Dong, kaya natagalan kami. Nagbus kami papuntang Seodaemoon at nakarating sa simbahan ng Punong Diakonesang Shin-ae Hyun.

Wala ba sa Katinuan ang Lahat ng Nandito?

Kahit na may diperensiya ang dalawang tainga ko, nakakarinig pa rin ako ng mga tunog, mahina nga lang. Punung-puno ng tao ang ikalawang palapag kaya umakyat kami sa ikatlong palapag. Ang hagdanan ay madali lang akyatin para sa mga may kapansanan. Pero dahil nakatungkod ako, nahirapan akong sumabay sa kapatid ko.

Oras marahil ng grupo-grupong pananalangin. Nagtataasan ng kamay at naghihiyawan ang mga tao sa paligid. Ngayon lang ako nakakita ng ganito kaya hindi ko alam ang gagawin, nagpalinga-linga ako. Napansin kong ang kapatid ko ay nakaluhod at nananalangin, nanginginig ang mga kamay niyang nakataas. Parang wala sa katinuan silang lahat pati kapatid ko. Pakiramdam ko natattaranta ako at namumula ang mukha ko. Gusto ko nang makaalis doon. Kaya lang parami nang parami ang mga taong pumapasok at nagsisiupo sa likuran ko, kaya hindi na ako makaalis. Gustung-gusto ko na talagang umalis. Pero anong magagawa ko? Hindi ko basta maiiwan ang kapatid ko at mag-isang umuwi! Dahil hindi pa ako nakakakita ng ganoong klaseng pagdarasal – lalo na ang grupo-grupong pananalangin – nalito ako sa panonood sa mga taong nagkakawayan at naghihiyawan sa pananalangin. Hindi rin lang ako makakauwing mag-isa, nanatili na lang ako. Naisip ko, mabuti pa ay lumuhod na rin ako. Lumuhod ako at pumikit. Biglang pinagpawisan ang likod ko, tumatagaktak. Tagsibol noon at hindi mainit ang panahon. Napakapayat ko – halos buto't balat – kaya imposibleng pagpawisan ako nang ganoon. Kakaiba ito, naisip ko, "Baka sa kahihiyan at kalituhan kaya ako pinagpapawisan nang labis!"

Pagkalipas ng mahabang panahon ko lang napagtantong simula nang lumuhod ako nang araw na iyon, sinunog ng Diyos ang lahat ng sakit ko gamit ang Apoy ng Banal na Espiritu. Sa isang pulpito sa malayo, marubdob na nagmemensahe ang Punong Diakonesang Shin-ae Hyun na nakaputi noong araw na iyon. Napakalakas ng mga speaker pero hindi ko gaanong marinig. Ilang salita lang ang naririnig ko. Naisip ko, "Maganda sana kung malinaw kong naririnig ang sinasabi ng babaing ito!"

May nangyaring pagbabago sa puso ko nang pagpawisan ako nang husto (ang totoo, nahipo ako ng Banal na Espiritu). Gusto kong marinig ang mensahe ng Punong Diakonesang Shin-ae Hyun. Sabi ng kapatid ko, "Kapatid, bakit hindi mo tanggapin ang dalangin katulad ng ibang nagpunta dito?"

Pagkatapos ng mensahe, nagliwanag ang mukha ng kapatid ko habang nag-uudyok siya sa akin na tanggapin ang dalangin. Sa tulong niya, pumanhik ako – nakipagsiksikan – sa lugar na kinauupuan ng Punong Diakonesang Shin-ae Hyun.

Nagpatuloy ang mga tinig mula sa mga malalakas na speaker, mga patotoo ng mga taong napagaling sa pamamagitan ng panalangin. Narinig ko ang isang nagsabi na tumanggap siya ng "Apoy ng Banal na Espiritu" at gumaling siya nang ipatong ng Punong Diakonesang Shin-ae Hyun ang kamay sa kanya.

"Gumaling nga siguro sila sa pamamagitan ng panalangin. Pero hindi pa rin ako makapaniwala."

Ipinatong ng Punong Diakonesang Shin-ae Hyun ang kamay niya sa ulo at likod ng bawat isa at pagkatapos ay itutulak niya palayo sa kanya. Ganoon lang. Ipinatong niya ang kamay niya sa ulo at likod ko, at itinulak katulad ng ginawa niya sa iba. Naisip ko, "Parang mga bagahe lang ang trato niya sa mga tao! Manloloko siguro ito." Dahil sa dami ng tao, hindi na niya naipanalangin ang bawat isa, papatungan lang ng kamay at itutulak. Nainsulto ako.

Naalala ko noong sandaling iyon ang isang pangyayari noong nasa elementarya ako. May babaing taga Jung-eup ang nakilala dahil sa kaloob na pagpapagaling. Napabalita sa diyaryo na may pagpupulong siya kaya napakaraming tao ang nagtipon sa Jung-eup. Dumalo rin ang pamangkin ko dahil may lumalabas na likido sa tainga niya. Pagkalipas ng labinlimang araw, napabalitang manloloko pala ang babaing iyon. Inaresto siya at naging laman siya ng mga balita sa diyaryo. Niloloko rin kaya ng babaing ito ang mga tao tulad ng ginawa nang taga Jung-eup? Sa lalim ng iniisip ko, natagpuan kong naka-baba na ako ng hagdanan. "Nakapagtataka! Nakababa ako nang wala man lang naramdamang sakit o hirap."

Nakakarinig na Ako! Nakakarinig na Ako!

Tuwang-tuwa ang kapatid ko, para kasing natupad ang hiling niya. Sumakay kami sa bus. Bigla na lang akong nakarinig ng napakalakas na tunog, parang kulog. Naisip ko, "Kataka-taka! Bakit ko naririnig ang malalakas na tunog na iyon?"

Ang mala-kulog na tunog ay tumigil pagbaba ko sa bus sa may palengke ng Keumho Dong. Nagpaalam ako sa kapatid ko at tumuloy sa karinderya ng asawa ko sa palengke. Napakaraming klase ng pagkain sa istante kasama na ang karne. Naririnig ko ang kuwentuhan ng mga mamimili habang nagkakainan at nag-iinuman. Sa tuwa ko ay napasuntok ako sa mesa.

"Nakakarinig na ako! Nakakarinig na ako!"

"Ano? Nakakarinig ka na? Anong naririnig mo at bakit ka biglang nakarinig?" tanong ng asawa kong nasorpresa.

"Naririnig ko nang malinaw ang usapan ng mga mamimili natin. Mahal, nagugutom na ako. Gusto kong kumain. Bigyan mo nga ako ng kanin at karne."

"Ano? Hindi ka natutunawan at nagkakaroon ka ng pantal-pantal sa buong katawan!"

"Ayos lang ako. Naramdaman kong natunaw na ang pagkain. Huwag kang mag-alala at bigyan mo na lang ako ng pagkain."

Naubos ko kaagad ang kanin at karneng inihain ng asawa ko. Kadalasan, kaunting kanin lang ang nakakain ko. Napakagandang pagbabago nito. Pakiramdam ko, madali na akong makatunaw ng pagkain. Sa katunayan, wala na akong problema.

Walang Duda, Isang Himala!

Kinabukasan, nagpunta ako sa banyo paggising ko gaya ng nakagawian. Tuwing umaga, ang una kong ginagawa ay magbalot ng bulak sa palito ng posporo para linisin ang likidong lumalabas sa tainga ko. Kaya ko ginagawa iyon, ayokong mag-alala ang asawa ko tungkol dito. Sinubukan kong linisin, wala akong nakuhang dumi. Malinis ang tainga ko. Mas nakapagtataka, wala na akong anemia. Grabe ang pagkamahihiluhin ko kaya tumutukod ako sandali bago pumunta sa banyo. Noong umagang iyon, napansin kong dumiretso ako sa banyo paggising ko. Hindi lang iyon. Dahil sa malalang rayuma, nagnanana ang kamay ko, mga siko ko, mga tuhod, sakong, at iba pang kasukasuan. Noong araw na iyon, natuyo at naging itim na langib na ang mga nana.

"Hindi Ko Maintindihan Ito. Kakaiba!"

Biglang kumaba ang puso ko. Tuwang-tuwang bumalik sa silid. Hinubad ko ang suot na damit at tiningnan kong mabuti ang katawan ko. Kapag natutulog ako, hindi ko maigalaw na mabuti ang leeg ko, nakatagilid lang ako dahil sa pamamaga ng kulani ko. Pero ang kulani kong singlaki ng ubas ay biglang nawala. Bukod pa diyan, naalala ko ang pangyayari noong maysakit ako. Taglamig noon, lagi kaming may mainit na tubig sa takure sa kusina. Isang umaga, yumuko ako para kumuha ng mainit na tubig. Kalahati lang ang laman ng takure pero kumukulo nang husto ang tubig. Nang tinabo ko ang tubig, bumalot sa mukha ko ang napakainit na usok. Pag-iwas ko sa usok, nabuhusan ang katawan ko ng kumukulong tubig. Nasunog ang braso at dibdib ko. Nagkaroon ako ng pangit na mga peklat, kaya hindi ko hinuhubad ang kamiseta ko.

Pati ang mga peklat ay nawala! Hindi kapani-paniwala ang himalang ito. Wala nang anumang sakit sa katawan ko. Noong sandaling iyon, bigla kong naalala ang nangyari noong nakaraang araw. Nakaakyat-baba ako sa hagdanan nang walang kahirap-hirap. Noong pauwi kami, nakarinig ako ng mala-kulog na tunog. Naririnig ko ang usapan ng mga mamimili ng asawa ko. Hindi na ako nahilo ng umagang iyon. Wala nang likidong lumalabas, at wala nang masakit sa tuhod ko.

"Pinagaling nga ba ako ng Diyos?"

Sa pagharap sa katotohanan na maging ako ay hindi makapaniwala, ako ay nabigla. Wala akong ininom na medisina, ni hindi ako nagpaopera! Wala kahit ano! Pero lahat ng sakit ko ay gumaling! Gumaling lahat ng mahigit sa sampung iba't ibang klaseng sakit na hinding-hindi mapagaling ng iba't ibang klaseng panggagamot!

"Ang Diyos ay tunay na buhay!"

Mangmang ako, pero paano pa ako magdududa dito? Lumuhod ako at itinaas ang aking mga kamay sa langit.

"Oh Diyos! Tunay na buhay Ka! Paano Mo ako napagaling

nang ganito? Patawarin Mo po ang mangmang na ito. Binalewala ko ang mga taong humihimok sa aking sumampalataya sa Iyo. Pero totoong buhay Ka at pinagaling Mo ako nang lubos!"

Sinubukan kong magduda, baka nagkataon lang. Pero hindi ko ito puwedeng pagdudahan. Pakiramdam ko lumilipad ako. Hindi ko pa rin mapaniwalaan ang buong pangyayaring ito. Narinig ng asawa kong nasa labas na nananalangin ako kaya pumasok siya sa silid, gulat na gulat.

"Mahal, halika at tingnan mo ang katawan ko. Pinagaling ako ng Diyos!"

Takang-taka, tiningnan ng asawa ko ang buong katawan ko, at naniwala rin siyang pinagaling nga ako ng Diyos. Napakasaya niya at niyakap niya ako, at nagsimulang umiyak nang malakas. Matagal kaming nag-iiyak. Lahat ng lungkot at pasakit ay naglaho, napuno kami ng galak at pasasalamat.

Siyang Nagpagaling sa Akin

Noong sandaling lumuhod ako sa simbahan, pinagaling na ako nang lubos ng Apoy ng Banal na Espiritu. Bago pa ako idinalangin ng Punong Diakonesang Shin-ae Hyun, pinagaling na ako ng Diyos sa pamamagitan ng Apoy ng Banal na Espiritu. Ateista ako, wala akong pananampalataya sa Diyos. Hindi man lang ako humiling sa Kanya na pagalingin ako, kaya bakit Niya ginawa sa akin ito? Baka ito ang sagot Niya sa panalangin ng kapatid ko na nag-ayuno at nanalangin nang matagal para sa kaligtasan ko. At baka alam Niya na sa sandaling makilala ko ang buhay na Diyos, hindi na ako makikisama pa sa mundo o magtataksil sa Kanya, kundi mabubuhay sa Salita Niya, sa pagmamahal sa Kanya hanggang sa huli.

Diborsiyo at ang Muling Pagbabalik ng Asawa Ko

Ligaya sa Loob ng Tatlong Buwan

Katulad ng kuwento ng "Bluebird of Happiness" (Bughaw na Ibon ng Ligaya), pakiramdam ko'y may isang bughaw na ibon na dumating sa pamilya namin. Ang pinakamahalagang pagbabago sa pamilya ko ay ang pagdalo namin sa simbahan at pagsamba tuwing araw ng Linggo. Ginawa namin ito bilang pasasalamat sa biyayang pagpapagaling sa akin ng buhay na Diyos, at dapat na suklian ang biyayang iyon.

Gayon pa man, marami pa rin kaming utang at wala pa ring pagbabago sa aming kalagayan. Pero napakasaya at nagagalak pa rin kami. Nagpapasalamat ako na ako ay nakalaya sa pagdurusa sa mga sakit. Pangarap kong makapagtrabaho nang mabuti sa sarili kong pagsisikap.

Pinag-usapan namin ng asawa ko ang kinabukasan namin. Dahil lahat ng sakit ko ay nawala na, sa loob ng dalawang buwan ay makakapagtrabaho na ako ulit. Mababayaran na namin ang mga utang at palalaguin namin ang negosyo. Magsisikap kami nang husto sa trabaho, kikita ng malaking pera, at magpapatakbo ng malaking restawran. May isang taong mahusay gumawa ng diving suit, nagtrabaho ako bilang katulong niya habang tuluyang gumagaling sa sakit ko. Sa simula, madali akong mapagod kahit kaunting pagtatrabaho lang pero hindi nagtagal, unti-unti na akong sumigla at lumakas. Kumikita na ako ng pera at nagpaplano para sa kinabukasan, at nagkaroon kami ng salo-salo sa kaarawan ng tatay ko. Halos tatlong buwan na ang lumipas pagkatapos kong gumaling.

Nagkasakit ang Anak Mo Dahil sa Akin?

Noong Hulyo 10, 1974, kaarawan ng tatay ko, lahat ng miyembro ng pamilya namin ay nagtipun-tipon sa bahay namin sa probinsiya. Nauna akong pumunta doon ng ilang araw sa asawa ko dahil may trabaho pa siya sa karinderya. Dumating ang asawa ko noong gabi bago ang kaarawan ng tatay ko.

Kahit walang pagbubunyi sa pagbabalik ko, napakasaya ko. Pag umuuwi ako sa probinsiya noon, nasa loob lang ako ng silid, umiiwas sa mata ng mga tao. Iinom lang ako ng gamot at babalik na sa Seoul. Takot akong matawag ng mga kapit-bahay ko na may kapansanan. Ngayo'y napakasaya ko na dahil naging napakalusog ko!

Nagpatotoo ako sa Diyos, "Naghihintay lang ako sa kamatayan dahil sa napakarami kong sakit na hindi gumaling-galing. Sumama ako sa kapatid ko nang lumapit siya sa Altar ni Shin-ae Hyun, at tumanggap ako ng ganoong uri ng pagpapagaling." Nagpatotoo akong ang Diyos ang manggagamot na tumutugon sa akin at nagpagaling. Wala akong ganoong kaalaman sa Biblia pero nagpatotoo akong ang Diyos ay tunay na buhay. At ibinahagi ko ang kaligayahang ito sa aking mga magulang at mga kapatid.

Pagkatapos ng pananghalian noong kaarawan ng tatay ko, nag-empake ang asawa ko para bumalik na sa Seoul. Nakikipag-inuman ako sa mga kapatid ko bago ako umalis nang biglang nagkagulo sa labas. Narinig ko ang pagbagsak ng pintuan. Tumingin ako sa labas at nakita ko ang asawa kong tumatakbo, may dalang maleta. Sinabi niyang ididiborsiyo na niya ako. Hinahabol siya ng kapatid kong babae at ng hipag ko. Ganito ang buong pangyayari.

"Aking anak, nagkasakit ang anak ko nang magpakasal sa iyo, at nagpakahirap ka nang husto. Maganda ang mangyayari sa inyo kung magtatrabaho kayong mabuti simula ngayon." Napakasaya ng nanay ko dahil gumaling ang bunso niya na akala niyang mamamatay na anumang oras. Ganyan ang naging payo niya sa kanyang manugang. Pero iba ang pagkakaintindi ng asawa ko. Akala niya ay sinisisi siya sa pagkakasakit ko, at nagdusa ako dahil sa kanya. Namutla talaga ang asawa ko.

"Ibig ba ninyong sabihin nagkasakit ang anak ninyo nang dahil sa akin? Kung ganoon din lang, iiwan ko na lang ang pamilyang ito. Hihingi ako ng diborsiyo. Oo, gagawin ko ito!"

"Kapatid, hindi kayo nagkakaintindihan. Hindi ganoon ang ibig sabihin ng nanay."

Bumalik sa Seoul ang asawa ko. Dahil sa ginawa niyang pag-aalsa-balutan, naging parang lamay ang salu-salo. Galit na galit ang nanay ko. Sabi niya, "Dahil sa asawa mo kaya hindi ka gumaling kaagad! Kalimutan mo na ang lahat, Jaerock. Masarap ang handa natin. Magsaya tayo sa salu-salo!"

"Kalimutan ko?" sabi ko, "Paano ninyo nasabi ang ganoong

bagay? Paano ko makakalimutan agad ito?"

Inaliw ako ng mga kapatid ko pero lalo lang lumala ang situwasyon.Nagalit ako sa sinabi ng mga kapatid ko kaya pumunta ako sa kusina at inubos ang isang boteng soju.

Nagulat ang tatay sa ginawa ko. Malinaw ang mata niya at malusog siya kahit pitumpung taon na siya. Nakakabasa siya ng mga libro at diyaryong Tsino. Pero dahil sa malaking gulat niya sa mga pangyayari, nawala ang paningin niya at hindi na bumalik hanggang sa mamatay siya. Sa tingin niya, hindi ko siya nirespeto sa ipinakita kong ugali sa pagharap sa mga pangyayari. Napakasakit nito, at dadalhin ko ito habang ako'y nabubuhay.

Sa panig ng asawa ko, nagdusa siya nang husto sa loob ng pitong taon at naghirap sa pag-aalaga sa asawang maysakit at paghahanap-buhay para sa kanyang pamilya. Akala niya, siya ang sinisisi ng biyenan niya sa lahat ng mga pangyayari. Napakasakit nito para sa kanya. Ang kalungkutan niya sa loob ng pitong taon, ang pagod at desperadong buhay na hinarap niya at ang katotohanang wala siyang kahit na isang makausap ay umapaw nang husto, at hindi na siya nakapagpigil pa.

Pagkalipas ng Apat na Taong Pagdurusa

Kinabukasan bumalik ako sa Seoul kasama ang panganay kong anak na si Miyoung. Hinanap ko ang asawa ko, wala siya sa bahay at sa karinderya. Nagbalik siya kinabukasan pero ibang-iba na siya. Sabi niya, "Ididiborsiyo na kita. Dapat nating gawin ito sa probinsiya. Sumama ka sa akin at pirmahan mo ang mga papeles." Sinubukan kong baguhin ang isip niya pero walang nangyari. Umuwi kami sa probinsiya at pinirmahan ko ang mga papeles.

Dahil maliit lang ang lugar namin, mabilis kumalat ang balita. Nalulungkot ako para sa mga magulang ko at hiyang-hiya sa mga kapit-bahay. Nagmadali akong bumalik sa Seoul, parang may tinatakasan. Hindi ko sukat akalaing ididiborsiyo ako ng asawa ko. Hinihintay ko pa siyang bumalik. Ilang araw ang lumipas nang bigla siyang dumating kasama ang pamilya niya. "Ngayong diborsiyado na kayo, binabawi na namin ang mga regalo sa kasal ninyo. Babawiin na rin namin ang deposito sa karinderya sa palengke."

Dahil nagpalipat-lipat kami ng labimpitong beses noong kasalukuyang maysakit ako, wala kaming naipundar na mga gamit. Kinuha nila ang lahat ng gamit na dinala ng asawa ko sa bahay namin. Napoot ako sa kanila. Habang nililigpit nila ang mga gamit, pumunta ako sa palengke ng Keumho Dong para kunin ang deposito.

Punung-puno ng tao ang palengke. Nauunawaan ng limang taong gulang na si Miyoung ang mga nangyayari noon kaya humawak siya nang mahigpit sa palda ng nanay niya.

"Nay, huwag kang umalis! Huwag mo akong iwan! Mamamatay ako pag iniwan mo ako!" Umiiyak si Miyoung habang humahabol sa nanay niya. Nahubad ang sapatos niya pero hindi siya pinansin ng ina.

"Tay, hindi ko na siya nanay. Hindi ko na siya tatawaging Nanay mula ngayon. Huwag mo na siyang papupuntahin dito." Dahil nasugatan ang puso niya, sinlamig ng yelo ang mga salitang lumabas sa bibig niya.

Nagsanay akong magtrabaho sa konstruksyon kasama ng mga kaibigan ko. Kahit hiwalay na kami ng asawa ko, hindi ako huminto sa pagsisimba tuwing Linggo. Kapag Sabado ng gabi, titigil na ako sa paninigarilyo at pag-inom ng alak, baka kasi amoy alak at sigarilyo ako sa simbahan. Pagkagaling sa simbahan, babalik ako sa paninigarilyo at pag-inom. Hindi ako marunong manalangin pero lumuhod ako at malakas na nanalangin, "O Diyos, alam Mo naman, 'di ba? Naging malusog ako at nagkatrabaho pa pero ganito ang nangyari. Ibalik Mo ang asawa ko. Mapapasaya ko siya at hindi ko pababayaang muling maghirap. Ibalik Mo siya agad at bigyan Mo kami ng masayang pamilya."

Maaga akong nag-aagahan, iiwanan ko si Miyoung sa kuya ko, at papasok sa trabaho. Susunduin ko siya sa gabi. Ganoon kami araw-araw. Pagkatapos, dinala ko siya sa lola niya sa probinsiya. Hindi nagtatagal, dinala ko siya sa bahay ng mga magulang ko. Sandali pa lang siya doon, nang tawagan ako ng nanay ko. Punung-puno raw ng sugat si Miyoung, mula ulo hanggang paa. Malala ang kalagayan niya, hindi kayang gamutin ng anumang medisina. Nagdudugo ang mga sugat at punung-puno ng kuto ang ulo niya. Dinala nila sa ospital pero parang hindi na siya maaagapan pa.

Kahit wala siyang malay, tinatawag niya ang nanay niya. Sinabihan nila akong ipakita kay Miyoung ang nanay niya bago man lang siya mamatay. Nawala sa isip kong diborsiyado na kami kaya pumunta ako sa kuya ng asawa ko sa Keumho Dong. Mabuti na lang nandoon ang biyenan ko kaya naikuwento ko ang pangyayari at humingi ng permisong makipagkita sa asawa ko. Napakalamig ng pakikitungo nila sa akin. "Kung mamatay ang anak mo, mas mabuti pang mag-asawa ka ulit. Kalimutan mo na siya." Dahil doon, hindi nakita ni Miyoung ang nanay niya, pero nakaligtas siya sa sakit niya.

Pagpupulong Tungkol sa Pag-aasawa

Para makalimot sa madilim na katotohanan ng buhay ko, nagpasasa ako sa sigarilyo at alak. Bigong-bigo ako sa asawa kong nang-iwan sa amin dahil lang sa sinabi ng nanay ko. Pero mas galit ako sa pamilya niya dahil sinulsulan siyang makipagdiborsiyo sa akin. Ang perang nabawi ko sa kapatid ko na para sana makapagsimula ng negosyo ay naubos ko sa alak. Nawalan na ako ng lakas at ganang mabuhay pa.

Ang buong pamilya ko ay nagplano para maisalba ang buhay ko. Sabi ng kapatid kong babae, "Nay, mabuti siguro kung mag-aasawa siyang muli. Kung pababayaan natin siya, baka mauwi siya katulad ng dati, parang bangkay." At tinawagan ako ng nanay ko. May ipapakilala siya sa aking mabait na babae kaya pinapauwi niya ako sa probinsiya

"Naniniwala akong magbabalik pa ang asawa ko! Hindi ako makikisama sa ibang babae!" Hindi nagbabago ang pagmamahal ko sa kanya. Hindi ko maisip na mamuhay kasama ng ibang babae.

"Anak, subukan mo! Isang beses lang, ito na ang huling pag-asa ko," pakiusap ng nanay ko. Hindi ko na siya natanggihan. Nagpasiya akong makipagkita sa babaing iyon, kausapin siya sandali at pagkatapos ay uuwi ako. Pero mahirap ipaliwanag ang kalooban ng Diyos!

Nang magtungo ako sa aming tagpuan, isang napakagandang babae ang tumambad sa akin. Ang babaing matagal ko nang pinapangarap. Nakadamit siya ng puting-puti, ang paborito kong kulay. Mahaba ang buhok niya, hanggang baywang. Para siyang isang larawan habang nakaupo doon. Hindi ako makapaniwala sa nakita ko. Mapamahiin ang nanay niya, naniniwala ito sa manghuhula na nagsabing para maging masaya ang anak niya, dapat itong magpakasal sa isang lalaking magpapakasal sa ikalawang pagkakataon. Kaya nakipagkasundo ang nanay niya na makipagkita sa akin. Nagkagustuhan kami kaya nagmadaling ihanda ang kasal.

Hanggang sa sandaling nakipagkita ako sa kanila, hinihintay kong magbalik ang asawa ko. Ni hindi ako tumingin sa ibang babae. Pero nagbago na ang isip ko na sa asawa ko lang ako makikisama. Nagulat din ako sa sarili ko, nagbago ako nang ganoon lang. Naitakda ang araw ng kasal at nagpalitan na kami ng regalo. Pagkatapos, biglang dumating ang asawa ko. Nabalitaan niyang mag-aasawa ulit ako at gusto niyang makasiguro sa puso't kalooban ko. Nang malaman niyang hindi ko na siya mahal at nakapagpasiya na akong magpakasal sa ibang babae, nagulat siya.

Pagpapatawad sa Asawa Ko

Hanggang sa oras na iyon akala ng asawa ko ay hindi magbabago ang pagmamahal ko sa kanya. Kaya gulat na gulat siya nang mabalitaang magpapakasal na ako sa isang magandang dalaga. Napagtanto niyang wala na siyang puwang sa puso ko. Kinabukasan, maaga pa ay dumating sa bahay ang asawa ko bitbit ang maleta niya. Natutulog ako nang biglang may kumalabog sa sahig. Nagbalik ang asawa ko, pero hindi ba huli na ang lahat? Nakapangako na akong magpapakasal sa iba kaya itinapon ko sa labas ng bahay ang maleta niya. Nagkagulo kami, labas-pasok ang maleta sa bahay.

Sabi ko sa kanya, "Galit ako sa pamilya mo at napahiya ako sa pamilya ko. Naiplano na ang kasal namin. Ano na lang ang sasabihin nila?"

"Hihingi ako ng tawad sa lahat, sa pamilya mo at sa pamilya ko. Mula ngayon, susunod ako sa lahat ng gusto mo."

"Kahit patawarin kita, hindi ka mapapatawad ng pamilya ko!"

Matigas ang ulo niya...

"Mapapatawad nila ako. Dito sa pamilyang ito ako mamamatay."

Kahanga-hanga ang pagbabago niya, parang maamong tupa. Wala na akong ni katiting na pagmamahal sa kanya pero naisip ko ang dalawa kong anak. Mas mabuting ang tunay na ina nila ang magpalaki sa kanila. Kaya pumayag akong patawarin siya sa ilang kondisyon. Dapat sumunod siya sa akin nang walang pasubali, at dapat mapatawad siya ng lahat ng miyembro ng pamilya ko pati mga kamag-anak ko. Pinapunta ko rin ang pamilya niya para humingi ng tawad sa akin. Sa wakas, tinanggap ko ulit ang asawa ko at muli kaming nagsama, isandaan at dalawampung araw mula nang umalis siya.

Inilahad ko ang mga pangyayari sa nanay ng babaing balak kong pakasalan, at humiling ako ng pang-unawa. Hindi ko inasahang mauunawaan niyang mabuti ang situwasyon ko. Kinalaunan, napagtanto kong ang lahat ng ito ay plano ng Diyos.

Bakit Kailangang Idiborsiyo Ako ng Asawa Ko

Habang nagtatrabaho ang asawa ko at nag-aalaga sa asawang maysakit, nawalan na siya ng pag-asa. Dahil doon, ang maamo at dalisay na puso ay napalitan ng magaspang na ugali.

"Ang kamatayan at ang buhay ay nasa kapangyarihan ng dila; at ang umiibig sa kanya ay kakain ng kanyang

mga bunga" (Mga Kawikaan 18:21).

"Ang tao mula sa bunga ng kanyang bibig ay kakain ng kabutihan, ngunit ang pagnanasa ng mandaraya ay karahasan. Ang nag-iingat ng kanyang bibig ay nag-iingat ng kanyang buhay; Ngunit ang nagbubuka ng maluwang ng kanyang mga labi ay hahantong sa kapahamakan" (Mga Kawikaan 13:2-3).

Dahil alam niyang mahal na mahal ko siya kahit dalawang beses niya kaming iniwan, nagbalik siya. Alam na alam namin ang laman ng puso ng isa't isa. Hindi niya iniwan ang asawang wala nang pag-asa pa sa buhay. Gayunman, paulit-ulit niyang sinabi na hihiwalayan niya ako sa oras na bumalik ang kalusugan ko. Dahil nagkapatong-patong na ang mga negatibong salita niya, ginamit itong patibong ni Satanas at natupad ito noong kaarawan ng tatay ko. Kapag nagsasabi tayo ng mga negatibong bagay, pinaparatangan tayo ng diyablo batay sa sinabi natin. Pinabayaan ng Diyos ng katarungan na mangyari ito ayon sa batas ng espirituwal na kaharian. Hindi napigilan ng asawa ko ang paraan ng pag-iisip at ang damdamin niya, kaya hiniwalayan niya ako. Pero ginabayan kami ng Diyos para magsamang muli at nangyari ito para sa kabutihan ng lahat.

Kabanata 3

Ang Pagtawag
Sa Akin

Simula ng Maalab na Buhay Cristiano

Sa Isang Pagtitipon para sa Pagbabagong Buhay (Revival Meeting), Napagtanto Kong Makasalanan Ako

Binago ng Diyos ang disposisyon ng asawa ko, naging katulad siya ng isang tupa. Nang magsama kaming muli, nagkaroon kami ng kapayapaan at kaligayahan sa unang pagkakataon, pagkatapos ng maraming taon. Nang magbalik siya, sinubukan niyang pagsilbihan lahat. Naging tapat siya sa buong pamilya, may pusong nagsisisi. Pero ang anak kong si Miyoung ay umayaw na tawagin siyang "nanay," at napakailap niya sa nanay niya. Pagkatapos ng mahabang panahon at maraming pagluha, napaamong muli si Miyoung. Noong Nobyembre 25, 1974, sa pamimilit ng may-ari ng inuupahan naming bahay, dumalo kami sa pagtitipon para sa pagbabagong buhay sa Sungdong Church sa Oksu Dong. Lahat ng pagpupulong ay matiyaga naming dinaluhan, pulong sa madaling araw at mga pulong sa araw at sa gabi. Si Pastor Byeong-ho Park ng Korean Evangelical Holiness Church ang tagapagsalita. Ang pamagat ng mensahe niya ay "Ibigay Lahat at Maging Pulubi." Sa patotoo niya, sa tuwing magbibigay siya ng lahat nang puwede niyang ibigay, malaking pagpapala ang ipinagkakaloob sa kanya ng Diyos. Nang ibigay niya lahat at nagtatag siya ng iglesya, pinagpala siya nang husto ng Diyos na may alam ng lahat ng bagay. Sa harapan kami nauupo ng asawa ko at tumanggap kami ng maraming biyaya. Mula sa mga mensahe, natutunan kong dapat basahin ang Biblia, si Jesu-Cristo ang Tagapagligtas, dapat akong tumigil sa paninigarilyo at pag-inom ng alak. Natutunan ko ring manalangin at kung paano magbigay ng tamang ikapu at maghandog ng pasasalamat. Natutunan ko ang mga batayan ng pagiging isang Cristiano.

Ipinagmamalaki ko ang malinis kong pamumuhay. May mga nagsasabing hindi ko "kailangan ang batas." Pero nang mabatid kong makasalanan ako sa pamamagitan ng pagsusuri sa sarili ko gamit ang Salita ng Diyos, nagsisi ako, umiyak at sinipon. Tahimik ako at napakamahiyain, hindi ko maubos maisip na iiyak ako at tutulo ang sipon sa harapan ng ibang tao. Pero nangyari ito dahil sa pagkilos at biyaya ng Diyos.

Simula ng Maalab na Buhay Cristiano

Sa huling araw ng Pagtitipon para sa Pagbabagong Buhay, nangako akong magkakaloob para sa pagpapatayo ng simbahan. Ang upa namin noon sa bahay ay 100,000 won (katumbas ng P4,336). Labis ang pasasalamat ko sa biyaya ng Diyos kaya gusto kong ialay lahat sa Kanya, pero wala akong kahit anong maibigay. Naghirap ang kalooban ko dahil dito, at sa wakas nangako ako ng 300,000 won (P13,009). Pinag-usapan namin ito ng asawa ko, nais din niyang magbigay ng 300,000 won. Napagkasunduan naming magbigay sa loob ng tatlong buwan.

Papalapit na ang takdang araw pero wala pa kaming pera. Kaya nangutang kami ng may interes na napakataas at inialay ang 300,000 won para sa pagpapatayo ng simbahan. Napakahalaga para sa amin na tuparin ang pangako sa Diyos sa itinakdang araw, kaya kahit mataas ang interes ay nangutang kami. Simula nang dumalo kami ng asawa ko sa Pagtitipon para sa Pagbabagong Buhay, naging maalab ang buhay Cristiano namin. Habang nag-aaral kami ng Salita ng Diyos, naghandog kami ng ikapu at alay ng pasasalamat. Tumigil na ako sa pag-inom ng alak at paninigarilyo at nagsimula na kaming dumalo sa pulong panalangin sa madaling araw. Tuwing wala akong pasok sa konstruksyon, maaga pa ay pumupunta ako sa tabing bundok at nananalangin. Kulang na kulang pa ang espirituwal na kaalaman ko kaya hindi ko alam na kalooban ng Diyos na sumigaw sa pananalangin at mag-ayuno. Sinusunod ko lang ang udyok ng puso ko.

"Tawagin Mo Ako at Ako'y Sasagot!"

Noong 1975, maaga pa ay umaakyat na ako sa bundok ng Chilbo sa Suwon. Naglatag ako ng kumot sa may bato at nanalangin. Bigla akong nakarinig ng tinig mula sa langit. Napakalinaw nito at may taglay na awtoridad, at nagsasabing *"Basahin mo ang Lucas 22:44!"* Nagmamadali kong binuksan ang Biblia at binasa ito.

"Sa Kanyang matinding paghihirap ay nanalangin
Siya ng higit na taimtim, at ang Kanyang pawis ay

naging gaya ng malalaking patak ng dugo na tumutulo sa lupa.”

Ang uri ng panalanging nakakalugod sa Diyos ay ang taimtim na pagsigaw sa panalangin. Hiniling ko sa Diyos na maunawaan ko kung bakit ibinigay Niya ang talatang ito sa akin, at sa Kanyang inspirasyon ay nalaman ko ang kahulugan nito.

Ang bansang Israel ay nasa disyerto kaya ang temperatura ay bumababa nang husto tuwing gabi. Buwan ng Abril nang ipako si Jesus sa krus, at imposibleng pagpawisan ang isang tao sa gabi. Paano kaya nanalangin si Jesus na ang pawis niya ay naging dugo at pumatak sa lupa? Masyadong taimtim at makabagbag-damdamin ang pananalangin Niya kaya't pumutok ang maliliit na ugat sa balat niya. Kung tahimik Siyang nanalangin, hindi mangyayari ang ganoon.

Ang Lihim sa Pagsigaw sa Pananalangin

Mula noon, sa pagbabasa ko ng Biblia, nakita kong napakaraming talata sa Luma at Bagong Tipan ang nagsasabing sumigaw sa pananalangin. Napagtanto kong ang mga ama natin sa pananampalataya ay tumanggap ng sagot dahil sa pagsigaw sa pananalangin. Kalooban ng Diyos na umiyak tayo sa pananalangin. *“Tumawag ka sa Akin, at Ako'y sasagot sa iyo, at magsasabi sa iyo ng mga dakila at makapangyarihang bagay na hindi mo nalalaman”* (Jeremias 33:3). Sinuway ni Jonas ang Diyos at dinala siya sa loob ng tiyan ng malaking isda. Sa Jonas 2:2, nakasulat na iniligtas siya dahil sa pagsigaw sa Diyos. Sa Juan 11:43-44 nasusulat na nang mag-utos sa malakas na tinig si Jesus, nabuhay muli si Lazaro. Apat na araw nang patay si Lazaro pero nabuhay siyang muli, nakatali pa ang paa't kamay sa telang panlibing. Kahit malakas o mahinang tinig, walang pagkakaiba dahil patay na si Lazaro noon. Pero dahil kalooban ng Diyos, isinigaw ni Jesus sa panalangin. Sinasabi sa Genesis 3:17, *"At kay Adan ay Kanyang sinabi, 'Sapagkat nakinig ka sa tinig ng iyong asawa, at kumain ka ng bunga ng punongkahoy na Aking iniutos sa iyo na "Huwag kang kakain niyon," sumpain ang lupa dahil sa iyo. Kakain ka mula sa kanya sa pamamagitan ng iyong mabigat na paggawa sa lahat ng mga araw ng iyong buhay.'"*

Bago kumain ang tao ng bunga ng pagkakilala ng mabuti at masama, masagana ang pamumuhay nila sa Halamanan ng Eden sa biyaya ng Diyos. Pero dahil sa sinuway nila ang Diyos, dumating ang kasalanan sa tao. Naputol ang pakikipag-ugnayan nila sa Diyos at dapat na silang magtrabaho para makakain. Makukuha lang natin ang mga pangangailangan at gusto natin sa pagbabanat ng buto at pagpapawis. Kaya mas lalo tayong dapat magsumikap at magpawis sa pananalangin sa Diyos para tumanggap tayo ng mga bagay na hindi kayang ibigay ng tao.

Ang Espirituwal na Kahulugan ng Pananalangin sa 'Loob ng Silid'

Maaaring ang iba sa inyo ay nagtataka, "Sinabi ni Jesus sa atin na pumasok sa isang silid at manalangin nang palihim kaya bakit dapat kong isigaw ang pananalangin? Hindi ba tayo naririnig ng Makapangyarihang Diyos kung tahimik ang pananalangin natin?" Sa Mateo 6:6, sinasabi ni Jesus, *"Ngunit kapag ikaw ay mananalangin, pumasok ka sa iyong silid, at pagkasara mo ng iyong pinto ay manalangin ka sa iyong Ama na nasa lihim, at ang iyong Ama na nakakakita ng mga lihim ay gagantimpalaan ka.* ” Pero wala tayong mababasa sa Biblia na si Jesus ay nanalangin sa 'loob ng silid.' Ayon sa Marcos 1:35, hindi Siya nanalangin sa isang silid pero kapag madaling araw, nagpupunta Siya sa tagong lugar para manalangin. Nasusulat sa Lucas 6:12 na nanalangin Siya sa tabing-bundok.

Nagbukas ng bintana si Daniel at nanalanging nakaharap sa Jerusalem (Daniel 6:10), nanalangin sa bubungan ng bahay si Pedro (Gawa 10:9), at si apostol Pablo ay nanalangin sa 'lugar ng dalanginan.' Ang dahilan kung bakit may espesyal silang lugar ng dalanginan ay para maisigaw ang nilalaman ng kaibuturan ng kanilang puso. Sumisimbolo sa buong puso't kaluluwang pananalangin ang pananalangin sa loob ng silid. Sa espirituwal na kahulugan, ang silid ay ang puso ng tao. Kapag pumasok tayo sa loob ng silid at isinara natin ang pinto, mapuputol ang kaugnayan natin sa sanlibutan. Sa ganoon ding paraan, kapag nananalangin tayo, dapat putulin natin ang mga iniisip, alalahanin at problema dito sa mundo at manalangin mula sa puso at nakabuhos ang konsentrasyon.

Batid Ng Diyos ang Kahinaan ng Tao

Sa simula, mahirap sumigaw sa pananalangin. Pero habang nagpapatuloy tayo, bibigyan tayo ng kapangyarihang manalangin ng ganito at makakapanalangin tayo nang maayos. Mapupuspos tayo ng Banal na Espiritu at tatanggap pa tayo ng kaloob ng pagsasalita sa ibang wika. Kapag tahimik ang pananalangin, may posibilidad na mayroong walang saysay na bagay na gugulo sa isip natin, mga problema at alalahanin. Pagkatapos, makikipagbuno tayo sa problema tungkol sa asawa, mga anak, at mga personal at pinansyal na bagay. Mapapagod tayo at makakatulog. Pero kapag isisigaw natin nang buong puso ang ating pananalangin, walang puwang dito ang mga walang saysay na bagay kaya hindi tayo matatalo ng pagod o antok. Magtatagumpay tayo sa buhay panalangin natin.

Dahil batid ng Diyos ang kahinaan ng tao, inutusan niya tayong isigaw ang pananalangin para magtagumpay tayo. Nang matutunan ko ang kaloobang ito ng Diyos, nagsimula na kong sumigaw sa pananalangin. Nang manalangin ako ng buong magdamag sa simbahan, napakalakas ng sigaw ko, at ayaw ng pastor ko nang ganito dahil baka magreklamo ang mga kapit-bahay. Kapag nasa simbahan ang pastor, hindi ako makapanalangin nang ayon sa gusto ko. Kaya pumupunta ako sa lugar na kung tawagin ay 'Prayer Mountain' o Bundok Dalanginan tuwing may panahon ako. Isang bahagi ng puso ko ay nalungkot, kung pinayagan lang ako ng pastor na manalangin ng malakas sa simbahan, napalayas sana ang kaaway na diyablo dahil sa panalangin at ang apoy ng panalangin ay kumalat sana sa mga miyembro para mabilis na lumago ang iglesya. Dahil nga sa mahiyain ako, umakyat ako sa tuktok ng mga bundok at nagpatuloy na sumigaw sa panalangin mula umaga hanggang gabi.

Pinatnubayan Ako ng Diyos sa Abang Kalagayan

Pinili ko ang Pagtatrabaho sa Konstruksyon Para Makadalo sa Araw ng Panginoon

Noong iniwan ako ng asawa ko, patuloy na lumaki ang interes ng utang namin kaya lalo ring lumaki ang problema kong pinansyal. Nagtrabaho ako sa konstruksyon sa payo ng kilala kong namamahala sa mga trabahador. Pinayuhan niya akong magpalakas ng katawan at huwag masyadong magpakahirap sa trabaho. Gusto kong bumalik agad ang kalusugan ko pagkatapos ng pitong taong pagdurusa. Pinili ko ang trabahong ito para makapagsimba sa Araw ng Panginoon. Dahil hindi araw-araw ang trabaho ko, tuwing may pagkakataon, nananalangin at nag-aayuno ako, at nagtatrabaho kung may trabaho.

Palaki nang palaki ang interes sa utang ko pero sigurado akong pagpapalain ako ng Diyos pag nalugod Siya sa akin. Gusto akong bigyan ng perang pang-negosyo ng mga kapatid ko pero tinanggihan ko. Gusto kong magsimulang muli, sa tamang daan. Lumaki ako sa probinsiya at dahil bunso, wala akong mabigat na trabaho. Nang magtrabaho ako sa konstruksyon, kinailangan ko ang tibay at tatag, at naiiyak talaga ako. Nagbuhat ako ng mabibigat paakyat sa ikalawang palapag at nanginig ang mga binti ko, at maraming beses na ako ay nahulog . Pero tumayo pa rin ako at nagpatuloy sa trabaho. Sa panahong ito, nakaya ko nang gawin ang lahat at bumalik na rin ang kalusugan ko. Naging taga-lagay ako ng laryo, nagpala at tagahila ng kariton. Tuwing taglamig, nagtrabaho ako bilang tagapamahala sa paghahatid ng mga uling. Nagtrabaho rin ako sa opisina na nagbibigay ng tubig. Maraming bagay akong naranasan. Nagtinda ang asawa ko ng sarsang gawa sa inasinang tulya at seaweeds at naging tagapulot ng mga bato sa lugar ng konstruksyon. Ang Banal na Espiritu ang kumikilos sa mahirap na mga gawaing iyon, pero hindi ko ito napagtanto noon. Napakahirap talagang magtrabaho sa konstruksyon at naranasan ko ang lahat ng iyon. Nauunawaan ko na ang puso ng mga trabahador. Kapag may pagkakataon, nagpapatotoo ako sa karanasan ko sa Diyos at nagbabahagi ako ng Ebanghelyo sa kanila.

Tag-araw ng 1975 nang ipanganak ang bunso kong si Soojin. Ipinanganak siya noong panahong nakakaranas kami ng biyaya sa pagdalo sa mga Pagtitipon para sa Pagbabagong Buhay. Tulad ko, hindi rin siya umiyak noong ipanganak. Palagi siyang nakangiti. Hindi ko man lang siya nakitang umiyak hanggang noong mag-aanim na taong gulang siya. Sandaling panahong nagtrabaho kaming mag-asawa sa tabi ng bundok na pinagpapagawaan ng mga gusali. Namumulot kami ng mga bato. Dalawang buwan pa lang si Soojin noon, walang puwedeng mag-alaga sa kanya. Kaya naglagay kami ng payong sa isang lugar sa konstruksyon at inihiga namin siya doon. Kahit hindi siya gaanong napapayungan, ni hindi siya umiyak. Nang mabalitaan naming gigibain ang bahay namin para sa pag-unlad ng lugar, tumigil na kami sa ganoong hanapbuhay. Sa tabing bundok kami nakatira, sa hangganan ng Keumho Dong at Oksu Dong. Sinabihan kami ng may-ari ng bahay na gigibain na ng gobiyerno ang kabahayan kaya dapat na kaming lumipat. Ang buwanang upa noon ay 100,000 won (P4,336). Binayaran daw siya ng 150,000 won (P6,504). Tumanggap din siya ng karapatang kumuha ng isang apartment sa gusaling itatayo at maaari siyang makakuha ng 400,000 won (P17,356) kung ibebenta niya ito.

Hindi na niya ako mabibigyan ng pera dahil mawawala na ang bahay niya. Hindi ko na nabawi ang deposito at ayokong awayin siya dahil dito. Wala kaming matuluyan. Halos magtayo kami ng tolda sa kalye. Nakahiram ng 50,000 won (P2,168) ang asawa ko. Sa halagang iyon, umupa kami ng maliit na silid na malapit sa simbahan. Hindi maganda ang silid na ito, wala man lang makapasok na sinag ng araw.

Pag-aayuno at Lubos na Pagsisisi Pagkatapos Magreklamo Laban sa Diyos

Isang buwan ang lumipas mula nang lumipat kami ng bahay nang may isa na namang pasabi tungkol sa demolisyon. Sinabihan ako ng may-ari na lumipat na at ibinalik niya sa akin ang deposito. Hindi madaling makakuha ng kasing mura ng silid na iyon. Pumunta kaming mag-asawa sa Bool-kwang Dong sa pagsisikap na makakita ng murang bahay, pero walang nangyari. Hindi na kami kumain ng pananghalian at hapunan. Takip-silim na nang makauwi kami.

"O Diyos, hindi mo ba narinig ang dalangin ko? Wala ka ba

man lang isang silid para sa akin?"

Nakapagreklamo agad ako sa Diyos. Dumaan ako sa opisina ng realtor, at nagtanong ulit sa kanila.

"May gustong magpa-upa ng silid. Puwede ka nang lumipat, kahit bukas."

"Magkano?"

"50,000 won."

Pinuntahan agad namin ito. Maganda ang silid at may isa pang maliit na silid na puwedeng gawing tindahan. May nakahandang silid para sa amin na puwedeng malipatan kinabukasan! Pag-uwi ko, nanalangin ako, walang katapusan ang aking pag-iyak.

"O Diyos, bakit ba pabago-bago ang puso ko? Bakit ba ang sama ko? Hindi Mo na nga ako hinayaang magkasakit o maghikahos, nagrereklamo pa ako sa Iyo! Kung wala akong matuluyan, puwede naman akong matulog sa kalye. Dapat ngang magpasalamat ako't pinagaling Mo ako sa mga sakit ko, bakit pa ako nagrereklamo?" Nag-iiyak ako at nagsisi sa ginawa ko. Nagsimula akong mag-ayuno ng tatlong araw. Nagpasiya akong hindi na muling magrereklamo sa Diyos sa anumang situwasyon ng buhay ko.

Walang Pakikipagkasundo Pagdating sa Pagdalo sa Araw ng Linggo

Ang dahilan kung bakit ko piniling maging trabahador sa konstruksyon ay para makapagsimba tuwing Linggo, maging malaya sa pananalangin at makapagpalakas ng katawan. Tinawagan ako ng kapatid kong babae noong nakatira kami sa walang kuwentang silid. May-ari siya ng isang restawran at isang gusali. Gusto niyang ako ang mamahala sa restawran niya at gusto rin niyang kunin ang serbisyo ng asawa ko. Hindi na magiging problema ang trabaho at kikita pa kami ng malaking pera.

"Kapatid, bibigyan din kita ng bahay para tirahan mo at mataas na suweldo. Bakit hindi mo patakbuhin ang restawran ko? Dapat lang na magtrabaho ka sa araw ng Linggo, dalawang beses sa isang buwan."

"Ikinalulungkot ko Ate, dapat akong magsimba tuwing Linggo. Hindi ko magagawa iyan."

Pagkatapos kong tanggihan ang kapatid ko dahil gusto kong magsimba tuwing araw ng Linggo, nakarating ang balitang ito sa nanay at iba pang mga kapatid ko. Nanghinayang ang nanay ko dahil dalawang araw ng Linggo lang naman ako kailangang magtrabaho. Hindi ako naintindihan kahit ng ibang mga kapatid ko at napailing na lang sila sa pagtanggi ko sa pagkakataong makabayad sa lahat ng utang ko at maging mayaman.

Paano Ako Mamumuhay sa Salita ng Diyos?

Paano Ko Maaalis ang Likas na Pagkatao?

Pagkatapos ng Pagtitipon para sa Pagbabagong Buhay, sinimulan kong basahin nang mabuti ang Biblia. Bago ako magbasa, naliligo ako, nagpapalit ng damit at nauupo ng diretso. Inumpisahan ko sa Ebanghelyo ng Mateo. Habang binabasa ko ito, marami akong nakitang mga salita tulad ng 'umiwas sa lahat ng uri ng kasamaan,' 'iwaksi ang poot,' 'huwag magsinungaling,' 'huwag manibugho,' 'mahalin kahit ang kaaway mo,' at marami pang iba...

Sinuri ko kung hanggang saan ko nasunod ang sinasabi ng Biblia nang medyo matagal na akong Cristiano. Ang mga bagay na hindi ko nagawa ay isusulat ko sa kuwaderno. At idadalangin sa Diyos na bigyan ako ng lakas para magawa ito at pinagsikapan kong isabuhay talaga ito.

Dahil isinasabuhay ko nang buong puso ang Salita ng Diyos,

biniyayaan Niya akong maiwaksi ang mga bagay na dapat iwaksi.

"Iniibig Ko silang sa Akin ay umiibig, at Ako'y natatagpuan ng humahanap sa Aking masigasig" (Mga Kawikaan 8:17).

"Kung Ako'y inyong minamahal ay tutuparin ninyo ang Aking mga utos" (Juan 14:15).

"Sapagkat ito ang pag-ibig sa Diyos, na ating tuparin ang Kanyang mga utos. At ang Kanyang mga utos ay hindi pabigat" (1 Juan 5:3).

Nang maging pastor na ako, napagtanto ko ang mga sumusunod: ang kasalanan ay nahahati sa dalawang kategorya. Ang una ay ang mga 'kasalanan ng laman' na nagmumula sa pagkilos, at ang pangalawa ay mga 'kasalanan ng isipan' na nagmumula sa pag-iisip natin. Kung ang mga 'kasalanan ng isipan' ay isasagawa, mauuwi ito sa mga 'kasalanan ng laman.'

Pagsisikap na Maalis ang Lahat ng Uri ng Kasamaan

Noong nakaratay pa ako, nakipaglaro ako ng baraha sa mga kapitbahay, pampalipas oras. Kahit tinanggap ko na ang Panginoon, hindi ko pa alam ang Salita ng Diyos at hindi ko alam na kasalanan ang pagsusugal. Bago ako naging mananampalataya, madalas akong manalo. Pero nang tanggapin ko na ang Panginoon, nagsimula na akong matalo kahit pa pagsikapan kong mabuti. Napagtanto kong hindi nalulugod ang Diyos sa pagsusugal at sa baraha. Kaya naisipan kong huwag nang magsugal mula noon. Isang araw hindi ko napaglabanan ang tukso at nagsimulang magsugal at itinaya ang suweldong kinita ko sa pagtatrabaho ng labinlimang araw. Natalo lahat ng pera ko, bawat sentimo, sa magdamagang pagsusugal. Kinabukasan, kaming mga talunan ay hindi umuwi at gustong makabawi man lang. Nakarinig ako ng pamilyar na boses galing sa labas. Bumisita sa may-ari ng bahay ang isang pastor ng iglesya.

Narinig ko ang mga boses nila pero nagpatuloy ako sa paglalaro. At naubos lahat ng pera ko. Ang mga papuring awit na nagmumula sa bahay ng may-ari ay tumagos sa puso ko. Pagkatapos maghatid ng mensahe, umalis na ang pastor. "Dahil may pastor na dumating, dapat dumalo ako sa pagsambang idinaos sa bahay ng may-ari. At paano ako magsisimba ngayon, binabagabag ako ng konsiyensya ko?" Mula noon, nagdusa na ang puso ko. Hindi na ako nasasabik sa pagsamba, at hindi rin ako makapanalangin. Dati masaya ako sa pagtatrabaho sa konstruksyon, pero ngayon wala nang papuri at pasasalamat na nagmumula sa mga labi ko. Kirot lang sa damdamin ang nadarama ko. Dalawang linggong matinding paghihirap. Isang gabi, namintana ako. Natanaw ko ang Tooksum at ang Ilog ng Han. Ang mga ilaw sa poste ay sumasalamin sa ilog. Parang mga pulang krus ang mga ito. "Anong nangyari?" Kakaiba ang pakiramdam ko kaya tumingin ulit ako, ang mga ilaw ay parang mga pulang krus na nakapila. "Bakit parang mga krus ang mga ilaw? Hindi sila ganito dati." Noong sandaling iyon, biniyayaan ako ng Diyos ng pag-ibig, naalala kong dapat tinanggap ko ang pastor na dumalaw sa akin. Kaya lang naging alipin ako ng perang naipatalo ko sa sugal at pinagtaguan ko ang pastor. Hindi ako sumali sa pagsamba. Nagsisi ako, umiyak nang husto. "O Diyos, hinding-hindi na ako hahawak ng baraha." Pagkatapos kong magsisi, muli akong napuspos ng Banal na Espiritu. Dahil nagiba ang dingding ng kasalanan laban sa Diyos, pakiramdam ko'y parang lumilipad. Napakahirap ng dalawang linggong iyon, pero napagtanto kong nakakatakot na umasa sa mundo. Tinigilan ko na rin ang pagsusugal.

Panalangin Para Iwaksi ang Kasalanan ng Isipan

Ang mga 'kasalanan ng laman' na nagmumula sa pagkilos ay madaling iwaksi kung determinado tayo. Puwede nating sundin ang sinasabi ng Biblia na huwag nating gawin at gawin. Pero may dalawang bagay na nagpapahirap sa akin. Tungkol ito sa pagkapoot at pangangalunya sa isip o nagnanasa. Ang mga ito ay pumapasok sa isip ko kahit na ayaw ko, kaya pinoproblema ko ito.

Noon, maraming tao ang gusto kong paghigantihan. Ang mga kapatid kong lalaking ayaw magpautang sa akin ng pang-upa ko sa silid habang maysakit ako; ang biyenan kong babae na tinawag akong 'inutil na manugang'; at ang mga kapamilya ng asawa ko na inalipusta ako dahil hindi ako kumikita ng pera. Napopoot ako sa mga taong iyon. Ang tanging iniisip ko, "Pag naging malusog na ako, kikita ako ng malaki at ipamumukha ko sa kanila kung gaano ako kayaman!"

Hindi madaling mahalin ang kaaway, punung-puno ako ng poot at inis sa pamilya ng asawa ko. Ang isa pang bagay ay ang pagnanasa ng isip. Sinabi ni Jesus na kung tumingin tayo ng may pagnanasa sa isang babae, nagkakasala na tayo ng pangangalunya sa puso natin (Mateo 5:28). Hindi ko man ginawa ang bagay na ito, nagugulo ang isip ko tuwing tumitingin ako sa mga litrato ng magagandang artista.

Kung guguluhin natin ang makasalanang likas natin sa panonood ng mga litrato, sine, internet o mga babae sa kalye, at inuubos natin ang oras sa mga ito, hindi ba't pagnanasa na rin ito sa mata ng Diyos? Sigurado akong kaya kong sundin ang ibang mga sinasabi ng Biblia maliban lang sa dalawang bagay na ito.

Pero sa pagtitipon para sa pagbabagong buhay, sinabi ng tagapagsalita na matatanggap natin ang mga sagot sa kahit anong dalangin kapag may pananalig tayo. Naniwala akong walang imposible kung may pananalig, at sinimulan kong mag-ayuno at manalangin para maiwaksi ang makasalanang likas sa puso ko.

"O Diyos, huwag ninyong pahintulutang magkaroon ako ng isip na pangangalunya o pagnanasa o kahit anong damdamin sa mga babaing makikita ko."

Bago ko tinanggap ang Panginoon, nagsasabit ako ng mga litrato at kalendaryo ng mga artista sa bahay ko. Pero mula nang matutunan ko ang Salita ng Diyos, hindi na ako naglagay ng mga ganoon. Nag-ayuno at nanalangin ako hanggang sa maiwaksi ko ang makasalanang likas ng nagnanasang isip ko. Nais kong maluwalhati ang Diyos sa Kanyang mga biyaya. Nais kong maging matanda sa iglesya, tumulong sa mga mahihirap sa biyayang pinansiyal na ibibigay Niya sa akin. Nais kong tumulong sa mga misyon at papurihan ang Diyos sa pamamagitan ng mga biyayang ibibigay Niya. Nang makalipat na ako sa bahay na may silid na puwedeng gawing tindahan, ginamit ko itong tindahan ng mga komiks. Ang asawa ko naman ay nagtinda ng mga pampaganda, at ako ang nagpatakbo ng tindahan. Naawa sa kalagayan ko ang mga kapatid kong lalaki at nag-alok sila ng tulong pero tinanggihan ko. "Pagkatapos akong dalisayin ng Diyos, tiyak na bibigyan Niya ako ng pagpapala." Kung tinanggap ko ang tulong ng mga kapatid ko dahil nangailangan ako noon, ano ang sasabihin nila kung pagdating ng araw sasabihin kong ang Diyos ang nagbigay ng biyayang iyon?"

Kailangan kong tumanggi sa kanila para mabuhay ako ayon

sa kalooban ng Diyos. Tiyak akong sasabihin ng mga kapatid ko, "Anong biyaya ng Diyos? Tinulungan ka namin noong nangangailangan ka, kaya ka nakaraos."

Tatlong Taon Para Maalis ang Mapagnasang Isip

Ang tindahan ng komiks ay puwedeng patakbuhin kahit maliit ang puhunan. Para makalipat sa mas malaking puwesto, nag-ayuno ako at nanalangin ng tatlong araw. Pagkatapos kong mag-ayuno, tiningnan ko ang puwesto sa ibaba ng sinehan ng Keumho Dong. Nagustuhan ko ito kaya pumirma na ako sa kontrata at binuksan ko ang bagong puwesto. Dahil malapit ito sa maraming bar o inuman, marami akong naging suki, mga babaing nagtatrabaho sa bar.

May isang babaing mahilig umupo sa tabi ko tuwing pumupunta siya sa tindahan ko. Tumatayo ako at lumalayo sa kanya. Kung parang tinutukso ako ng isang babae, umiiwas ako sa kanya. Iba't iba ang reaksyon nila. Hindi na ako natitinag.

"Minamaliit mo ba ako dahil nagtatrabaho ako sa bar?"

"Bato ka ba? Wala ka bang pakiramdam?"

"Puntahan mo ako sa bar at bibigyan kita ng libreng inumin."

Napakaraming tukso, pero hindi ako pumapayag na mahulog sa mga ito. Tumanggi ako sa lahat ng mga pahiwatig at pagpaparamdam. Hindi nagtagal, sa pakiramdam ko ay tuluyan nang nawala ang makasalanang likas ko, ang isip na may mahalay na pagnanasa. Gaya ng idinalangin ko, naging lakas at kapangyarihan ko ang mapaglabanan ang tukso sa pamamagitan ng mga gawa, ang mapagnasang isip ko ay tuluyan nang nawala. Iyon ang kasagutang natanggap ko pagkatapos ng tatlong taong pananalangin ko upang maiwaksi ang mapagnasang isip sa puso ko.

Ang Tanging Hiling Ko

Isa Lang Dapat ang Sagot ng Biblia

Ang pinakaaasam-asam ko ay maunawaan at maipamuhay nang husto ang Biblia. Sa tuwing mababalitaan kong may pagtitipon para sa pagbabagong buhay, dumadalo ako para tumanggap ng biyaya ng Diyos. Dahil maraming talata sa Biblia ang hindi ko nauunawaan dumadalo ako nang walang palya sa mga pagpupulong. Masayang-masaya ako pag nauunawaan ko ang Salita ng Diyos, tuwing may naghahatid ng mensahe. Dumadalo rin ako sa mga pagpupulong sa mga prayer center o sentro ng panalangin. Dahil maraming talata ang mahirap maunawaan, nagtanong ako sa pastor namin. Pero hindi rin niya masagot ang iba kong tanong.

"Pastor, anong libro ang madaling makapagpapaliwanag sa akin ng kalooban ng Diyos?"

"Kapatid na Lee, kung talagang gusto mong maunawaan

ang Biblia, magbasa ka ng mga komentaryo tungkol sa Biblia na siyang magpapaliwanag at magbibigay-kahulugan sa Biblia." Nang marinig ko iyon, napakasaya ko. Marami pa akong utang noon, bawat sentimo ay tinitipid ko pero naghanda ako ng perang pambili ng komentaryo. Sa tabi ng bundok, binasa ko ang mga ito, pero mahirap pa ring intindihin ang ibang bahagi. Wala pa rin akong makuhang lalim at pakiramdam ko'y bigo ako. Ang mga komentaryo ay hindi tunay na nagpatotoo sa katotohanan ng Salita ng Diyos kundi ipinalagay na kathang-isip lang ang ilang bahagi nito. Isa pa, dahil sa iba't ibang interpretasyon, parang nabalewala na ang pananampalataya. Nagbasa ako ng iba pang komentaryo, pero may kanya-kanya silang interpretasyon. Isa lang dapat ang sagot ng Biblia, lalo akong nalito sa mga komentaryo.

O Diyos, Ipaliwanag Mo sa Akin ang Biblia!

Taong 1976 nang gusto ko talagang maunawaan ang kalooban ng Diyos na nasa Salita Niya. Nasorpresa ako sa sinabi ng isang miyembro ng iglesya na nanggaling sa isang pagtitipon para sa pagbabagong buhay sa Daegu.

"May isang pastor na dalawang beses nag-ayuno ng apatnapung araw, at isang anghel ang nagpakita at nagpaliwanag sa kanya ng Biblia sa loob ng tatlong taon." Nang marinig ko iyon, nag-init ang puso ko at parang may apoy na bumalot sa akin. Parang kakaiba na isang anghel ang magpapaliwanag ng Salita ng Diyos pero naniwala ako. May utak ako para maniwala at manalangin. Mula noon, nanalangin ako nang walang hinto.

"O Diyos, naniniwala ako sa animnapu't anim na aklat ng Biblia. Ang Biblia ay Salita ng Diyos na nasulat sa inspirasyon ng Banal na Espiritu kaya ibigay Mo sa akin ang inspirasyon at ipaliwanag ang animnapu't anim na aklat. O kaya, ibigay Mo ito sa pamamagitan ng anghel, o Diyos, Ikaw mismo ang pumunta sa akin at bigyan ako ng pang-unawa."

Kung may mga bahagi sa Biblia na hindi ko nauunawaan, hindi ko rin mauunawaan ang kalooban ng Diyos. Dapat kong maunawaan ang tunay na kaluhugan para makapamuhay ako sa kalooban Niya. Kailangan munang maging tama ang pagkaunawa para masunod nang maayos ang Kanyang Salita. Dahil desperado na ako, taimtim akong nanalangin. Ginabayan ako ng Diyos sa pananalangin at pag-aayuno. Kung wala akong trabaho sa konstruksyon, pumupunta ako sa bundok para manalangin. Hinihiling ko sa Diyos na ipaliwanag ang Biblia. Ilang taon itong nagpatuloy.

Ang Mapagmahal na Kamay ng Diyos

Sa loob ng dalawang buwan, natutunan kong patakbuhin ang tindahan ko, dahil sa pananalig na natamo ko pakiramdam ko'y kaya kong gawin kahit na ano. Wala akong gaanong kita sa tindahan ko noon, pero hindi naman talaga ako umasa ng kahit na ano. Kahit wala akong maraming pera dahil sa pananalig na kaya kong gawin kahit na ano, gusto kong palawakin ang negosyo ko. "O Diyos, ilipat Mo ako sa mas magandang lugar."

Ikatlong araw mula nang idinalangin ko iyon, may isang taong lumapit sa akin at hiniling na ibenta ko ang puwesto ko sa kanya. Siya ang may-ari noon ng mas malaking puwesto. Ipinasa ko sa kanya ang puwesto ko sa halagang 150,000 won (P6,504). Ang 50,000 won (P2,168)ay nagastos ko sa pagpapaayos kaya may tubo pa akong 100,000 won (P4,336). Pagkatapos naming mag-ayuno ng asawa ko ng tatlong araw, tiningnan namin ang isa pang puwesto sa malapit lang na lugar. Maganda ang puwesto, malaki ang kita at may rentang 500,000 won (P21,682), kasama na ang deposito at renta. Kaya nakipagkontrata ako sa 100,000 won (P4,336), pero kailangan ko pang magbayad ng 400,000 won (P17,346). Napakalaking halaga noon para sa akin. Naalala ko ang dalawang miyembro ng iglesya at hiniling ko sa asawa kong humiram sa kanila. Tumanggi agad sila. Nakautang ang asawa ko ng 150,000 won (P6,504) sa mga kapitbahay, pero kulang pa ng 250,000 won (P10,841). Nakipagkasundo kami sa may-ari na magbabayad kami ng interes para sa 250,000 won.

Ang mga miyembro ng iglesya ay hindi dapat nagpapalitan ng pera. 'Di nagtagal, naunawaan ko ang Salita ng Diyos at ang dahilan kung bakit hindi niloob ng Diyos na umutang ako sa mga miyembro ng iglesya. Hindi kalooban ng Diyos na magpautang at mangutang ng pera sa isa't isa ang mga miyembro. Kahit na magkakapatid ay nagiging magkakaaway dahil sa pera. At kung nag-uutangan tayo sa iglesya, sasamantalahin ito ng kaaway na diyablo, kaya ayaw ng Diyos na mangyari ito. Kaya sa ministeryo ko, itinuturo ko sa mga miyembro na huwag maghiraman. Nakita kong kung sinuway ito ng mga miyembro, nagkakaroon sila ng pagsubok at at mga problema. Tayong magkakapatid sa pananampalataya ay hindi dapat magkautang, maliban sa utang ng pag-ibig sa isa't isa. Sa kinikita namin sa tindahan, nakakabayad kami ng interes pero hindi ang mismong utang. Napakaraming mga tindahan ng libro na malakihan ang negosyo, tulad ng malaking kompanya. Nanalangin akong bigyan ng pinapangarap kong mas malaking negosyo.

Ginabayan Patungo sa Biyayang Pinansyal

May kilalang tindahan sa palengke ng Keum-ho Dong noon. Balitang ang benta ng tindahang ito ay pinakamalaki sa buong lugar. Pinauupahan ang tindahang ito, deposito pa lang ay 1,000,000 won (P43,365) na bukod pa sa renta. Ang suweldo noon ng isang empleyado ay 1,500 won (P650), kaya napakalaki talaga nito para sa akin. Ibababa daw ng may-ari sa 950,000 won (P41,196) pero hanggang doon lang. Hindi nagtagal, nabalitaan kong mula noong tiningnan ko ang tindahan dalawampung araw na ang nakakaraan, wala man lang ibang tumingin sa tindahan. May nagsabi sa akin na puwede akong makipagkasundo sa may-ari dahil nagmamadali siyang paupahan ito sa personal na dahilan. Mayroon lang akong 500,000 won kaya imposibleng magkasundo kami. Pagkatapos kong taimtim na manalangin sa buong magdamag, pinuntahan ko siya para makipagkasundo. Hiniling ko sa kanyang ibigay niya ang tindahan sa akin sa halagang 500,000 won, dahil iyon lang ang pera ko. Sandali siyang nag-isip, at sinabing magkasundo kami sa 550,000 won (P23,850).

Sa wakas, nagpirmahan na kami ng kontrata sa halagang 500,000 won (P21,682). Pumayag akong magbayad ng deposito kasama ang buwanang renta. Kaya nakalipat kami sa palengke ng Keumho Dong. Pagkabukas na pagkabukas ng tindahan, nagdagsaan ang mga mamimili. Marami rin ang nagsabing gusto nila ang puwestong iyon pero hindi nila alam na pinarerentahan ito. May iba namang nag-aalok sa halagang 1.2 milyon won na deposito. Nang may nag-alok ng 1.3 milyon won, kinausap ko ang asawa ko tungkol dito dahil makakabili na kami ng bahay sa halagang iyon. Pero hindi panatag ang loob namin sa pagpasa kaagad sa iba ng puwesto dahil doon kami ginabayan ng Diyos.

Nagpasiya kaming bayaran ang utang mula sa kikitain namin

sa tindahan. Hulyo 1977 nang buksan namin ang tindahan. Sarado kami tuwing araw ng Linggo. Bawal pumasok ang mga estudyanteng nag-iinuman at naninigarilyo. Dahil nagsisiawit ng papuri ang pamilya ko, naririnig sila ng mga mamimili. Mas marami kaming mamimili kaysa sa dating may-ari. Bukas ang tindahan sa buong maghapon, at kung gabi naman ay dumadalangin kami. Iyan ang regular na gawain namin.

Sinasanay na Makilala ang Tinig ng Banal na Espiritu

Sa Bahay Dalanginan ng Osanri

Tulad ng isang usa na nasasabik sa tubig ng sapa, uhaw na uhaw din akong mas maunawaan pa ang Salita ng Diyos. Noong 1977, dumalo ako sa pagpupulong sa Bahay Dalanginan ng Osanri. Sa ikalawang pagkakataon, narinig ko ang tinig ng Diyos. Nakikinig ako sa mensahe ng pastor, at sinabi niya, "Dahil binigyan tayo ng Diyos ng karunungan para gumawa ng gamot, kalooban ng Diyos na pumunta tayo sa ospital at uminom ng gamot." Hindi ako makasagot ng 'Amen' dahil ibang-iba ito sa karanasan ko sa makapangyarihang Diyos, na kayang gumawa ng anumang bagay. Pagkatapos ng gawain, pumasok ako sa isang silid dalanginan at sumigaw sa panalangin.

"O Diyos, kalooban Mo bang uminom ng gamot o hindi?" Hindi ko alam kung gaano katagal ang oras na lumipas. Bigla ko na lang narinig ang tinig ng Diyos, *"Tingnan mo ang 2 Mga*

Cronica 16. " Binuksan ko ang Biblia, tungkol ito kay Haring Asa ng Israel. Sa mga unang taon ng kanyang paghahari, sa Diyos lamang siya umasa. Dahil dito ipinanalo niya ang lahat ng laban at nagkaroon ng panahon ng kapayapaan. Pero sa mga huling taon ng paghahari niya, umasa na siya sa ibang mga hukbo at hindi sa Diyos. Natalo siya sa mga digmaan, at ikinulong pa niya ang propetang nagsabi ng mga pagkakamali niya. Nagkaroon si Asa ng malubhang sakit sa paa pero hindi pa rin siya lumapit sa Panginoon kundi sa mga manggagamot, namatay siya pagkaraan ng dalawang taon. Sa pamamagitan ng kapitulong ito, naliwanagan akong nais ng Diyos na maging matibay ang pananalig ng mga anak Niya at sa Kanya lamang umasa at hindi manalig at magtiwala sa mundo.

Pagsasanay sa Pagkilala ng Tinig ng Banal na Espiritu

Dapat matukoy ang kaibahan ng tinig ng Diyos at ng tinig ng Banal na Espiritu. Sa karanasan ko, ang tinig ng Diyos ay naririnig ko sa espesyal na okasyon lang. Kakaunting beses ko lang itong narinig. Ang tinig ng Banal na Espiritu ay mas madalas marinig at mas malinaw kapag tinanggap na si Jesu-Cristo, tinanggap ang Banal na Espiritu, at patuloy na taimtim na mananalangin para maiwaksi ang kasalanan, kasamaan at maka-laman na pag-iisip.

Nagsimula akong makarinig ng tinig ng Banal na Espiritu noong bago pa lang akong mananampalataya. Habang dumadalo ako sa gawain sa iglesya, ninais ng Diyos na tumanggap ako ng pagsasanay sa pakikinig ng tinig ng Banal na Espiritu. Habang nasa Pagsamba isang Linggo ng umaga, naudyukan ako sa puso ko habang nakikinig ng mensahe. May nag-udyok sa akin na magbigay ng 30,000 won (P1,300) sa isang pastor ng iglesya. Nagpasiya ako, "O Diyos, kukuha ako ng 30,000 won at ibibigay ko sa pastor!"

Nagpasiya akong gawin iyon habang nasa pagsamba. Pagkatapos ng pagsamba, nang papalabas na ako sa iglesya, may ibang bagay na gumulo sa isip ko. Sa totoo, napakalaki ng 30,000 won. Naisip kong kung may ganoon akong halaga, ibibigay ko. Pero saan ako kukuha ng pera? Mukhang mas mayaman pa sila kaysa sa pamilya ko. Siguro, magulo ang isip ko noong pagsamba, at nakalimutan ko na ito.

Kinabukasan, ang biyenang babae ng pastor , ang Punong Diakonesa sa iglesya ay dumalaw sa tindahan ko sa palengke ng Keumho Dong. "Kagabi, nahirapan nang husto sa panganganak ang anak ko. Nang dalhin namin siya sa ospital, nangailangan kami ng 30,000 won. Nahirapan akong makakuha ng ganoong halaga at bumalik ako sa ospital. Hirap na hirap siya sa panganganak." Nabigla ako nang marinig ko siya. "Punong Diakonesa, sa totoo habang nasa pagsamba ako kahapon ng umaga, kumilos sa puso ko ang Banal na Espiritu, pero hindi ako sumunod. Akala ko naisip ko lang iyon, at nakalimutan ko na agad. Ito pala iyon."

Pinagsisihan ko kaagad iyon, at nagpasiyang susunod na pag may pagkakataon. Naisip ko, "Narinig ko ang tinig ng Banal na Espiritu, pero hindi ko sinunod, kaya iyon ang naging resulta." Kung sumunod lang ako sa tinig, madali ko sanang nakuha ang 30,000 won na inihanda na ng Diyos. Hindi na sana naghirap pa sa buong magdamag ang pamilya ng pastor dahil sa halagang iyon. Nakatanggap sana ako ng labis-labis na biyaya kung sumunod ako sa Diyos. Nagsisi ako dahil sinunod ko ang nasa isip ko. Mula noon, habang dumadaan ako sa ganoong uri ng pagsasanay, natutunan kong kilanin ang kaibahan ng tinig ng

Banal na Espiritu at ng iniisip ko.

Pag-aaral ng Kahalagahan ng Pagsunod

Batay sa karanasan ko, napagtanto kong napakahalaga ng pagsunod sa kalooban ng Diyos. Isang araw, buong sipag akong naglilingkod sa iglesya nang tawagin ako ng pastor. Sabi niya, "Kulang tayo ng guro sa Paaralang pang-Linggo. Bakit hindi ka magturo sa mga bata?" Ang sagot ko, "Pastor, ipagpaumanhin mo, hindi ko kayang magturo sa mga bata. Wala akong karanasan sa pagdalo sa Paaralang pang-Linggo. Kapag malakas na ang loob ko, at saka ako magtuturo." Alam kong dapat akong sumunod sa pastor pero pakiramdam ko'y wala akong kakayahan kaya tumanggi ako sa alok niya. Hindi ko naisip na ang maliit na bagay na iyon ay magiging napakalaking pader ng kasalanan sa pagitan ko at ng Diyos. Taimtim akong nanalangin, "O Diyos, ipagkaloob Mo sa akin ang kaloob ng iba't ibang wika."

Naiinggit ako kapag nakakakita ako noon ng mga taong nananalangin sa ibang wika. Patuloy akong nanalangin para magkaroon ng kaloob na ito, pero hindi ako napagkalooban nito. Isang araw, nabalitaan kong maaari akong tumanggap kaagad ng kaloob ng wika sa Bundok Dalanginan ng Han Ol San. Pumunta ako doon at dumalo sa pulong, pero hindi dumating sa akin ang kaloob. Pero sa mensahe ng tagapagsalita na si Pastor Chun Suk Lee, pabiro niyang sinabi, "Kahit ang aso ko ay nagsasalita ng ibang wika, kaya doon sa mga hindi pa tumatanggap ng kaloob ng wika ay masahol pa sa aso ko." Pagkatapos ng pulong, pakiramdam ko ay masahol pa ako sa aso, kaya sinipa ko ang bato sa harap ko. Hindi na ako nananghalian, at bumaba na ng bundok. Humawak ako sa puno at nanalanging bigyan ako ng kaloob ng wika. Biglang may kumislap sa aking alaala. Kahit mahina ang loob ko, dapat ay nag "oo" ako nang alukin ako ng pastor na maging guro sa Paaralang pang-Linggo. Natulungan sana ako ng Diyos kung sumunod ako. Pero hindi ako sumunod.

"O Diyos, patawarin mo ako dahil sinuway ko ang pastor ko. Hinding-hindi na ako susuway muli."

Pinagsisihan ko nang husto ito. Pagkatapos, bigla na lang akong nagsalita sa ibang wika. Ito ang matagal ko nang hiling! "O Diyos, salamat sa Iyo!" Sa wakas, naunawaan ko rin na ang pagsunod ay mas mahalaga kaysa sa sakripisyo, at nalulugod nang husto ang Diyos kapag sumusunod tayo. Dahil sa karanasang ito, nagpasiya akong susunod sa kalooban ng Diyos nang walang pasubali. Para sa akin na natutunan nang husto ang kahalagahan ng pagsunod, may isang usapin na naging napakahirap sundin.

Kabanata 4

Ang Panawagan ng Diyos

Panginoon, Paano Mo Napili ang Isang Katulad Ko?

Isang araw noong 1978, habang nananalangin ako, narinig ko ang tinig ng Diyos na parang malakas na kulog na nagsasabing,

"Ang lingkod kong dinalisay sa loob ng tatlong taon, tatlong taon mo pang pag-aralang mabuti ang Salita. Gagamitin kita. Tatawirin mo ang mga bundok, ilog at dagat para ipahayag ang ebanghelyo at sasamahan kita at magiging lingkod ko para ipakita sa lahat ng mga bansa sa pamamagitan ng mga tanda at himala, na Ako ang buhay na Diyos."

Ang malinaw at makapangyarihang tinig Niya ay nagpatuloy,

"Pinili kita bago pa magsimula ang panahon, at habang nasa sinapupunan ka ng ina mo, iningatan kita ng nagliliyab Kong mata at Ako mismo ang

pumapatnubay sa iyo magpahanggang ngayon. Ang
asawa mo ang magpapatakbo ng tindahan ninyo at
ikaw naman ay magsimula nang maging lingkod Ko.
Magkakaroon ka ng perang mas higit pa sa kinikita
ninyong dalawa. Ang perang nakalagay sa taguan
mo ay hindi mauubos at ang kaldero ng bigas mo ay
hindi mawawalan ng laman, at laging mag-uumapaw.
Tutulong ka sa mga mahihirap. Ang Diyos ang nagbaba
sa iyo sa pinakamababang lugar, ang Diyos din ang
pumapatnubay sa iyo hanggang ngayon, at Siya rin ang
papatnubay sa iyo simula ngayon. Mauunawaan mo
kung bakit kita ibinaba nang husto. Sa kapangyarihan
Ko, itataas kita sa pinakamataas na lugar. Inuna mong
mahalin Ako nang higit pa sa mga magulang mo, mga
anak mo at kahit asawa mo. Ako lang ang minahal mo.
Kaya ibabalik Ko sa iyo nang siksik, liglig at umaapaw,
at mahigit pa sa isandaang beses."

Pinakinggan ko ang mga salitang ito, puspos na puspos ng Banal na Espiritu at tinanggap ito ng may 'Amen!' Pero nang pinag-isipan ko ulit ito, kagila-gilalas pala talaga! Ang pangarap ko lang ay maging matanda ng iglesya, maghahanap at tutulong sa mga nagdurusa sa katulad ng sakit at paghihirap na dinanas ko. Mali kaya ang idinalangin ko? Napakalaki pa ng utang ko at nahihirapan akong mairaos ang bawat araw. At mahina na ang memorya ko. Kaya paano ako mag-aaral ng Teolohiya sa seminaryo? Anong mangyayari sa pamilya ko? Napakarami kong alalahanin at problemang patuloy na umiikot sa isip ko. Sa situwasyon ko, hindi talaga ako makasusunod pero napakamakapangyarihan ng Salita para hindi ko sundin. Ang naiisip ko lang, "Kung kalooban Mo ito, hayaan Mong marinig ko ulit ang Iyong tinig."

Pinag-usapan namin ito ng asawa ko, at iniwan ko sa kanya ang tungkulin ng pagpapatakbo ng tindahan. "Nagkamali kaya ako sa pag-aakalang narinig ko ang tinig ng Diyos?" Nagsimula akong magdudang narinig ko nga ang tinig Niya. Nanalangin muli ako, "O Diyos, matagal ko nang gustong maging elder sa iglesya, at ngayon sinasabi Mo sa akin na maging lingkod Mo! Napakamahiyain ko at hindi ko makita ang sarili kong nangangaral sa mga tao. Medyo matanda na ako at mahina na ang memorya at hindi ako magaling sa mga pagsusulit." Pero kung talagang nais Niyang maging lingkod Niya ako sa kabila ng mga kahinaan ko, sinabi ko sa Kanya, "Iparinig Mo po ulit sa akin ang tinig Mo."

Dumalo ako sa mga lugar ng dalanginan para marinig ulit ang tinig ng Diyos. Isang linggo akong nanalangin pero walang sagot. Pinuntahan ko ang dalawang ministro na kilalang mahusay magpropesiya pero wala pa ring sagot para sa akin. Naglibot ako sa mga lugar ng dalanginan sa mga bundok at gumugol ng makabagbag-damdaming mga araw sa paghahanap ng kasagutan kung kalooban nga ng Diyos na maging lingkod Niya ako, lalo na ang maging pastor. Tatlong buwan ang nagdaan, halos sumuko na ako at umuwing desperado. Isang Sabado, dinalaw ako sa tindahan ng pastor ko. Nakatoka ako para manguna sa panalangin, pero wala pa rin akong lakas ng loob. Sinabi ko sa kanya, "Pastor, maraming buwan na akong nananalangin, hindi ko pa rin natatanggap ang sagot. Hindi ko kayang manguna sa pananalangin bukas." Sinabi niya, "Kapatid, kahit na, dapat mo pa ring gawin."

Naririnig ang Tinig ng Diyos

Sinabi ng pastor na ako dapat ang manguna sa pananalangin sa pagsamba pero hindi ako makapagsabi ng 'Amen' na galing sa puso ko. Kinagabihan, nagsara na kami ng tindahan. Dahil napakalakas ng ulan, nagpasiya kaming mag-asawa na sa bahay na manalangin sa halip na pumunta pa sa iglesya. Hatinggabi na nang naglatag kami sa sahig, lumuhod at nagsimulang manalangin at magpuri sa Diyos. Nakapikit ako habang nananalangin pero bigla akong may nakitang pangitain. Parang bumukas ang kisame, at bumuhos ang liwanag mula sa langit.

Pakiramdam ko, parang nawala ang bubong at nabuksan nang napakalawak. At tulad ng nasulat sa Aklat ng Apocalipsis, narinig ko ang tinig na kagalang-galang, tulad ng daloy ng tubig pero malinaw at malumanay, *"Manguna ka sa pananalangin bukas."* Isang sagot ito, pero ibang-iba sa hiling ko tungkol sa pagiging lingkod ng Panginoon. Sa oras na iyon, ang tinig ay mainit-init, nagbibigay ng ginhawa, makapangyarihan at mahirap suwayin. Pero punung-puno ito ng pag-ibig at kagandahang-loob.

Ramdam na ramdam ko pa ang malinaw na tinig na hindi kayang ipaliwanag ng mga salita. Narinig ko lang ito at lahat ng kawalang pag-asa ay naglahong parang bula. Lahat ng makalamang pag-iisip ay napawi at ako'y napuspos ng Banal na Espiritu. Napakagaan ng pakiramdam ko, kasing gaan ng bulak at tila puwede na akong makalipad. Puwede na akong lumusot sa bubong kung gusto ko. Kaligayahan, pasasalamat at kasiyahan ay umapaw sa kaibuturan ng puso ko. Noong sandaling iyon, naisip kong ganito marahil ang mangyayari sa pagbabalik ng Panginoon! Nang iminulat ko ang mga mata ko, wala na ang liwanag, at ang kisame ay walang naging pagbabago.

Hindi narinig ng asawa kong nakaupo sa tabi ko ang tinig

pero puspos din siya ng Banal na Espiritu. At alam niya na naririnig ko ang tinig ng Diyos sa nagliliwanag na mga ilaw. Nagpuri kami sa Diyos sa buong magdamag at niluwalhati Siya sa aming pananalangin.

Puspos ng Banal na Espiritu

Kinabukasan, maaga pa lang ay pumunta na ako sa simbahan at tiningnan ang programa ng pagsamba. Ako pa rin ang nakatokang manalangin. Pagkatapos ng karanasan ko noong nakaraang gabi, pakiramdam ko'y lumilipad ako kahit nakaupo lang. Kamangha-mangha ang sumunod na pangyayari! Sa simula pa lang ng aking pananalangin sa mikropono, ang bibig ko ay hindi na akin. Napuspos na ang puso at isipan ko ng Banal na Espiritu. Sa inspirasyon ng Niya, nanginginig ako habang nananalangin. Parang bumabaha ang panalangin ko, at kahit gusto ko nang huminto ay hindi ko magawa.

Kahit ako mismo ay nagtaka sa panalangin ko dahil kinastigo ko ang mga miyembro ng iglesya, "Kaawa-awa kayong nagnanakaw ng mga ikapu sa Diyos. Kayong mga matitigas ang puso na hindi nagpapasalamat sa Diyos! Sinasabi ninyong naniniwala kayo sa Kanya, ngunit ang pananalig ninyo ay balewala."

Hindi ko mapigilan ang sarili ko sa pananalangin nang higit sa sampung minuto. Kapag may nanalangin ng mahigit sa tatlong minuto noon, maraming nagrereklamong napakahaba nito. Nagbalik ako sa upuan pagkapanalangin ko, pero hindi ko matingnan ang pastor. Hindi ko alam ang gagawin. Ang naiisip ko lang, "Paano na ngayon, paanong nangyari na ang isang diakono ay nangkastigo ng buong kongregasyon!"

Pagkatapos ng pananambahan, nilapitan ako ng pastor at sinabing, "Nabagbag ang damdamin ko sa panalangin mo." Hindi niya ginagawa ang magkomento, pero nahiya pa rin ako at nagtangkang tahimik na umalis kaagad. Maraming tao ang lumapit sa akin, "Diakono, ikaw ay puspos ng Banal na Espiritu. Damang-dama ko ang panalangin mo."

Pagsunod Lang

Sa wakas, nagkaroon ako ng katiyakang tinawag talaga ako ng Diyos para maging lingkod Niya. "Diyos ko, dahil tinawag Mo ako, susunod ako sa Iyo. Pero Diyos ko, bahala Ka na sa mga alalahanin ko tulad ng pag-aaral sa seminaryo, ang memorya ko at iba pang mga bagay."

Sa edad na 36, kumbinsido akong tinawag akong maging lingkod ng Diyos, at agad umupa ng isang silid at nagsimulang mamuhay mag-isa. Limang minuto lang ang layo nito sa bahay ko. Nag-aayuno ako at nagmuni-muni sa Salita ng Diyos, at nanalanging bigyan ako ng epektibo at malakas na memorya. Gusto kong ipako sa krus ang init at pagnanasa ng laman. Nagpasiya akong sundin lamang ang kalooban ng Diyos bilang lingkod Niya. Hindi madaling humiwalay sa pamilya ko pero ang lahat ng ito ay ginagawa ko sa gabay ng Banal na Espiritu. Humingi ako ng payo sa pastor ko sa Oksu Dong Church , ang simbahang dinadaluhan ko noong panahong iyon. Nagpasiya akong pumasok sa Sung-Kyul (Holiness) Seminaryo ng Teolohiya at nagsimulang magbalik-aral para sa eksamen.

Dumating ang araw ng eksamen at kumuha ako nito. Sinagutan ko ang mga tanong na may kinalaman sa Biblia. Pero sa ibang mga paksa, ayokong sagutan ng hindi maliwanag kaya isinulat ko lang ang pangalan ko at ipinasa ang papel na walang nakasulat. Sa panayam, tinanong ako ng dekano ng seminaryo kung bakit walang nakasulat sa mga papel ko maliban sa mga tanong tungkol sa Biblia. Ipinaliwanag ko sa kanya kung paano ako nawalan ng memorya.

"Paano ka magiging pastor kung wala kang memorya?" tanong niya.

"Diyos ang nagdala sa akin sa direksyong ito," ang sagot ko.

"Nakakuha ka ng perpektong marka sa eksamen tungkol sa Biblia!" bulalas niya.

Ako lang ang nakakuha ng 100% sa eksamen tungkol sa Biblia. Dahil dito, pumasa ako. Ang pangyayari ay taliwas sa mga inaasahan ko, pumasa ako at nakapasok sa seminaryo.

Pinaaani ng Diyos sa Atin ang Ating Inihahasik

Buhay sa Seminaryo

Dapat mamuhay ng naiiba kaysa sa ibang tao sa mundo ang mga lingkod ng Diyos. Pero ang mga kaklase ko sa seminaryo ay walang pinag-iba sa pagsunod nila sa mga uso sa mundo. Pagkatapos ng klase, mag-uumpukan sila sa mga kapihan at mag-uusap ng mga makamundong bagay. Tuwing pista opisyal, sa halip na manalangin at magbasa ng Biblia, pinag-uusapan nila kung paano magpapakasaya. Palagi ko silang pinagsasabihang huwag mag-aksaya ng panahon sa halip ay manalangin na lang pero walang nakinig sa akin. Kaya ako ay nag-iisa na lang at napahiwalay sa kanila.

Noong 1979, nang pumasok na ako sa seminaryo sa edad na 37, simula pa lang ng unang taon ko'y nanalangin na akong ibigay ng Diyos sa akin ang pangalan ng iglesyang itatatag ko. Sinabi ng kapatid kong babae na tutulungan niya akong itatag ito, kaya marami akong lugar na pinuntahan, pero walang nangyari.

Binibigyang-lugod ang Diyos sa Pag-iipon para sa Kaharian sa Langit

Naniniwala akong pababayaan akong anihin ang itatanim ko at ibabalik ito ng naaayon sa aking mga ginagawa kaya palagi akong nag-iipon ng gantimpala sa kaharian ng langit. Kahit noong nagtatrabaho pa ako sa konstruksyon, kapag biniyayaan ako sa mga pagpupulong, nag-aalay ako ng pasasalamat nang buong puso. Kung wala akong pera, nangangako ako sa Diyos na magbibigay sa takdang panahon. At totoong ibinibigay ko ang aking ipinangako. Kapag wala pa rin akong pera sa itinakdang panahon, nangungutang ako para makasiguradong maiibigay ko ang ipinangako ko.

Sa pagsunod ko sa Diyos, hinding-hindi ako nawalan ng pera. Sa tuwing kumikita ako, mahigit pa sa ikapu ang ibinibigay ko. Madalas, dalawampu hanggang tatlumpung porsyento ng kinikita ko ang alay ko. Sa palagay ko, hindi pag-aaksaya ang magbigay sa Diyos, kaya hindi ako nagkukwenta kung magkano ang ibibigay sa Kanya.

Isang araw, binisita ako ang pastor ko. Hindi niya alam ang problema namin sa pananalapi pati na ang laki ng utang namin. Sinabihan niya kaming kailangan ng iglesya ng pera at kung maaari kaming magdagdag sa naipangako naming halaga para sa pagtatayo ng simbahan. Pumayag kami na may kagalakan at sinabing, "Amen. Gagawin namin iyan." Kahit pa may mga utang kami, nangako ulit kaming magdadagdag sa hiling ng aming pastor. Kaya't kinailangan ulit naming mangutang. Ganyan ang ginawa naming pag-iipon sa langit. Dumating ang panahong binuksan ng Diyos ang pintuan ng pagpapala.

Pagsunod sa Kalooban ng Diyos Kahit sa Maliit na Negosyo

Nagtataka ang taong palagiang nagdadala ng mga libro sa tindahan ko kung bakit sarado kami tuwing Linggo. Sinabi niyang darating ang araw, malulugi kami. Kahit maliit lang ang negosyo namin, nalulugod ang Diyos sa aming tindahan, at pinagpapala Niya kami dahil iginagalang namin ang Linggo at nag-aalay kami ng tamang ikapu at mga handog.

Palaging puno ang tindahan, mula umaga hanggang gabi. Maraming tao mula sa mga kalapit na lugar ang nakabalita ng tungkol sa tindahan namin. At lalo lang silang nag-usisa dahil nagsasara kami tuwing araw ng Linggo, at hindi naman kagandahan ang aming mga pasilidad. Wala rin kaming tindang mga bagay na pang matanda, at ipinagbabawal namin ang paninigarilyo. Kaya naging maganda at malusog ang kapaligiran. Kaya naman maraming mababait na estudyante ng kolehiyo ang pumupunta sa amin.

"Anong lihim ng tagumpay ng tindahan mo?"

Nagsasara kami ng tindahan tuwing araw ng Linggo at dumadalo kami sa iglesya, kaya tumatanggap kami ng biyaya. Ganyan ang sagot namin sa tuwing may magtatanong.Pero hindi iyan maintindihan ng mga hindi mananampalataya. Habang pinapatakbo namin ang negosyo, nakakapagbahagi kami ng Salita ng Diyos sa mga mamimili. Nang magtatag ako ng iglesya, sumama sila sa akin at naging pinakaunang mga miyembro ng pagmimisyon para sa mga kabataan.

Pagkalipas ng ilang buwan, nakabayad na kami sa lahat-

lahat ng mga utang namin. Napakalaki ng utang na talagang nahirapan kaming bayaran sa sandaling panahon lang. Nangyari ito bago ako nag-aral sa seminaryo. Binayaran naming lahat ng utang at malaya na kaming mag-alay ng handog sa iglesyang dinadaluhan namin. Tinutulungan namin ang mga pamilyang nangangailangan. Nang mag-picnic kami sa seminaryo, naghanda ako ng pagkain para sa propesor namin at mga estudyante. Tuwing Linggo, kami ang nagpapakain sa mga miyembro ng choir. Palihim naming tinutulungan ang mga estudyante sa seminaryo na nangangailangan ng tulong. Nangungupahan lang kami, pero tuwing may mga espesyal na okasyon, ipinaaasikaso ko sa asawa ko ang buong lugar namin. Kapag may pamilyang hindi kayang maghanda dahil sa kahirapan, pinabibigyan ko sa asawa ko ng cake at mga pagkain, kahit hindi sila mga mananampalataya. Hindi dahil mayaman kami. Ginawa namin ito sa pananalig sa Diyos. Dahil sa pagtatanim na iyon, nang sumunod na araw ay pinagkalooban kami ng Diyos ng kitang mahigit pa sa kinikita namin dati.

Ginising Ako ng Diyos sa Dalawang Daang Araw na Magdamag na Pananalangin

Mula nang tanggapin ko ang Panginoon, hindi na ako nakiayon sa mundo sa anumang situwasyon. Sinubukan kong sundin lahat ng utos ng Diyos sa abot ng pag-unawa ko sa Salita Niya. Sa apat na taon ko sa seminaryo, palagi akong dumadalangin sa magdamag at madalas mag-ayuno. Tuwing bakasyon, nagpupunta ako sa mga bundok para manalangin. Ginugol ko ang bakasyon sa mga bahay dalanginan sa mga bundok. May mga panahong nangako ako ng magdamagang pananalangin. Nanalangin ako mula 12:00 ng hatinggabi hanggang 4:00 ng umaga, at ni hindi ako nahuli sa ipinangakong oras, kahit isang saglit lang.

Pagkapanalangin, babalik ako sa silid ko at matutulog ng 5:00 ng umaga. Pero kailangan kong gumising ng 7:00 ng umaga. Dadalhan ako ng anak kong si Miyoung (na noon ay nasa elementarya) ng agahan ng 7:20. Pagkaagahan, pupunta na ako sa eskuwela bitbit ang pananghalian ko. Pagkatapos ng klase, uuwi ako at gagawa ng mga gawaing bahay. Minsan ako ang tumatao sa tindahan. Napakaraming dapat gawin. Dahil sa naging takbo ng buhay ko, napagod na ako. Matutulog ng 5:00 ng umaga, gigising ng 7:00 ng umaga. Napakahirap bumangon. Nang 7:00 na, ginising ako ng Panginoon.

"Tatay!"Narinig kong tinatawag ako ng anak ko dala-dala ang agahan ko.

"Ikaw ba 'yan, Miyoung?" Totoong narinig ko ang boses ng anak ko, kaya binuksan ko ang pintuan, pero walang tao sa labas. Hinanap ko siya pero hindi ko siya nakita. Pagkahilamos ko, pagkatapos ng 20 minuto saka pa lang dumating si Miyoung. Kinabukasan, 7:00 ng umaga ay narinig ko ulit, "Tatay!"Pagbukas ko ng pinto, wala nanamang tao. Sa sandaling iyon, napagtanto kong ginigising ako ng Diyos sa pamamagitan ng isang anghel.

Habang nagpapatuloy ito, binalewala ko na. Hanggang sa hindi na ako bumangon kahit naririnig ko ang pagtawag ng "Tatay!" At gumamit ng ibang paraan ang Diyos. Nakarinig ako ng mga yabag ng maraming tao sa labas ng pintuan ko. Kapag binubuksan ko naman ito ay walang tao. Eksaktong 7:00 ng umaga.

Habang nag-aalay ako ng 100 araw ng pangakong-pananalangin, nang nasa ika-90 na, nabalitaan kong namatay na ang biyenan kong lalaki. Sumama ako sa asawa ko sa bahay ng mga magulang niya sa Mokpo. Nanalangin kami doon simula hatinggabi hanggang 4:00 ng umaga. Pagkatapos ng libing, umuwi na kami at ipinagpatuloy ang mga natitirang araw sa pangakong-pananalangin pero hindi pa rin ako nasiyahan. Pakiramdam ko hindi nalulugod ang Diyos sa akin. Kaya sinumulan kong muli ang 100 araw ng pangakong-pananalangin sa magdamag, at natapos ko ito. Pagkatapos nito, naging 200 araw ng pangakong-pananalangin sa magdamag ang isinunod ko.

Itapon Mo ang Pera sa Banyo

Alam ng pamilya kong hindi ko tatanggapin ang kahit na anong labag sa Salita ng Diyos. Pero isang araw ng Linggo, gusto ng asawa ko't tatlong anak na babae na magmeryenda pagkatapos magsimba. Tinangkang basahin ng asawa ko ang ibig kong sabihin sa mukha ko,

"Gusto ng mga anak mong magmeryenda. Bibili kami ng makakain."

"Mga anak, gusto n'yo ba talagang kumain?"

"Opo!" agad nilang sagot.

Buong akala nila ay papayag ako kahit sa araw na iyon lang, kahit alam nilang Linggo iyon. Ipinakuha ko sa kanila ang pera sa aparador.

Sabay sabi sa kanila, "Kayong tatlo, itapon n'yo ang pera sa banyo." Itinapon nila ang humigit kumulang sa dalawang daang won (200 won o P86.73 sa halaga ngayon) at bumalik.

"Alam ba ninyo kung bakit ko ipinagawa sa inyo 'yun?"

"Alam po namin."

"Ang Linggo ay araw ng pamamahinga," pagpapatuloy ko. "Ipinagbabawal ng Diyos ang pagbili o pagtitinda. Susuwayin n'yo ba ang utos ng Diyos? Kung hindi n'yo lalabanan ang tuksong kumain, lalaki iyan, madodoble, matritriple. At hindi malulugod ang Diyos diyan. Sinuway n'yo na ang Araw ng Pamamahinga nang humingi kayo ng pangmeryenda. Parang bumili na rin kayo at nagmeryenda sa mga puso ninyo. Kaya iniutos ko sa inyong itapon ang pera." Hindi nagtagal, ipinagtapat ng mga anak kong bumaon sa puso nila ang insidenteng iyon, at naging malaking bahagi sa pananalig nila.

Mga Taong Nagsisiksikan

Dahil nasa kanto, matao ang tindahan namin, pati mga pastor at miyembro ng iglesya ay madalas pumunta sa amin. Habang pumapasok ako sa seminaryo, ilang diakonesa ang humingi ng payo sa akin tungkol sa mga mananampalatayang nagnanais magtayo ng unyon tungkol sa panghihiram ng pera sa iglesya. Pinayuhan ko silang huwag sumali sa grupong iyon at ito ang sinabi ko sa kanila: "Kung may kinalaman ang pera sa mga samahan, tiyak na kikilos si Satanas at ang iglesya ay magkakaroon ng problema."

Hindi nagtagal, nagkaproblema ang unyon at nalagay sa mahirap na situwasyon ang iglesya. Simula nang itatag ko ang iglesya, pinagbawalan kong magkaroon ng bazaar kahit ano pa ang maging dahilan nito. Palagi kong itinuturo sa mga miyembro na huwag na huwag papasok sa anumang may kinalaman sa pera. Nang nabalitaan na ng ibang miyembro ang pagpapapayong ginagawa ko, maraming tao ang pumila para humingi ng payo. May lumapit sa aking isang babaing kalbo na nakabandana. Pagkaraan ng dalawang buwan matapos ko siyang ipanalangin, tinubuan muli siya ng buhok at hindi na muling nagbandana.

May isang mananampalataya na paminsan-minsan ay nagpupunta sa manghuhula at hindi sinusunod ang Araw ng Pamamahinga. Naaksidente siya at lumapit siya sa akin. Humiling siyang ipanalangin ko siya dahil sa napakasakit na nararamdaman. Taimtim ko siyang ipinanalangin. Nagpatotoo siyang nawala ang masakit at gumaling siya.

Sa ganap na pagsunod sa Araw ng Pamamahinga, tinatanggap natin ang espirituwal na kapangyarihan ng Diyos. Kaya naman, bibigyan ka Niya ng proteksyon sa buong isang linggo sa anumang aksidente. Pero kung hindi mo sinusunod ang Araw ng Pamamahinga, hindi ka poprotektahan ng Diyos ng katarungan. Ang taong iyon ay nagpupunta sa mga manghuhula kaya siya'y nagkakasala ng espirituwal na pangangalunya sa harapan ng Diyos. Napopoot ang Diyos sa ganito.

Sinusubukan kong magtanim ng pananalig sa Salita ng Diyos sa mga taong bumibisita sa akin. May isang pastor na bumisita sa akin habang patungo siya sa bundok dalanginan para malutas ang kanyang problema. Pagkagaling niya sa akin, umuwi siyang nagagalak, nasagot ang problema niya! Napakarami kong pinapayuhan kaya madalas, wala akong panahong pumasok sa seminaryo. Kapag nasa bahay ako, lahat ng gustong humingi ng payo at ng panalangin ay nagsisiksikan sa bahay at sa paligid namin. Kaya nagpupunta ako sa bundok tuwing bakasyon. Kailangan kong umiwas sa mga tao para makatuon sa Salita at pananalangin bilang seminarista.

Nag-aayuno nang Husto sa Pamamagitan ng Inspirasyon ng Espiritu

Maaaring Alisin ang Kasalanan Kahit sa Isipan Lang

Noong Agosto 1979, bakasyon sa panahon ng tag-araw sa seminaryo, sumali ako sa eskuwelahan ng mga pastor ng Canaan Agricultural School kasama ng pastor ng aming iglesya. Sa asul na langit kitang kita ang tubig na nanggagaling sa bukal. Narinig ko ang pag-uusap ng ilang mga pastor. Nagulat ako sa pinag-uusapan nila na makamundong mga bagay. Ang buong akala ko noon, banal ang mga pastor katulad ng Panginoon. Nalungkot ako sa narinig ko sa kanila:

"Kahit mga pastor na tayo, wala tayong magagawa sa likas na kasalanan na pangangalunya at ang mga laman ng isip na nanggagaling dito. Kaya sa opinyon ko at paniniwala, hindi ito kasalanan."

"Tama ka," sagot ng isa, "Nagkakasala tayo kung ginagawa na natin ito. Pero kung sa isipan lang, hindi matatawag na kasalanan."

Nabigla talaga ako sa narinig ko dahil naiwaksi ko na ang likas na kasalanan ng pangangalunya sa isip sa pag-aayuno at pananalangin bago pa ako pumasok sa seminaryo. Dahil nabunot na ang orihinal na ugat ng kasalanan, ang kaaway nating si Satanas ay hindi na makapaglalagay ng ganyang uri ng pag-iisip sa akin. Uutusan ba tayo ng Diyos na huwag makiapid kung hindi natin ito masusunod? Bakit ganoon ang pag-uusap nila kung naniniwala silang maaaring iwaksi ng pananalangin at pag-aayuno ang kasalanan? Sinabi ni Jesus na ang sinumang tumitingin ng may pagnanasa sa isang babae ay nagkasala na ng pangangalunya sa puso niya. At isa pa, sinabi Niyang walang imposible sa taong nagtitiwala, kaya maaari nating iwaksi ang kasalanan sa pakikipagbuno dito hanggang sa dumanak ang ating dugo.

Gayon din, nang tanungin ng mga estudyante ang propesor tungkol dito, sinabi rin niyang walang magagawa ang tao tungkol sa kanyang iniisip, kaya hindi kasalanan kung ito'y nasa isipan lang. Nagpasiya akong turuan ang mga mananampalataya na kaya nating iwaksi ang kasalanan kapag tumatanggap tayo ng biyaya at lakas ng Diyos.

"Salamat O Diyos, kung hindi ko narinig noon na maaari naming iwaksi sa puso ang pangangalunya sa isip, sumuko na sana ako at patuloy na nagkakasala. Pero hinayaan Mo akong magpursigi at manalanging isabuhay ang Salita Mo. At tinulungan Mo akong iwaksi ang pangangalunya sa isip sa pamamagitan ng pananalangin at pag-aayuno. Salamat O Diyos!"

Napagtanto kong ang Pag-aayuno ay Kalooban ng Diyos

Kahit nasa seminaryo na ako, patuloy akong nanalangin ng may pag-aayuno, sa loob ng tatlong araw, pito, labinlima at dalawampu't isang araw. Noong bago pa lang akong mananampalataya, hindi ko alam kung bakit kailangang mag-ayuno pero sinunod ko pa rin ang gabay ng Banal na Espiritu. Nang maging diakono ako, natutunan ko kung bakit kailangang mag-ayuno at kung anong pakinabang nito. Kaya kung nagkakasala ako, nag-aayuno ako ng tatlong araw, limang araw, at pitong araw para iwaksi ito. Halimbawa, nang mapagtanto kong may ugali akong likas na sinungaling, nag-ayuno kaagad ako ng tatlong araw. Dahil napakahirap mag-ayuno, naiiwaksi ko kaagad ang pagsisinungaling at iba pang mga kasalanan.

Napakamahalaga na kumain tayo ng pagkaing pambawi ng lakas pagkatapos ng pag-aayuno. Ito'y lugaw o tsamporado. Kailangang kainin ito sa loob ng kung ilang araw na nag-ayuno. Bunga nito, iilan lang ang araw na kumakain ako ng ibang pagkain. Ito'y isang tuloy-tuloy na pag-aayuno at pagkain ng lugaw. Natutunan ko ang pananalangin nang may kasamang pag-aayuno sa isang pagtitipon para sa pagbabagong buhay na dinaluhan ko sa kauna-unahang pagkakataon sa buhay ko. Pero hindi ko alam ang tungkol sa pagkaing pambawi ng lakas. Hindi ko talaga alam kung bakit nag-aayuno ngunit sa gabay ng Banal na Espiritu, determinado akong mag-ayuno ng pitong araw at pumunta ako sa bundok ng Chung-gye, may dalang kumot at Biblia.

Sa hindi kalayuan sa bahay dalanginan, may mga pribadong silid na kung tawagin ay "prayer cells" (silid dalanginan) para sa gustong manalangin nang nag-iisa. Mamasa-masa ang lugar at ang sahig na kahoy ay may mga butas kaya may mga insektong nagsisigapang sa paligid. Isinisigaw ko ang aking dalangin at sa wakas ay natapos ko ang pitong araw na pag-aayuno. Nanginginig ang mga binti ko sa pagbaba sa bundok pero napakasaya ko dahil nakatapos ako. Pagdating ko sa himpilan ng bus, may nagtitinda ng pritong patatas at donut. Kumain ako ng donut at umuwi na.

"Mahal, Pahingi naman ng Pagkain"

Ipinaghanda ako ng pagkain ng asawa ko. Nanalangin ako, "Nagtitiwala akong tutunawin ito ng sikmura ko," at dalawang mangkok ng kanin ang naubos ko. Mahirap ito para sa sikmura, ngunit natunawan ako. Hindi nagtagal, nabalitaan ko ang bagong tayong Bahay Dalanginan sa Osanri sa Paju, Kyeong-gi Do. Pumunta rin ako doon para mag-ayuno at manalangin. Habang nasa pagpupulong ako sa tatlong araw na pag-aayuno, nalaman kong mahalaga ang kumain ng pagkaing pambawi ng lakas. Sinabi ng pastor na kailangang kumain kami ng lugaw o tsamporado at gulay. Pero iba ang pananaw ko tungkol dito.

Pagkagaling sa pag-aayuno, kumakain ako ng regular na pagkain sa bahay, pagkatapos manalangin ng "Nagtitiwala akong tutunawin ito ng sikmura ko." Bigla na lang namaga ang mukha ko at kung anu-anong nangyari sa buong katawan ko. Lumuhod agad ako at ipinanalangin ito. Narinig ko ang tinig ng Banal na Espiritu, "Noong hindi mo pa alam ang tungkol sa pagkaing pambawi ng lakas, nakita ko ang pananalig mo. Ngayon, alam mo na ito, at dahil sa kayabangan mo kaya hindi ka sumunod." Pinagsisihan ko nang husto ang hindi ko pagsunod sa natutunan ko, at nagsimula ulit ako ng isa pang pag-aayuno noong sandaling iyon.

Pakinabang ng Panalanging may Kasamang Pag-aayuno

Napakamahalagang bahagi ito sa pagtanggap ng sagot sa ating mga dalangin at maraming pakinabang dito. Una, napakahirap mag-ayuno at kumain ng pagkaing pambawi ng lakas sa loob ng itinakdang panahon nang hindi pinipilit ang katawan para sumunod. Habang nag-aayuno tayo, pinuputol natin ang kaugnayan sa laman at nagkakaroon tayo ng lakas para pigilan ang sarili. Ang espiritu natin ay sumisigla at makakatulong sa ating lumago bilang mga espirituwal na tao. Isa pa, sa pisikal na aspeto, napapahinga ang ating sikmura at ito'y mabuti para sa ating kalusugan. Ang isipan ay mas lumilinaw din, kaya mabuti ito para sa mental at pisikal na kalusugan. Habang patuloy na nagiging aktibo ang espiritu, mapupuspos tayo ng Banal na Espiritu, kaya tatanggap tayo ng lakas mula sa Diyos. Sa mataimtim na pananalangin, tatanggapin natin ang mga kasagutan sa iba't ibang problema at ang mga panalanging ito ay pipigil sa mga pagsubok na darating. Gumagawa ang Diyos para sa kabutihan ng lahat.

Kasingdalas ng pag-aayuno ko ang pagkain ko, at ni hindi ako nagbago ng isipan noong oras na nagpasiya akong mag-ayuno sa panahong itinakda ko. Magkakaroon tayo ng pagtitiwala sa Diyos kapag ginawa natin ang ipinangako sa Kanya. Kapag tumanggap tayo ng mga sagot sa ating pananalangin at pag-aayuno, lumalago ang ating pananampalataya, at nagkakaroon tayo ng katapangan at kapangyarihan sa ating buhay. Kaya ito ay isang maiksing paraan para magkaroon ng totoong karanasan sa buhay Cristiano at mahusay na paraan para mamuhay ng matagumpay sa pananampalataya.

Kaya ang pananalanging may pag-aayuno ay kalooban ng Diyos at isa ito sa pinakamagandang paraan para matupad ang kaharian at katuwiran ng Diyos.

Paraan sa Pag-aalay ng Panalanging may Kasamang Pag-aayuno

Ang panalanging may kasamang pag-aayuno ay pananalanging walang kinakain, kundi umiinom lang ng tubig. Ito'y pananalanging may determinasyong nagsasabi, "Kung mamamatay ako, mamamatay ako." Kaya hindi tayo dapat mag-ayuno ng mahigit sa sampung araw nang hindi ito pinag-iisipan nang matagal, at dapat sundin natin ang kalooban ng Diyos sa gabay ng Banal na Espiritu.

Sinasabi ng Isaias 58:6 *"Hindi ba ito ang ayuno na aking pinili: na kalagin ang mga tali ng kasamaan, na kalasin ang mga panali ng pamatok, na palayain ang naaapi, at baliin ang bawat pamatok?"*

Ang pang-aalipin dito ay tumutukoy sa mga problemang dumadating dahil sa paglayo sa Salita ng Diyos. Kapag nakapag-alay tayo ng nakalulugod na pag-aayuno, malulutas ang ating mga problema. Pero may mga taong nag-aayuno sa loob ng apatnapung araw sa sariling kagustuhan lang nila kaya nahaharap sila sa mga problema dahil hindi sila protektado ng Dios. Kaya, ano nga ba ang pag-aayunong nakalulugod sa Diyos?

Una, huwag pabago-bago ang isip.

Kapag nakapagpasiya na kung ilang araw mag-aayuno, huwag baguhin ito sa kalagitnaan. Huwag tumigil o sumuko dahil nahirapan na kayong gawin ito. Kung kailangang huminto sa hindi maiwasang dahilan, umpisahan muli ang pag-aayuno, at tapusin sa panahong ipinangako sa Diyos. Kung nangako ka sa Diyos at babaguhin ito dahil sa ganoon at ganitong dahilan, papaano ka Niya pagtitiwalaan at iibigin? Tuparin ang anumang ipinangako sa Diyos. Sa pamamagitan nito, matututunan natin ang pagpupunyagi at madadagdagan ang pagtitiwala Niya sa atin. At isa pa, masusunod pa natin ang kalooban Niya.

Ikalawa, sumigaw at manangis sa panalangin habang nag-aayuno.

May ilang tao na hindi tama ang pananalangin, at mas gusto nilang matulog habang nag-aayuno. Walang kabuluhan ang ganitong pag-aayuno. Kapag sumigaw at nanangis tayo sa panalangin, doon lang tayo bibigyan ng Diyos ng biyaya at lakas para ituloy ang pag-aayuno. Bibigyan din Niya tayo ng mga pagpapala at sagot sa ating mga dalangin.

Tayo'y kumakain ng tatlong beses sa isang araw, tatlong beses din tayong manalangin habang nag-aayuno. Sa ganitong paraan, mabibigyan tayo ng espirituwal na manna at tubig ng buhay mula sa langit at mapupuspos ng Banal na Espiritu at ang kaaway nating diyablo ay lalayas. Sa mahabaang pag-aayuno naman, limang beses tayong manalangin sa buong maghapon para makakain tayo ng espirituwal na pagkain mula sa Diyos. Maliban diyan, ang pag-aayuno ay hindi pakitang-tao lang. Kapag binubuksan natin ang ating mga puso at mataimtim na dumadalangin mula sa kaibuturan nito, bibigyan tayo ng biyaya at lakas (Joel 2:12-13).

Ikatlo, huwag maglibang.

Sinasabi sa Isaias 58:3, *"'Bakit kami ay nag-aayuno, at hindi mo nakikita? Bakit hindi mo napapansin ang aming pagpapakumbaba?' Sa araw ng inyong pag-aayuno ay hinahanap ninyo ang inyong sariling kalayawan, at inyong pinahihirapan ang lahat ninyong mga manggagawa."*

Kapag nanood ka ng telebisyon, nagalit, o nanira ng kapwa habang nag-aayuno, hindi ito matatanggap ng Diyos nang may kagalakan kaya huwag kang umasa sa sagot Niya. Samakatwid, huwag maglibang, makipagkuwentuhan nang walang kabuluhan, o magsinungaling para malugod ang Diyos sa laman ng puso mo.

Ikaapat, sa pananalangin, unahin ang kaharian ng Diyos at ang Kanyang katuwiran.

Kapag nananalangin tayo na pansarili lang at may kasama pang pagnanasa, hindi tatanggapin ng Diyos ang ating panalangin. Wala ring kasagutang ibubunga ito. Sa halip, ang pag-aayuno ay magiging masama pa sa ating katawan kaya mag-ingat tayo. Huwag nating idalangin ang ating kasikatan, makamundong kapangyarihan o karunungan kundi ang mapabanal tayo at maging tamang sisidlan na magagamit ng Diyos. Idalangin natin na maraming kaluluwa pa ang maligtas, makatanggap ng dagdag na lakas mula sa Diyos at makatanggap din ng mga kaloob ng Banal na Espiritu. Tatanggapin ng Diyos ang ating panalangin kapag ito ay para sa kaharian at katuwiran Niya, at para sa mga pastor ng mga iglesya.

Ikalima, manalangin nang may pag-ibig na espirituwal.

Sinasabi ng Isaias 58:7, *"Hindi ba ito ay upang ibahagi ang iyong tinapay sa nagugutom, at dalhin sa iyong bahay ang dukha na walang tuluyan? Kapag nakakita ka ng hubad, iyong bihisan; at huwag kang magkubli sa iyong sariling laman?"*

Inaalaala ng Diyos kapag ang mga anak Niya ay titigil sa pagkain para manalangin. Kung sila'y kikilos nang may kabutihan at magpapamalas ng pag-ibig sa kapwa, magiging maganda sila sa paningin ng Diyos. Mas magagalak Siyang tanggapin ang pag-aayuno natin at sasagot Siya nang mas mabilis.

Ikaanim, dapat kumain din tayo ng pagkaing pambawi ng lakas.

Pagkatapos ng ating pag-aayuno, kumain tayo ng pagkaing pambawi ng lakas. Kung ilang araw tayo nag-ayuno, gayon din ang bilang ng araw ng pagkain nito para ang pag-aayuno'y makumpleto. Kapag tama ang pagkain natin nito, nagkakaroon tayo ng pagpipigil sa sarili. Hindi ito makakasama sa katawan natin kundi palulusugin ito, at ang espiritu natin ay magkakaroon ng mas malinaw na pananaw.

Sasabihin ng ilan, "Malakas ang sikmura ko, kaya hindi ko na kailangan ang pagkaing pambawi ng lakas." Maling ideya ito. Kapag kumakain tayo ng pagkaing ito, pinapalakas ng Diyos ang mga sikmura natin at pinapagaling Niya ang ilang karamdaman sa panahong ito.

Kahit nairaos natin nang maayos ang ating pag-aayuno, kapag hindi tayo kumain ng pagkaing pambawi ng lakas, mawawalan tayo ng sigla, mapipinsala ang ating katawan, at maaaring magkaroon tayo ng problema. Gayon din, habang nagpapalakas tayo, huwag munang magtrabaho o mag-ehersisyo nang labis. At isa pa, maaaring magkaroon ng pagsubok pagkatapos ng pag-aayuno kaya dapat idalangin ito habang nag-aayuno.

Tamang Pagkaing Pambawi ng Lakas

Kapag kumain tayo ng marami habang nagpapalakas tayo, mamamaga ang mukha natin, at hindi rin mabuti ito sa ating sikmura, kaya dapat tayong mag-ingat. Tatlong beses tayong kumakain sa isang araw, pero maaari tayong kumain ng isang tasang pagkaing pambawi tulad ng lugaw, apat na beses sa buong maghapon.

Iwasan natin ang karne, itlog, tinapay, soft drinks, at mga pagkaing mamantika, maanghang, maalat o maasim. Umiwas tayo sa mga pagkaing may MSG at may pampaanghang. Mas mabuting kumain ng mga gulay.

Pagkatapos mag-ayuno ng tatlong araw, kumain tayo ng lugaw. Pero sa mahabaang pag-aayuno, ang sikmura ay nagiging tulad sa bagong panganak na sanggol. Kaya sa unang dalawang araw, kumain tayo ng am o sabaw ng sinaing na parang tubig lang. Apat na beses itong kainin sa maghapon. Maaari rin tayong uminom ng katas ng mansanas apat na beses sa isang araw, huwag ihalo ang sapal nito.

Pagkaraan ng tatlo hanggang apat na araw, mas malapot na sabaw ng sinaing ang kainin. Paglipas ng ilang araw, puwede na ang dinikdik na kanin o kalabasa at dagdagan na ang sukat nito. Sa ulam naman, iwasan ang karne at MSG. Kung gusto ng laman, kumain ng isda na may kaunting asin.

Mahusay din ang sabaw na may gulay. Maganda ring balatan ang buto ng sesame at ihalo sa lugaw. Mababawi agad natin ang lakas, at mararamdamang nagiging malusog tayo kapag sinusunod ang prosesong ito ng pagpapalakas.

Pananalangin Para sa Patnubay ng Banal na Espiritu

Mahiyain akong tao. Kapag may kasama ako, hindi ako makapanalangin nang malakas. Kaya sa magdamag ako nananalanging mag-isa. Pagkatapos ng tatlumpung minutong pananalangin, tinanggap ko ang kapuspusan at inspirasyon ng Banal na Espiritu para magkaroon ng malalim na pakikipag-ugnayan sa Diyos. Minsan, napakainspirado ko kaya napapakanta ako sa ibang wika at minsan naman ay napapasayaw sa pagkilos ng Banal na Espiritu na umaawit ng Hallelujah.

Laging kasama sa dalangin ko ang pastor ng aming iglesya, ang iba pang mga pastor, mga matatanda ng iglesya at pati na ang pagbabalik-sigla ng iglesya at ang iba pang kaluluwa, ang ibang mga iglesya, ang bansa at mga mamamayan nito. Sa pagtatapos ng pananalangin ko, sandali kong idadalangin ang pamilya at negosyo ko. Kapag may panahon ako, pumupunta ako sa mga lugar ng dalanginan at dumadalo ako sa mga madaling araw na pulong panalangin. Sa paglipas ng panahon, umaakyat na ako sa bundok. Dahil sa nasasayangan ako sa paghihintay na matapos ang pananghalian ko, palagi akong nagdadala ng kumot sa madaling araw at hindi na lang kumakain sa tanghali.

Tuwing gabi, kakain ako sa bahay dalanginan at dadalo sa pagpupulong doon. Kapag inuudyukan akong mag-ayuno, mag-aayuno pa rin ako sa gabi.

"At gayundin naman, ang Espiritu ay tumutulong sa ating kahinaan; sapagkat hindi tayo marunong manalangin nang nararapat; ngunit ang Espiritu mismo ang namamagitan na may mga daing na hindi maipahayag; ngunit ang Diyos na sumisiyasat ng mga puso ay nakakaalam kung ano ang kaisipan ng Espiritu, sapagkat siya ang namamagitan dahil sa mga banal ayon sa kalooban ng Diyos" (Mga Taga-Roma 8:26-27).

Wala akong alam sa Banal na Espiritu noon, sinusunod ko lang ang gabay Niya at nananalangin. Sinasaliksik ng Diyos ang puso. Dahil ang Banal na Espiritu ay nananalangin sa kalooban ko, dumalangin ako sa udyok Niya.

Inihahanda ng Diyos ang Pagtatatag ng Iglesya

Pagtatagumpay sa mga Pagsubok sa Pananampalataya

Pinayagan ng Diyos ang mga pagsubok sa pananampalataya para magkaroon ang pamilya ko ng perpektong pananalig. Ang bunso kong si Soojin ay anim na taong gulang noong 1980. Naglalakad siya kasama ng kapatid niya nang mabunggo siya ng isa sa mga kabataang lalaki na naglalaro ng bola. Natumba siya at nabagok ang ulo sa simento. Dumating ang mga magulang ng lalaki at dinala nila si Soojin sa ospital.

Sumugod sa ospital ang asawa ko nang mabalitaan niya ito. Sinabi ng mga doktor na kailangang dalhin si Soojin sa mas malaking ospital. Sinabi niyang nagkaroon ng malaking pinsala ang utak ni Soojin at maaaring maapektuhan ang kanyang pag-iisip dahil dito. Kahit pa maoperahan, may malaking posibilidad na magkaroon siya ng diperensya sa utak.

Nasa tindahan ako noong mga oras na iyon, at nalaman

kong nagdidiliryo na si Soojin. Pero dahil sa aking pananalig na gagaling siya sa pamamagitan ng pananalangin, iniuwi ko siya sa halip na dalhin sa malaking ospital.

Hindi malaman ng nanay ng batang lalaki kung ano ang gagawin. Namamasukan siya bilang katulong at hirap din siya sa pananalapi tulad namin.

Pinayapa ko ang kalooban niya, ipinatong ko ang kamay ko kay Soojin at nanalangin ako. Nagsasalita siya ng kung anu-ano at panay ang daing. Hindi rin siya gumising kinabukasan at nanalangin kaming mag-asawa sa buong magdamag. Araw ng Miyerkules, papaalis ako ng bahay para pumasok sa seminaryo nang biglang nagsalita nang buong linaw si Soojin, "Tatay, 'di ba araw ng pagsamba ngayon?" Nagkamalay na si Soojin!

"Maraming salamat, O Diyos! Sinagot Mo ang dalangin ko at may malay-tao na si Soojin."Pagbalik ko mula sa klase, nakaalis na si Soojin patungo sa simbahan para dumalo sa Pagsamba tuwing Miyerkules.

Nabundol ng Trak ang Pangalawang Anak Ko

Noong 1981, naaksidente ang pangalawang anak naming si Mikyung. Bumaba siya sa bus at habang papatawid ay nabundol ng trak dahil hindi siya nakita ng tsuper. Tumilapon siya at pinagkaguluhan ng mga tao. Dinala siya sa ospital ng tsuper.

Pagdating ng asawa ko sa ospital, magang-maga na ang mukha ni Mikyung na parang dalawa ang baba niya. Ang loob ng bibig niya ay nawasak. Nakakaawa! Kailangan daw siyang tumigil sa ospital sabi ng mga doktor, pero iniuwi siya ng asawa ko. Duguan si Mikyung at ni hindi niya maimulat ang mga mata niya. Nakakakilabot ang mukha niya sa dami ng sugat.

Hindi siya makakain. Nakayanan niya lang uminom ng gatas at humigop ng sabaw gamit ang straw. Nang silipin ko ang bibig niya, nakakakilabot ito. Taimtim kong idinalangin si Mikyung habang nakapatong ang kamay sa kanya. Kahit napakarami niyang sugat, pumasok pa rin siya sa eskuwelahan. Nagulat ang titser niya at sinabihan siyang magpaospital. Buong magdamag kaming nag-ayuno at nanalangin ng asawa ko. Patuloy na pumasok sa klase si Mikyung, at nagkapasa-pasa ang mukha niya dahil sa pagkakabugbog, paglipas ng isang araw. Pagkalipas ng limang araw, natanggal na ang mga langib at gumaling na siya nang husto. Nagbalik na sa normal ang bibig niya, nawala ang pamamaga, ang loob ng bibig niya ay gumaling at luminis ng lubusan.

Bakasyon noong taong iyon nang makatanggap kami ng sulat mula sa titser ni Mikyung. Sinabi niyang napagtanto niya na buhay at napakamakapangyarihan ng Diyos dahil namalas niya kung paano gumaling kaagad si Mikyung nang hindi nagpapagamot sa doktor o umiinom ng gamot. Sa pagtatapos ng sulat, sinabi niyang dadalo na siya sa iglesya mula noon.

Ang Panganay Namin ay Nagamot Nang Magsisi ang Asawa Ko

Noong 1981, nasa elementarya ang panganay kong si Miyoung. Habang bakasyon, nag-ayuno at nanalangin ako sa Bahay Dalanginan ng Osanri. Pag-uwi ko, nakita kong punung-puno ng pigsa sa buong katawan si Miyoung. Sobrang dami ng pigsa niya kaya nagmukhang balat ng puno ang kutis niya. At nagkaimpeksyon na ang kanyang mga sugat. Nagnanana ang mga ito. Nakapangingilabot! Dahil nagdudugo ang katawan niya sa tuwing gagalaw siya, pumirmi na lang siya sa isang sulok ng silid.

Dahil nananalig ang asawa kong pagagalingin ng Diyos si Miyoung, hindi niya ito pinahiran ng anumang gamot ni dinala sa ospital. Ipinanalangin ko siya pero hindi siya gumaling. Ipinanalangin ko ulit kinabukasan, pero walang pagbabago.

"Narito, ang kamay ng PANGINOON ay hindi maikli na di makapagligtas; ni hindi mahina ang kanyang pandinig, na ito'y di makarinig. Ngunit pinaghiwalay ng inyong mga kasamaan kayo at ang inyong Diyos, at ang inyong mga kasalanan ay siyang nagkubli ng kanyang mukha sa inyo, anupa't siya'y hindi nakikinig" (Isaias 59:1-2).

Sinaliksik ko ang sarili ko, naghanap ako ng nagawang dapat kong pagsisihan pero wala akong maisip. Sigurado akong wala ring nagawang 'di kaayaya si Miyoung. Napakabait niyang bata. Sinabi ng asawa kong naging tamad siya sa pagdalo sa pananalangin sa madaling-araw dahil naging abala siya, kaya pinagsisihan niya ito sa Diyos. Pagkatapos niyang magsisi, nanalangin ulit ako para kay Miyoung, at ipinamalas ng Diyos ang pagkilos Niya. Ang balat na punung-puno ng sugat, na manilaw-nilaw dahil sa impeksyon ay biglang pumuti noong gabi ring iyon. Ang mga langib ay natanggal nang kusa. At gumaling siya nang lubusan bago matapos ang bakasyon.

Kapag umaasa kami nang husto sa Diyos, hindi kami nahaharap sa mahihirap na situwasyon. Napagtanto naming pagsubok ito sa aming pananampalataya para madagdagan ang pananalig ng pamilya ko. Katulad ito nang hubugin ng Diyos si Job para maging banal na tao sa pamamagitan ng mga pigsa, at kami ay nagpapasalamat sa pag-ibig ng Niya. Hinayaan ng Diyos ang mga pagsubok sa tatlo kong anak bago itatag ang iglesya para mabigyan kami ng mas malaking pananampalataya.

Anong Gagawin Ko?

Kinikilala ko ang Diyos sa lahat ng mga bagay at palagi akong nakakatagpo ng kagalakan sa paghiling ng kalooban Niya at pagsunod nito. Sa pagbabasa ng Biblia, nabagbag ang damdamin ko nang si David ay umasa lamang sa Diyos sa lahat ng bagay.

"Pagkatapos nito, sumangguni si David sa PANGINOON, 'Pupunta ba ako sa alinman sa mga lunsod ng Juda?' At sinabi ng PANGINOON sa kanya, 'Pumunta ka.' At sinabi ni David, 'Saan ako pupunta?' At kanyang sinabi, 'Sa Hebron'" (2 Samuel 2:1).

"Sumangguni si David sa PANGINOON, 'Aahon ba ako laban sa mga Filisteo? Ibibigay Mo ba sila sa aking kamay?' Sinabi ng PANGINOON kay David, 'Umahon ka sapagkat tunay na Aking ibibigay ang mga Filisteo sa iyong kamay'" (2 Samuel 5:19).

Nagtanong si David sa Diyos tungkol sa lahat ng bagay, kahit napakaliit pa nito. Katulad ng maliit na batang nagtatanong sa kanyang mga magulang kung anong gagawin, nagtanong si David at siya'y ginabayan. Tuwing magtatanong si David sa Diyos, sinasabi sa kanya kung anong gagawin katulad ng isang mapagbigay na ama. Nagtanong din ako ng kalooban ng Diyos sa bawat bagay, at hinayaan akong marinig ng malinaw ang tinig ng Banal na Espiritu.

Apatnapung Araw ng Pag-aayuno

Habang ako ay nagbabakasyon noong tag-lamig ng 1981, inudyukan ako ng Diyos na mag-ayuno ng apatnapung araw. Bago tumungo sa bahay dalanginan, naghanda ako ng Biblia, libro ng mga himno at ilang libro ng mga mensahe. Nang papaalis na ako, bigla kong narinig ang malakas na tinig ng Banal na Espiritu,

"Huwag kang magdadala at babasa ng ibang libro maliban sa Biblia at himno sa iyong pag-aayuno."

Dali-dali kong inalis ang lahat ng libro, at itinira lang ang Biblia at himno at pumaroon na sa bahay dalanginan ng Osanri. Dahil bakasyon, libu-libong mananampalataya ang naroon. Sa loob ng animnapung taon, iyon ang pinakamalamig. Dinaluhan ko ang lahat ng nakalagay sa programa ng pagsamba, at naglaan ako ng tatlong beses na pananalangin (madaling-araw, hapon at alas-onse ng gabi). Tuwing pupunta ako sa maliit na silid para lumuhod at manalangin, pakiramdam ko'y nagyeyelo ako sa ginaw, pero nanangis pa rin ako sa panalangin at hindi man lang lumiban kahit isang araw.

Ang silid ay nababalutan ng yelo at ang loob mismo nito ay parang isang malaking bitak ng yelo. Sa pagsisikap kong manalangin sa loob ng talumpu hanggang apatnapung minuto, biniyayaan ako ng Diyos at nakaya kong sumigaw at tumangis sa panalangin ng may ilang oras pa. Dahil bago akong mananampalataya, nag-ayuno ako ng lima, pito, labinlima hanggang dalawampung araw. Madalas akong mag-ayuno habang pumapasok sa seminaryo. Sa palagay ko'y madadalian ako sa apatnapung araw na ayuno kung tutulungan ako ng Diyos. Idinalangin ko ang kaharian at katuwiran ng Diyos, at ang liwanag ng Salita Niya. Tinawag akong lingkod Niya pero wala akong magagawa sa sarili kong lakas, kaya taimtim kong idinalanging tumanggap ng kalakasan ng Diyos para makapaglingkod sa Kanya. Idinalangin ko rin ang pagtatatag ng iglesya, at binigyan ako ng Diyos ng pangitain ng isang iglesya na siyang tutupad ng pagmimisyon sa sanlibutan:

"Napakaraming mga kaluluwa ang nagdurusa dahil sa mga sakit at kahirapan. Ang iglesya mo ang tutulong sa mga nangangailangan, gagamot sa espiritu at katawan ng mga tao, at magiging saksi sa pagpapahayag ng magandang balita sa buong mundo at gagawa ng pagmimisyon sa sanlibutan. Itatatag at magniningning ang iglesya mo. Pinili kita at gagabayan ka mula sa simula hanggang sa wakas. Gawin mo ito, gagawin mo ang lahat ng ito sa sandaling itatag mo ang iglesya."

Dahil matagal akong nagdusa sa mga sakit, nauunawaan ko ang pakiramdam ng mga maysakit. Para makapagtanim ng pananalig sa mga hindi pa mananampalataya, makagamot ng mga taong maysakit, at makalag ang tanikala ng kawalang hustisyang gumagapos sa sangkatauhan sa makasalanang mundong ito, kailangan kong tumanggap ng malakas at walang hanggang kapangyarihan mula sa Diyos, kaya nanalangin ako.

"O Diyos, ibigay Mo sa akin ang kapangyarihan Mo nang sa gayon kung sinoman ang matakpan ng anino ko o humipo sa laylayan ng aking damit ay gumaling sa kanilang sakit, at sa pamamagitan ng Salita Mo ay mapalayas ko ang diyablo."

Sa taimtim kong pananalangin, tumanggap ako ng pangakong bibigyan Niya ako ng kapangyarihang magpalaya ng diyablo. Ang pangarap ko'y mas lalong tumanggap ng kapangyarihan mula sa Diyos para maipahayag ang magandang balita. Nais kong magtanim ng pananalig sa hindi mananampalataya at nagdurusa sa sakit, kahirapan at problema sa mundo, at makapagtatag ng iglesyang lalago at maghahayag ng ebanghelyo sa lahat ng sulok ng mundo. Para matupad ito, kailangan kong tumanggap ng walang hanggang kapangyarihan mula sa Diyos, kaya dumalangin akong tumanggap ng kapangyarihang ibinigay sa mga taong kinilala at minahal ng Diyos tulad nina Moises, Josue, Eliseo, Elias, Pedro at Pablo. Sila'y gumawa ng mga himala, tanda at kababalaghan.

Hindi lang ako humiling ng kapangyarihan at awtoridad sa daigdig, hiniling ko ring tumanggap ng labindalawang kaloob ng Banal na Espiritu. Noong ikaanim na araw na, hindi pa rin ako hinawakan ng Diyos. Dahil hindi pa rin ako tinulungan ng Diyos, kundi ginambala ako ng diyablo. Lumipas ang ikapito at ikawalong araw, nahilo ako at pinulikat ang kamay at paa ko. Pakiramdam ko masisiraan ako ng bait, at hindi ako makatulog sa gabi. Naisip ko na ako ay mababaliw, kaya pinilit kong maging matatag ang isip ko. Nanaginip pa akong may pumipilit sa akin na kumain ng kanin. Paggising ko, nagsisisi akong nanaginip ako ng ganoon. Naisip kong huminto na lang dahil baka nagdudulot lang ako ng kahihiyan sa Diyos. Kaya lang kapag tumigil naman ako sa sandaling iyon, kailangan ko na namang mag-umpisa ulit. Kaya nakipabuno ako sa hirap at sakit sa bawat araw.

Pagkalipas ng siyam na araw, hindi na ako nakaramdam ng mga ito. Sa ikadalawampung araw, wala na akong lakas para basahin ang Biblia kaya bumili ako ng libro ng mga mensahe ng mga pastor. Binasa ko ang dalawang kabanata pero wala na talaga akong lakas para magbasa. Pumasok ako sa silid dalanginan pero hindi ko natanggap ang lakas para sumigaw. Kailangang pilitin ko ang sarili ko para makapanalangin. Dasal ko, "O Diyos, bigyan

Mo ako ng lakas para sumigaw at tumangis sa pananalangin."

Hindi ko na alam kung gaano na katagal ang lumipas na oras ng pakikipagbuno nang may tinig na kumatok sa puso ko, *"Sinabi Ko na sa iyong huwag magbasa ng ibang libro maliban sa Biblia at himno. Bakit ka nagbasa ng librong isinulat ng tao?"*

Natauhan ako nang marinig ko ang tinig, at sinabi ko, "O Diyos, akala ko'y ayos lang ito. Sinuway na pala Kita. Pakiusap, patawarin Mo po ako." Nahihirapan akong magbasa ng Biblia kaya akala ko'y pwede na ang ibang libro. Natanto kong pagsuway pala iyon at pinagsisihan ko ito nang lubos. Pagkatapos nito, tumanggap ako ng panibagong lakas at nakadalangin na akong muli.

Sa ikadalawampu't walong araw, buto't balat na ako. Sobrang baba ng timbang ko. Sa ikatatlumpung araw, natuyo at nagkadikit-dikit na ang mga bituka ko kaya kahit tubig ay ayaw nang tanggapin. Pakiramdam ko'y hindi ako natunawan. Kapag uminom ako ng kahit kaunting tubig, inilalabas ko ito. Nang sumuka ako, itim na dugo ang lumabas. Dahil siguro sa mga ugat na napatid, kaya kapag sumusuka ako ay may halong dugo.

Sa ikatatlumpu't dalawang araw, dinalaw ako ng panganay kong anak na noon ay nasa elementarya. Maraming tao ang kasama ko sa silid kaya sa tingin ko'y hindi sila mapapakali sa pagsusuka ko kaya sumama na ako sa anak ko pag-uwi niya. Sa silid na inuupahan ko malapit sa bahay namin, itinuloy ko ang pag-aayuno. Talagang pahirapan ng kalooban ko ang nangyari. Pero noong ikatatlumpu't siyam na araw, 11:00 ng gabi, parang himalang nawala lahat ng nararamdaman kong sakit. Binigyan ako ng lakas ng Diyos, lakas ng isang taong magaling na magaling na. Kaya naligo ako, at nagbihis. Noong hatinggabi, nag-alay ako ng pasasalamat at pagsamba at tinapos ang pag-aayuno.

Tulad ng Isang Agilang Sinasanay ang Inakay

Nagtataka ako kung bakit pinabayaan ako ng Diyos sa apatnapung araw na pag-aayuno. Dati kasi madali lang sa akin ang pag-aayuno dahil tinulungan Niya ako. Kaya tinanong ko Siya kung bakit sariling sikap ang naging pag-aayuno ko at napakasakit ng naramdaman ko. Ito ang naging sagot Niya sa akin:

"Hindi kita pinabayaan. Sinadya kong sanayin ka. Kung ikukumpara mo ang pag-aayunong natapos mo nang madalian dahil sa tulong Ko at ang pag-aayunong ginawa mo sa sarili mong lakas at tatag, ang kapangyarihang tinanggap mo ay ilang ulit na mas malakas."

Kaya sa pag-aayunong tinapos ko sa sariling lakas at kagustuhan ay naging mas malakas at matatag ako, at mas magtatagumpay sa anumang problema. Nang marinig ko ang mga salitang ito, naaalaala ko ang Deuteronomio 32:11-12:

"Gaya ng agila na ginagalaw ang kanyang pugad, na pumapagaspas sa kanyang mga inakay, kanyang ibinubuka ang kanyang mga pakpak, na kinukuha sila, kanyang dinadala sa ibabaw ng kanyang mga pakpak: tanging ang PANGINOON ang pumapatnubay sa kanya, at walang ibang diyos na kasama siya."

Ang mga agila ay nagpupugad sa tuktok ng mga talampas. Kapag lumaki na ng kaunti ang mga inakay, itinutulak sila ng inang agila sa labas ng pugad. Ipapayagpag nila ang kanilang mga pakpak para hindi sila tuluyang bumagsak. Sa ganitong pagsasanay, nagiging malakas ang mga batang agila kaya nakakaligtas sila sa labanan para mabuhay, nakakalipad sila nang mataas sa himpapawid. Hindi ko napigilang lumuha dahil sa pag-ibig ng Diyos na nagsanay sa akin, tulad ng agilang mahigpit na nagsasanay sa inakay.

Kabanata 5

Pagsisimula ng Iglesya

Paghahanda sa Salita ng Diyos sa Loob ng Tatlong Taon

Dinalisay Kita

Pinag-isipan ko ang kahulugan ng 'tatlong taon.' Noong Hulyo 9, 1974, kaarawan ng tatay ko, nagsimula ang pangyayari sa diborsiyo namin ng asawa ko. At noong Hulyo 10, 1977, nagbukas kami ng tindahan sa palengke ng Keumho Dong nang may malusog na pananalapi. Eksaktong tatlong taon iyon. Dahil apat na taon ang pag-aaral sa seminaryo, hindi ko agad naunawaan kung bakit sinabi ng Diyos na sasamahan Niya ako sa 'pagsunod ko sa mga tanda at kababalaghan' pagkatapos kong maging handa sa Salita sa loob ng tatlong taon. Di nagtagal, naunawaan ko rin ang kahulugan ng mga salitang ito. Noong Pebrero 1982, sa hiling ng pastor ng Ilman Church sa Masan, nagsalita ako sa kanilang Pagtitipon para sa Pagbabagong Buhay. Natapos ko ang ikatlong taon sa seminaryo noong Pebrero 1982, kaya eksaktong tatlong taon mula nang pumasok ako dito. Isang elder sa simbahan ang humiling sa akin,

"Pastor, magsalita ka sa Pagtitipon para sa Pagbabagong Buhay ng iglesya namin."

"Hindi pa man lang ako naoordinahan. Isa lang akong estudyante sa seminaryo. Papaano ako magsasalita sa Pagtitipon para sa Pagbabagong Buhay? Iba na lang ang imbitahin n'yo."

"Hindi puwede. Matagal ko nang idinadalangin ito at inilagay ka ng Diyos sa isip ko. Kalooban Niya na ikaw ang magsalita sa pagtitipong ito."

"O sige, ipananalangin ko muna bago kita sagutin."

Dahil ito ang pinakaunang Pagtitipon para sa Pagbabagong Buhay at estudyante pa lang ako, kulang ako sa lakas ng loob. Nag-ayuno ako ng tatlong araw sa bundok dalanginan ng Osanri kaya nagkalakas ako ng loob at napanatag. Pag-uwi ko, lumuhod ako sa panalangin para makapaghanda ng mga mensaheng ipapahayag sa pagtitipon. Sa sandaling iyon, binigyan ako ng Diyos ng labing-isang mensahe kasama na ang mga talata at titulong dinetalye, pati na ang mga mensahe para sa mga pagtitipon sa madaling-araw. Ang inspirasyong ito mula sa Diyos ay nagpaalaala sa akin ng isang librong nabasa ko dati, "Nabasa mo ang librong ito, gawin mong halimbawa." Namangha talaga ako. Walang imposible sa Diyos. Natapos ko ang lahat ng paghahanda mula sa simula hanggang sa pagwawakas ng bawat mensahe. Nagpahayag ako sa pagtitipon at pinangunahan ito sa biyaya ng Diyos. Lahat ng miyembro ay nagpasalamat sa akin, sinasabing tumanggap sila ng pambihirang biyaya. Marami ang nagpatotoo sa Salita ng Buhay na noon lang nila naranasan. Binago ang kanilang espiritu at nalutas ang kanilang mga problema.

Simula sa pagtitipon na ito, naimbitahan na ako sa mga iglesya para magsalita sa mga pagtitipon nila. Sa tuwing may pagtitipon, ang Banal na Espiritu, katulad ng isang malakas at umiikot na hangin ay sumusunod at nangungusap sa mga tanda at kababalaghan ng Diyos. Nang tawagin ako ng Diyos para maging lingkod Niya, sinabi Niya, *"Sa loob ng tatlong taon ay inihanda mo ang sarili mo sa Salita."*

Para sa Matagumpay na Ministeryo

Sa huling taon sa seminaryo, ang mga kaklase ko ay naghahanda na ring magtatag ng kanilang sariling mga simbahan. Abala sila sa pagkuha ng kaalaman at impormasyon tungkol sa pagtatatag ng simbahan sa pamamagitan ng mga kumperensya tungkol sa paglago at paggawa ng mga pag-aaral sa pagpapasigla ng simbahan. Pinayuhan ako ng mga kaklase ko, "Pastor, paano ka makakagawa ng makapangyarihang ministeryo sa pamamagitan lang ng palaging pag-aayuno at pananalangin sa bundok? Bakit hindi ka sumali sa amin para marami ka ring matutunan?" Totoong may pakinabang sa pagkalap ng impormasyon at kaalaman sa pagtatatag ng simbahan ngunit mayroon akong ibang pananaw.

Gusto kong matutunan hindi ang pamamaraan ng tao, kundi ang paraan ng Diyos na nasa Biblia. Sa nabasa ko sa Biblia, palaging nananalangin ang mga ama ng pananampalatayang sina Pedro at Pablo. Naunawaan ko ang Salita ng Diyos sa pagninilay ng Biblia, at masigasig na ipinahayag ang ebanghelyo.

Sa Ang Mga Gawa 8:26 at mga sumunod na talata, nagpunta si Felipe sa ilang sa gabay ng Banal na Espiritu at may nakilala siyang eunukong taga-Ethiopia na opisyal ni Candace na reyna ng Ethiopia. Namamahala siya sa yaman ng reyna. Binabasa ng eunuko ang Isaias at nais niyang maunawaan ang Salita ng Diyos.

Kaya tinuruan siya ni Felipe tungkol kay Jesus at binautismuhan siya. Gayundin naman, nais ni apostol Pablo na mangaral sa Asya pero hindi siya pinayagan ng Banal na Espiritu at sa halip ay dinala siya sa Macedonia (Ang Mga Gawa 16:6-10).

Ang Diyos mismo ang pumapatnubay at namumuno sa Kanyang mga lingkod, iyan ang inihahayag sa pagninilay ng Salita. Para sa matagumpay na ministeryo, napagtanto kong ang pinakamahalaga ay ang malalim na ugnayan sa Diyos at pagsunod sa Kanyang kalooban. Kaya dumadalangin ako sa tuwi-tuwina at inuunawa ko ang Salita ng Diyos.

Nagmamalasakit ang Asawa ko sa mga Kaluluwa nang may Pagmamahal

Noong Marso 1982, pagkatapos ng apatnapung araw na pag-aayuno, tinapos ko rin ang pagkaing pambawi ng lakas, nagsimula na ang bagong semestre. Sa simula ng taon, inorganisa muli ang maliit na grupo sa simbahang dinadaluhan ko. Ang asawa ko ang naging lider sa pananambahan at si Diakonesa Aeja Ahn ang naging lider sa grupo. May lima kaming miyembro sa aming maliit na grupo. Pagdating ng Abril, naging dalawampu't lima na ang bilang ng miyembro namin.

Ang asawa ko ay masipag na nagbahagi ng ebanghelyo sa mga tao at inalagaan ang mga miyembro. At may takdang oras sila ni Diakonesa Aeja Ahn sa pananalangin araw-araw sa bahay. Sa panahong ito ng pananalangin, nalulutas ang problema ng mga pamilya, at mas maraming miyembro ng pamilya ang nababahagian ng ebanghelyo kaya may malaking pagbabagong naganap. Higit sa lahat, dahil masarap magluto ang asawa ko, sa bawat pagpupulong ay nagluluto siya ng masasarap na pagkain para sa mga miyembro.

Tuwing Linggo ng umaga, pinapapunta namin ang tatlong anak namin sa bawat pamilya na dala-dala ang mensaheng "Araw ngayon ng pagsisimba kaya pumunta kayo sa bahay namin nang 10:00 ng umaga." Kapag hindi sila dumating ng 10:00, ang mga anak ko ay muling pupunta sa mga bahay nila at kakatukin sila at pipiliting dumalo sa simbahan nang magkakasama. Madalas, hindi sila makatanggi sa mga anak ko kaya dadalo sila. Kaya't tuwing Linggo, may mga tatlumpung miyembrong dumadalo sa maliit na grupo ko. May pagmamahal silang inaalagaan ng asawa ko. Sa ganoong paraan siya nasanay sa pagiging asawa ng pastor.

May Pitong Dolyar

May kagila-gilalas na Pangyayari

Noong Marso 1, ang huling taon ko sa seminaryo, ang tindahan kong punung-puno dati ay biglang nawalan ng mamimili. Wala itong katao-tao. Noong una, tiningnan ko ang sarili ko kung may pader ba ako ng kasalanan laban sa Diyos. Inakala kong bubuti na ang lahat kinabukasan. Pero ganoon pa rin. Nanalangin kami ng asawa ko, pero walang sagot. Dahil wala kaming kinikita, binabawas sa deposito ang renta namin. Hindi nagtagal, nalaman naming kalooban ng Diyos ang lahat. Isinara namin ang tindahan para magtatag ng simbahan noong Hulyo 25. Noong panahong iyon, naubos na ang lahat ng deposito namin. Pagkatapos naming magbayad ng buwis, may natirang pitong dolyar. Niloob ng Diyos na mawala lahat ng naipundar namin sa mundo at inutusan kaming magtatag ng simbahan na pitong dolyar lang ang pera namin.

Dumadating ang Mga Taong Maysakit

Bakit palaging masaya ang nanay ni Miyoung?

Sa panahong naghihintay na lang akong mamatay, naging Cristiano ang asawa ko nang nasaksihan niyang gumaling ako sa aking mga sakit. Lagi na siyang masaya at puno ng kagalakan. Kahit wala kaming kakainin kinabukasan, nagpapasalamat pa rin kami. Habang naghuhugas siya ng mga pinggan o kahit anong ginagawa niya, kumakanta siya ng mga papuring awitin. Kahit sinong makasalubong niya, nagpapatotoo siyang kilala niya ang buhay na Diyos at nagpapahayag siya ng ebanghelyo. Bawat araw ay puspos siya ng Banal na Espiritu.

Bago magbukas ang simbahan, kumalat ang balita tungkol sa pamilya ko at dumami nang dumami ang mga taong nagpapadalangin sa akin. Noong Abril 1982, isang mananampalataya ang bumisita sa akin. Napakapayat niya, parang buto't balat na lang. Sinabi niyang hindi siya makalakad nang mabilis dahil may sakit na siya sa puso mula nang ipanganak siya.

"Pastor, tatlong araw pagkatapos kong isilang ang aking sanggol, namaga ang katawan ko at lumala ang kondisyon ko. Hindi ko man lang mahawakan ang sanggol ko."

"Tanggapin mo nang may pananalig ang panalangin ko. Pagagalingin ka ng Diyos."

Tumanggap siya ng panalangin nang minsan at gumaling siya sa sakit sa puso. Siya ay si Punong Diakonesa Seong Ja Kim, isang tagapanalanging miyembro ng iglesya namin. Isang araw naman, isang hindi katandaang babae ang dumalaw sa tindahan ko. Nabalitaan daw niya ang tungkol sa pamilya ko kaya hinanap niya ako. May anak siyang mahigit dalawampung taon gulang na nabalian ng buto niya sa balakang. Hindi na pantay ang kanyang mga binti kaya hindi siya makalakad nang maayos. Sobrang sakit ang nararamdaman niya kaya ginagamot na siya ng morpina. Nagumon na siya sa morpina, at wala na itong epekto sa kanya. Hindi na rin tumatalab kahit mga malalakas na gamot na pang-alis ng sakit. Hiniling ng kanyang ina na idalangin ko siya. Nagkaroon kami ng pagsamba sa kanilang tahanan. Inudyukan ako ng Banal na Espiritu na idalangin ang pamilyang iyon sa loob ng dalawampu't isang araw.

Nag-aaral pa ako sa seminaryo noon, at abala sa magdamag na pananalangin. Pero nagpahayag pa rin ako ng Salita ng Diyos sa kanila at dumalangin ng dalawampu't isang araw. Pagkatapos, ang anak na ito ay unti-unting nagkaroon ng pananalig, at tumigil na sa pag-inom ng mga gamot niya. Nagsimula siyang umasa lamang sa Diyos. Sa ikadalawampung araw, lahat ng sakit na nararamdaman niya ay nawala. At nang sumunod na araw, nagpatotoo siya ng ganito:

"Pastor, ang bahay na ito ay luma na at napakaraming daga sa bubong at kisame. Napakaingay nila. Sa gabi naman, pumupunta sila sa mga silid at ginagambala kami. Nahihirapan ako dahil dito. Kagabi nanaginip ako at paggising ko sa umaga may kagila-gilalas na nangyari!"

Sa dami ng daga, naglagay sila ng lason at iba pang bagay para mawala ang mga iyon pero walang nangyari. Naging nerbiyosa na siya at hindi mapakali dahil sa sakit niya. Hindi siya makatulog dahil sa ingay ng mga daga. At kagabi, nanaginip siyang tumanggap ng panalangin ko, at nang sandaling iyon, iba't ibang sukat ng daga ang grupo-grupong nagtakbuhan papalabas. At sa hulihan nila ay isang napakalaking daga na parang hari ang lumabas din. Pagkatapos, lahat ng sakit na nararamdaman ko ay nawala na, at ang totoo, ang mga daga sa bubong ay nawalang lahat. Ang kapatid na ito ay takang-taka sa ginawa ng Diyos at hindi niya naitago ang kanyang nararamdaman. Makalipas ang ilang araw, ang nanay ng babaing ito ay pumunta ulit sa akin at nagsabi, "Pastor, ang anak kong babae ay mamamatay na! Puntahan mo agad at ipanalangin mo siya!"

Hatinggabi nang dumating ako sa bahay nila. Ang anak niya ay nasa sahig, namimilipit sa sakit. Nag-ayuno siya ng tatlong araw at pagkatapos ay kumain ng pritong manok sa halip na pagkaing pambawi ng lakas. Hindi tuloy siya natunawan. Ipinatong ko ang kamay ko sa kanya at nanalangin ako. Sa inspirasyon ng Banal na Espiritu ay nakita ko nang malinaw ang buto sa loob ng tiyan niya at ang butong iyon ay natutunaw. Nang sandaling matapos ang panalangin ko, isinuka niya ang kinain niya. Huminga ng malalim at bumalik sa normal ang hitsura niya.

Gumagawa ng Malinis na Sisidlan

Madalas akong mag-ayuno at sinubukang gawin ang pinakamabuti, nakipaglaban sa lahat ng uri ng kasamaan at sumunod sa lahat ng utos ng Diyos. Nagkaroon ako ng siyam na bunga ng Banal na Espiritu at natanto kong lumalakas ang kapangyarihan at mga kaloob Niya sa akin. Sa panahon ding ito, matapos akong dumalangin sa Diyos sa loob ng pitong taon para maging malinaw ang pagkaunawa ko sa kalooban Niya, may dinala Siyang propeta sa akin. Abril 1982 nang isang miyembrong binahagian ng ebanghelyo ng asawa ko ang bumisita sa akin at sinabi ito:

"Pastor, may tumawag sa akin ng tatlong beses sa kalagitnaan ng gabi kaya nagising ako. Napakaliwanag noon kaya nahirapan akong magmulat ng mata, nagpakita ang Diyos at sinabi Niya sa akin, 'Pipiliin kita at makikilala ka ng mga bansa, at gagawin kitang saksi sa buong mundo.' Wala akong anumang ideya kung anong ibig sabihin nito."

Hindi pa niya alam kung ano ang Genesis o Mateo noon. Pero nagamot sa panalangin ang sakit niya sa sikmura. Habang nasa pulong panalangin kami para sa pagtatatag ng simbahan, nagsalita siya ng Salita ng Diyos. Nagulat ako dahil iyon mismo ang mga salitang ibinigay ng Diyos sa akin nang tawagin Niya akong maging lingkod:

"Hindi ba humiling ka ng labindalawang kaloob ng Banal na Espiritu? Ibinigay Ko sa iyo ang lahat ng iyon, kaya mag-alay ka ng dalangin ng pasasalamat."

Hindi lang iyan, sa pamamagitan ng propesiya, kinausap ako ng Diyos tungkol sa mga bagay na ako lang ang may alam. Hindi alam ng asawa ko ang mga iyon. Napagtanto kong binigyan ako ng kaloob ng propesiya. Tinitiyak ng Diyos sa akin na Siya ang pinanggalingan ng Salita. Matagal na akong humihiling ng labindalawang kaloob kasama ang siyam na kaloob ng Banal na Espiritu na nakasulat sa 1 Mga Taga-Corinto 12. Pati na ang kaloob na pangitain, kaloob na banal na paningin, at kaloob na pag-ibig.

Ano ang Propesiya?

Maraming itinuturong mga paraan ang Biblia para marinig ang tinig ng Diyos. Mayroong tinig ng Diyos mismo, at mayroon ding tinig ng Banal na Espiritu. Minsan naman, kinakausap tayo ng Diyos sa pamamagitan ng anghel na mukhang tao.

Kinakausap din tayo ng Diyos sa pamamagitan ng propesiya.

"Ang kamay ng PANGINOON ay sumasaakin, at Kanyang dinala ako sa pamamagitan ng Espiritu ng PANGINOON at inilagay ako sa gitna ng libis; iyon ay puno ng mga buto. Inakay Niya ako sa palibot ng mga iyon; napakarami niyon sa libis at ang mga iyon ay tuyung-tuyo. Kanyang sinabi sa akin, 'Anak ng tao, maaari bang mabuhay ang mga butong ito?' At ako'y sumagot, 'O Panginoong DIYOS; Ikaw ang nakakaalam.' Muling sinabi Niya sa akin, 'Magsalita ka ng propesiya sa mga butong ito, at sabihin mo sa kanila, O kayong mga tuyong buto, inyong pakinggan ang salita ng PANGINOON. Ganito ang sabi ng Panginoong DIYOS sa mga butong ito: Aking papasukin ang hininga sa inyo, at kayo'y mabubuhay. Lalagyan Ko kayo ng mga litid, babalutin Ko kayo ng laman, tatakpan Ko kayo ng balat, lalagyang Ko kayo ng hininga, at kayo'y mabubuhay; at inyong malalaman na Ako ang PANGINOON.' Sa gayo'y nagsalita ako ng propesiya gaya ng iniutos sa akin. Habang ako'y nagsasalita ng propesiya, biglang nagkaroon ng ingay, at narito, isang lagutukan. Ang mga buto ay nagkalapit, buto sa buto nito" (Ezekiel 37:1-7).

"....Sapagkat ang patotoo ni Jesus ang espiritu ng propesiya'" (Apocalipsis 19:10).

Ang propesiya ay pagpapahayag para sa ibang tao. Sa mga propeta, mayroong nagsasalita para sa tao o para sa Diyos.

Sa Ezekiel 37, makikita natin kay Ezekiel ang Espiritu ng

Diyos at nagsalita ang Diyos sa pamamagitan niya. Dahil nagsasalita ang Diyos sa pamamagitan ng bibig ng tao, ang mga pangungusap ay nasa paraang pautos. Ang propesiya ay hindi ginagawa ng tao kundi ng Espiritu ng Diyos, ng Banal na Espiritu. Ang Banal na Espiritu ay nakikiisa sa tao para ihatid ang kalooban ng Diyos. Kaya ito'y tunay na Salitang kinikilala at pinapatunayan ng Diyos. Ano ngayon ang espiritu ng propesiya?

Kung nagsasalita ka ng katotohanan sa pamamagitan ng Banal na Espiritu, nagpapatotoo ka kay Jesus, na Siyang katotohanan mismo. Dahil ang Espiritu ni Jesus ay pinatotohanan sa tao na nagpapahayag ng katotohanan sa pamamagitan ng Banal na Espiritu, ang tao ay nagpopropesiya. Ito ang espiritu ng propesiya. Katulad ng ginawang pagsunod ng propetang Ezekiel sa Salita ng Diyos at nagpropesiya, kung may taong nagpopropesiya ng Salita ng Diyos, marami tayong matatanggap na pahayag.

Makikita nating nais ni Jesus na tumanggap tayo ng pahayag batay sa sinabi Niya sa Mateo 11:27, *"Ang lahat ng bagay ay ibinigay sa akin ng aking Ama. Walang nakakakilala sa Anak kundi ang Ama; at walang nakakakilala sa Ama, kundi ang Anak, at sinumang piliin ng Anak na pagpapahayagan Niya."* Gayundin, sinabi ni apostol Pablo sa 2 Mga Taga-Corinto 12:1, *"Kailangang ako'y magmalaki, kahit ito'y hindi kapaki-pakinabang, ngunit ako ay magpapatuloy sa mga pangitain at mga pahayag ng Panginoon."*

Kung makakatanggap tayo ng pahayag ng Diyos katulad ni apostol Pablo, malinaw nating mauunawaan ang Diyos at maaari nating malaman ang mga bagay na mangyayari. Kung alam natin ang mga mangyayari sa hinaharap, doon lang tayo maaaring maging handa sa pagbabalik ng Panginoon, na darating katulad ng isang magnanakaw.

Tumatanggap ng Kasagutan sa Pagtatatag ng Simbahan

Gusto Ka Nilang Itiwalag

Habang pinaghahandaan ko ang pagbubukas ng simbahan, nagkaroon kami ng maraming pulong panalangin. Nagkaroon kami ng pagtitipon ng pagpapagaling sa bahay ni Diakonesa Aeja Ahn, at punung-puno ito ng mga tao. Ang pangalawang pagpupulong ay ginanap sa tindahan ko. Napagaling ang isang taong bali ang brasong nakasimento at inalis niya ang nakabalot na simento. Dumalo ang isang babaing hindi magkaanak at tumanggap ng panalangin. Hindi nagtagal, nabalitaan kong buntis na siya. Ang pangatlong pulong ay sa bundok ginanap. Mahigit sa apatnapung katao ang dumalo. May mga seminarista at mga pastor. May babae na dati nang naopera sa kanyang gulugod subalit muling nagkaproblema at siya'y nasa delikadong situwasyon, pero gusto pa rin niyang dumalo sa pulong. Dinala siya ng isang miyembro sa bundok kahit napakahirap at ipinanalangin ko siya. Gumaling siya nang lubusan doon at nakababa sa bundok nang walang umalalay!

Ang pang-apat na pulong ay ginanap muli sa bundok, at maraming seminarista ang dumalo. Dumating sa amin ang Salita ng Diyos,

"Pagkatapos ng pagpupulong na ito, may pagsubok na darating sa inyo. Pero huwag kayong mag-alala, basta magtiwala kayo sa Akin at manalangin. Gagantihin Ko kayo ng mga pagpapala."

At dumating na ang pagsubok sa akin. Noong Hunyo 1982, tinapos ko ang pinakahuling pagsusulit at umuwi na ako. Isa sa mga propesor ko ang pumunta sa bahay ko.

Hindi ito karaniwang ginagawa. Sinabi niya, "Nakapunta na ako sa mga bundok dalanginan at marami nang nagawang pananalangin kaya pamilyar na ako sa espirituwal na mundo. Malalim ang espirituwalidad mo at alam kong biniyayaan ka ng maraming kaloob ng espiritu. Dahil malapit ka nang magbukas ng simbahan, ang kaaway na diyablo at Satanas ay lalaban sa iyo. Pastor, kailangan sigurong itigil mo ang pagtatatag ng simbahan. Nagpulong kaming mga propesor ngayon at gusto ka nilang itiwalag. Alam kong hindi ka ganoong tao pero..."

Mga Gawain ng Diyablo ang Nanggugulo sa Pagbubukas ng Simbahan

Sa pakikinig ko sa kanyang mga paliwanag, hindi lang pala ang propesor kong tagapayo ang hindi nakakaunawa sa akin kundi ang pastor ng aking simbahan. Tanong nila sa akin, "Pastor, sa pagpupulong ba ninyo sa bundok, sinabi mo bang ikaw si Cristo? Nagsama ka ba ng babae doon at hinayaan mo ba siyang magpatong ng kamay sa ibang mga pastor?"

"Ni hindi ko sinabing ako si Cristo, at ni wala akong hinayaang babae para magpatong ng kamay sa mga pastor."

Dahil napakaraming napapagaling sa tuwing mananalangin ako sa pagpupulong, isang kaklase ko ang nainggit sa akin at gumawa siya ng maling ulat sa propesor tungkol sa akin tulad ng: "Si Pastor Jaerock Lee ay gumagawa ng mga bagay na nagdudulot ng alitan at pagkakahati-hati. Sinasabi niya na siya raw si Cristo."

Mabilis na kumalat ang balitang ito na gawa-gawa lang. Higit pa riyan, ang mga propesor na nagturo sa akin sa loob ng apat na taon ay nagpasiyang itiwalag ako batay sa maling balitang ito. Hindi man lang nila ako pinakinggan. Pero hindi ko sila pinuntahan o pinakiusapan para sabihing inosente ako. Pakiramdam kong mahirap ang sitwasyong ito, pero nang idalangin ko ito sa Diyos, sinabi Niyang magpasalamat ako, magalak at may pagmamahal na idalangin ang mga taong ito.

Noong Setyembre, nagsimula na ulit ang klase. Pagpasok ko sa eskuwela, narinig ko ang mga kaklase kong nagtatalo tungkol sa problema ko. Sinabi nilang ang kaklase kong nagkalat ng masamang balita tungkol sa akin ay nagpasiyang hindi na magpalista dahil pinagsisihan niya ito. Kaya pinuntahan ko siya at inudyukang magpalista na dahil hindi naman ako galit sa kanya. Kumilos ang Diyos para lahat ng problema ay maayos na malutas. Pati ang taong ito ay naliwanagan. Nang masimulan na ang simbahan at nagkaroon ng pagpapasinaya, maraming propesor kasama na ang mga hindi nakaunawa sa akin ang nagsidalo at nagdiwang kami nang sama-sama. Sa aming pagtatapos, nagkaroon kami ng salu-salo ng pasasalamat sa mga propesor sa aking simbahan.

Ang Sagot na Tinanggap, "Manmin Simbahan ng 'Lahat ng Nilikha'"

Dahil pumasok ako sa seminaryo nang may edad na ako, gusto kong mas maagang buksan ang simbahan. Dahil hindi na nga ako bata, nasa unang taon pa lang ako ay idinalangin ko na ang pangalan ng simbahan. Pero wala akong sagot na natanggap. Noon lang nang nabuksan ang simbahan dumating ang kasagutan.

"Tawagin mo itong 'Simbahan ng Manmin" kapag dumating ang araw ng paglalakbay, malalaman mo kung bakit Manmin ang pangalang ibinigay Ko."

Noong 1989, sumama ako sa paglalakbay sa Banal na Lupain. Sa Gethsemane, nanalangin si Jesus hanggang ang pawis Niya ay naging butil ng dugo na pumatak sa lupa para matupad ang kalooban ng Diyos sa krus at maligtas ang lahat ng tao at mga bansa. Napuno ako ng emosyon nang nakita ko sa lugar na ito ang "Church of All Nations." Ibinigay ng Diyos si Jesu-Cristo bilang handog para magligtas. Nais ng Diyos na matupad ang kalooban Niya sa mga huling araw, at nais niyang ganapin ang misyon sa buong mundo sa pamamagitan ng banal na ebanghelyo. Binigyan Niya kami ng pangalang "Manmin" na ang ibig sabihin ay "lahat ng nilikha."

Sa simula, tinawag naming 'Simbahan ng Manmin' pero umasa kaming makakapagtayo kami ng maraming sangay na simbahan kaya binago namin ang pangalan at naging 'Manmin Joong-ang (Central) Church.'

Bakit Gusto Mong Gawin sa Mahirap na Pamamaraan

"Pastor, bakit gusto mong magtatag ng simbahan? Alam mo ba kung gaano kahirap magsimula ng isang simbahan?" "Kakain ka lang ng lugaw sa loob ng maraming taon. Ayaw mo bang papag-aralin ang mga anak mo? Alam mo ba kung gaano kahirap magtipon ng mga mananampalataya sa panahong ito?" At nagpatuloy ang mga payo, "Alam mo ba kung gaano katigas ang mga ulo ng mga mananampalataya sa ngayon? Magtulong na lang tayo dito sa simbahan natin." "Pastor, sa oras na magtatag ka ng simbahan, luluha ka ng katakot-takot."

Bago ko mabuksan ang simbahan, napakaraming tao ang pumipigil sa akin. Totoong napakaraming mga bagong simbahan ang may ganoong mga problema. May mga pastor na nagtatatag ng simbahan sa pangungutang para magkaroon ng gusali ang mga pasilidad. Pero kung hindi lumago ang simbahan tulad ng inaasahan, malulubog sila sa utang. Marami sa kanila ang nagiging desperado at nawawalan ng pag-asa. Pero dahil nananalig ako sa makapangyarihang Diyos, hindi natinag ang puso ko. Hindi ko naman makontra nang harapan ang mga nagbigay sa akin ng payo dahil ayokong mapahiya sila. Sinabi ko na lang sa sarili ko, "Kapag naitatag ko na ang simbahan, magiging masagana ito, at hindi magkakaroon ng mga problema. Maraming kaluluwa ang maliligtas at ang *iglesya* (mga mananampalataya) ay mabilis na lalago. At mapapapurihan namin nang lubos ang Diyos."

Pinanghawakan ko ang Salita ng Diyos sa Filipos 4:13, *"Lahat ng bagay ay aking magagawa sa pamamagitan Niyang nagpapalakas sa akin,"* at sa Mateo 9:29 kung saan sinabing ang mga bagay ay mangyayari kung paano namin pinaniwalaan ito, at sa Mateo 13:8 kung saan tiniyak na kung ano ang inihasik, nangangako ang Diyos na gagantihan Niya kami ng tatlumpu, animnapu o isandaang beses nang higit sa inihasik namin. Kung titingnan mo ang mga minamahal na lingkod ng Diyos, dahil kasama nila ang Diyos, sina Moises at si apostol Pablo ay parang mga diyos sa mga tao (Exodo 7:1; Ang Mga Gawa 14:11).

Kung kasama natin ang Diyos, walang imposible. Naniwala ako rito. Naniwala akong bilang lingkod Niya, kung tumuon ako sa Salita, nanalangin at sinunod ang kalooban Niya, tutugunin ako ng Diyos at bahala Siya sa lahat ng mga bagay na pampinansyal, sa lugar, at sa mga manggagawa ng simbahan. Dahil may pananalig akong magagawa ko anuman sa pamamagitan Niya na nagbibigay sa akin ng lakas, nagkaroon ako ng pangitain. Idinalangin ko ng detalyado ang pangitain at pangarap ko at sinabi ko sa pamamagitan ng aking bibig.

Sumusunod sa Gabay ng Banal na Espiritu

Noong Mayo 1982, sinabi sa akin ng Diyos na magtatatag ako ng simbahan habang matindi ang sikat ng araw at ginabayan Niya ako sa isang lugar sa Shindaebang, sa distrito ng Dongjak sa lungsod ng Seoul . Isang lugar na hindi ko pa man lang nakikita. Dahil hindi ako pamilyar sa lugar, marami akong pinagtanungan kung papaano pumunta doon. Dahil hindi pa gaanong napapaunlad, walang gaanong gusali, at magaan ang trapiko. Mayroong lupa doon na mga 83 metro kuwadrado ang sukat. Ang upa ay 150,000 won (P6,504) bawat buwan, at 3,000,000 won (P130,095) ang deposito. Nagkita kami ng may-ari at pinirmahan ko ang kontrata. Binabaan niya ang renta sa 120,000 won (P5,203).

Inihanda ng Diyos ang Pera Para sa Pagtatatag ng Simbahan

Ibinigay ng Diyos ang pera para makapagtatag ng simbahan sa pamamagitan ni Diakonesa Aeja Ahn. Dati siyang nananalangin ng limang oras bawat araw. Naaksidente ang anak niyang lalaki at tumanggap sila ng 3,000,000 won (P130,095) bilang kabayaran. Ipinangako niya sa sariling iaalay niya ito sa Diyos para sa pagpapagawa ng gusali ng simbahan. Pero dahil ginastos ng asawa niyang hindi mananampalataya ang pera sa ibang bagay, naging pabigat ito sa kanyang balikat. Palagi pa ring nasa isip niya na tuparin ang 3,000,000 won bilang alay niya sa pagpapagawa. At nakilala niya ang pamilya ko at sumama siya sa akin nang itatag ko ang simbahan.

Dahil hindi maganda ang takbo ng negosyo ng asawa niya na pagawaan ng mga kasangkapan, naisanla nila ang bahay nila. Kung hindi sila makabayad sa utang nila, maibebenta lang nila sa mababang halaga ang bahay. Kaya ipinagbili nila ito sa halagang 20,000,000 won (P867,302) pero walang interesado sa bahay. Ibinaba nila ang presyo sa 15,000,000 won (P650,477) pero wala pa ring gustong bumili nito. Samantala, nagsalita ang Diyos kay Diakonesa Aeja Ahn sa pulong panalangin sa bundok ng Samgak.

"Mag-alay ka ng tatlong araw na pag-aayuno at ibenta mo ang bahay mo. Dagdagan mo ang presyo ayon sa pananalig mo at kikilos Ako. Gamitin mo ang 3,000,000 won mula sa idinagdag mong halaga sa pagtatatag ng simbahan."

Ilang taon na nilang ipinagbibili ang bahay nila pero walang gustong bumili nito. Naisip niyang kapag dinagdagan pa niya ang presyo nito, pagtatawanan sila ng mga ahente ng lupa. Matagal itong pinag-isipan ni Diakonesa Aeja Ahn, at sa wakas ay dinagdagan niya ng 3,000,000 won. Ibinenta niya ang bahay sa halagang 18,000,000 won (P780,572). Hindi agad nakaimik ang ahente ng lupa.

Habang papauwi na siya mula sa opisina ng ahente, may taong sumunod sa kanya para tingnan ang bahay. Sinabi nitong sa wakas natagpuan na niya ang paborito niyang yari ng bahay at pinirmahan ang kontrata sa 18,000,000 won. Nanghinayang ang diakonesa na hindi niya ipinagbili sa 20,000,000 won. Kung nagpakita lang siya ng mas malaking pananalig. Kumilos ang Diyos para maipagbili ang bahay niya na matagal nang ipinagbibili. Mababayaran na niya ang utang ng kanyang pamilya at inialay niya ang 3,000,000 won sa pagpapagawa ng gusali ng simbahan.

Nagsisisi Mula sa Puso Dahil sa Tao Umaasa

Habang naghahanda ako sa pagbubukas ng simbahan, inasam kong hindi bababa sa apatnapung tao sa paligid ko ang sasama sa akin. Akala ko dadalo sila sa simulang maitatag ang simbahan dahil kilala at mahal nila ako. Pero iba ang nangyari. Noong Hulyo 25, 1982, nagkaroon kami ng unang Pagsamba pero hindi ko akalaing hindi dadalo ang mga taong inasahan ko. Nang hindi dumalo ang mga mababait kong kapatid na babae gayong nangako sila, napagtanto kong pinigilan sila ng Diyos. Ayaw ng Diyos na umasa ako sa mga kapatid ko. Nanalangin ako, "O Diyos, salamat at hinayaan Mong malaman ko na hindi sa mga kamag-anak ako dapat umasa. Patawarin Mo po ako dahil umaasa ako sa tao. Nalaman ko na ngayon ang kalooban Mo. Hindi na ako muling aasa sa tao kundi sa Iyo lang o Diyos, at idadaan ko lahat sa pananalangin."

Pagkatapos ng unang pagsamba, nalaman kong sa tao pa rin ako umasa at nagsisi ako nang husto sa Diyos. Nanalangin ako sa Diyos na magdala ng mga miyembro sa simbahan. At napuno ang santuwaryo ng mga mananampalatayang dinadala doon ng Diyos tuwing Linggo.

Pagsisimula Mula sa Wala

Siyam na Matanda at Apat na Bata

Nang magsimula kami ng Pagsamba, hindi pa tapos ang gusali. Wala pang mga salamin ang mga bintana, walang pulpito at wala pang takip ang sahig. Parang tigang na lupa ito. Hinati namin ng kurtina ang lugar. Ginamit naming tahanan ng pamilya ko ang isang bahagi at ang kabila ay santuwaryo at silid dalanginan. Kasama na ang pamilya ko, may siyam na matatanda at apat na bata ang dumalo. Ang titulo ng mensaheng inihatid ko ay 'Ang Pananalig ang Pinakamahalagang Yaman.' Ang kasaysayan ng Manmin Joong-ang Church ay nagmula sa wala. Dahil kabubukas lang, wala kaming pera, pero napakarami naming gastusin. Pero ni hindi ako nangutang sa kamag-anak o kahit kanino. Nanalangin lang ako sa Diyos. Handa akong mag-ayuno, kung hindi nagkaloob ang Diyos. Pero kapag wala na kaming makain, gumagamit ang Diyos ng ibang tao para bigyan kami. Nakakakain pa ako ng pakwan na gusto ko kapag tag-araw.

Nananalanging Magkakasama sa Loob ng Lima Hanggang Anim na Oras Bawat Araw

Pagkatapos ng Pagsamba, ang perang kaloob ay mga 30,000 (P1,300) hanggang 40,000 won (P1,734). Sa halagang ito, hindi man lang ako makabayad sa buwanang renta ng santuwaryo. Apat hanggang limang miyembro ang nagtitipon para manalangin ng lima hanggang anim na oras bawat araw, pinagpapawisan dahil sa init. Dahil walang miyembro, wala akong bibisitahin para alagaan. Habang nananalangin kami sa silid dalanginan, basang-basa kami ng pawis. Sabi ng Jeremias 33:3, *"Tumawag ka sa Akin, at Ako'y sasagot sa iyo, at magsasabi sa iyo ng mga dakila at makapangyarihang bagay na hindi mo pa nalalaman."* Nang nanangis kami sa Diyos sa panalangin, nagdala ng mga mananampalataya ang Diyos at binigyan kami ng mga bagay na kailangan ng simbahan.

"O Diyos, Bigyan Mo Kami ng Mikropono"

Pagkapanalangin ng buong isang linggo, nagkaroon kami ng mikropono. Nang sumunod na Linggo, nangailangan kami ng telepono at idinalangin namin ito. Dahil kakaunti lang ang miyembro noon, kumilos ang Diyos sa Magdamag na Pagsamba tuwing Biyernes. Ang ibang miyembrong dumadalo sa aming Magdamag na Pagsamba tuwing Biyernes ay tumatanggap ng maraming biyaya, at isa-isa silang nag-alay ng mga bagay na kailangan sa iglesya. Sa ganitong paraan, nakatanggap kami ng mga kurtina, pulpito, piano, mga bentilador at maging kampanaryong may kasamang krus. Pagkaraan ng dalawang buwan mula nang magsimula kami, nasa amin na ang lahat ng kailangan namin.

Sa Aklat ng Ang Mga Gawa, sinasabing ang lingkod ng Diyos ay kailangang tumuon sa Salita at pananalangin. Kaya iniwan ko ang lahat ng may kinalaman sa pagpapatakbo ng simbahan sa mga miyembro at tumuon ako sa Salita ng Diyos at sa pananalangin. Dahil hindi pa ganoon kalalim ang kaalaman ko tungkol sa Salita ng Diyos, kung ano ang nalalaman ko sa kalooban Niya iyon ang ipinapahayag ko sa magdamag na pagsamba tuwing Biyernes at tuwing Linggo sa inspirasyon ng Banal na Espiritu.

Kahit na hindi ako mahusay magsalita, natuto ang mga tagapakinig dahil dalisay at espirituwal ang mensahe ng mga sermon ko. May kaakibat ding gawa ang Salita. Sa pagsasagawa ng mga miyembro ng Salita, lumago ang kanilang pananalig, at nagsimula silang tumanggap ng mga kasagutan sa kanilang mga dalangin. Simula nang magbukas kami, nagdadala ang Diyos ng mga bagong mananampalataya bawat Linggo, at nabuhayan sila mula sa mga mensahe. Dahil sa nakikita nila ang mga himala ng Diyos sa magdamag na pagsamba tuwing Biyernes, tumanggap sila ng biyaya at lumago ang kanilang pananampalataya.

Pagtuklas ng Sagot sa Biblia

Dahil ang mga unang iglesya ay naitatag ng mga apostol sa ilalim ng pagtuturo ni Jesus, sinunod nila ang kalooban ng Panginoon, at nalugod sa kanila ang Diyos at idinagdag Niya ang mga naliligtas bilang miyembro. Ang mga unang iglesya ang naging layunin at modelo ko hanggang sa pagdating ng Panginoon. Ang pinakamagandang iglesya na ibig ng Diyos ay hindi lang simbahang may napakalaking gusali, o maraming miyembro, kundi ang iglesyang katulad ng mga unang iglesya noon. Kapag sinusundan namin ang halimbawa ng mga unang iglesya na sumunod sa kalooban ng Diyos, pinagpapala Niya kami para magkaroon ng palagiang paglago at pagbabago sa iglesya.

"Dumating ang takot sa bawat tao at maraming kababalaghan at tanda ang nangyari sa pamamagitan ng mga apostol. At ang lahat ng mga mananampalataya ay magkakasama at ang kanilang ari-arian ay para sa lahat. Ipinagbili nila ang kanilang mga ari-arian at mga kayamanan at ipinamahagi sa lahat, ayon sa pangangailangan ng bawat isa. At araw-araw, habang sila ay magkakasama sa templo, sila'y nagpuputol-putol ng tinapay sa bahay-bahay, at nagsasalu-salo na may galak at tapat na puso, na nagpupuri sa Diyos, at nagtatamo ng lugod sa lahat ng tao. At idinaragdag sa kanila ng Panginoon araw-araw ang mga naliligtas" (Ang Mga Gawa 2:43-47).

Sinunod namin ang halimbawa ng unang iglesya na nagtipon-tipon sa santuwaryo araw-araw. Nagkaroon din kami ng pulong panalangin araw-araw at ikinalat ang Salita ng Diyos, kinakain ang tinapay ng pag-ibig, ang Salita ng Diyos (Juan 6:48) at isinasabuhay ito. Kasama namin ang Diyos na nagpapamalas ng Kanyang tanda at himala, at dahil may mga bagong miyembro linggo-linggo, lumago kami kaagad.

Sa Salita Lamang Umaasa

Pagkatapos ng pagbubukas ng simbahan, kailangan naming ipunin bawat sentimo.Pero alam ko ang lihim sa pagtanggap ng biyaya na sinasabi sa Lucas 6:38, *"Magbigay kayo at iyon ay ibibigay sa inyo – hustong takal, siniksik, niliglig, at umaapaw, ang ilalagay nila sa inyong kandungan. Sapagkat sa panukat na inyong ipanukat ay doon din kayo susukatin."* Nagsikap akong tulungan ang mga nangangailangan na umaasa lang sa Salita.

May sampung estudyante sa seminaryo sa iglesya noon, kailangan namin silang tulungan. Hindi madaling magbayad ng 120,000 won (P5,203) na upa sa santuwaryo. Pagkalipas ng dalawang Linggo mula nang buksan ang simbahan, may perang inihandog. Sa pananalig na pagpapalain kami ng Diyos, kumuha kami ng isang bahagi sa handog at ipinadala sa mga bagong simbahan ng aming denominasyon. Sa unang araw ng Pagsamba, bawat miyembro ay nangakong magbibigay ng 1,000,000 won (P43,365) para sa gusali ng seminaryong kinaaaniban namin. Sinikap naming maging iglesya na tumutulong sa ibang umaasa sa Salita.

Sa pagbubukas ko ng simbahan, humanap ako ng modelong iglesya sa Biblia na susundan ko, at iyon ang unang iglesya sa Aklat ng Ang Mga Gawa.

Hangga't Hindi Kayo Nakakamalas ng mga Tanda at Himala, Hindi Kayo Maniniwala

Pagsamba sa Pagpapasinaya ng Iglesya

Nang idalangin ko ang pagsambang gagawin sa pagsisimula ng iglesya, binigyan ako ng Salita ng Diyos:

> *"Ihandog mo ang pagsamba sa pagpapasinaya kung hinog na ang mga pananim, bago mag-taglamig."*

Kaya noong Oktubre 10, 1982, idinaos namin ang pagpapasinaya, at may isang daan na kaming miyembro. Simula nang maitatag ang simbahan, maraming miyembro ang dinala ng Diyos at naging masikip na ang santuwaryo. Sa magdamag na pagsamba tuwing Biyernes, mahigit sa isandaan ang nasa 50 metro kuwadradong lugar, kaya may mga tao sa mga silid dalanginan o kaya ay nakatayo sa hagdanan. Kaya't mula noong pagsamba sa pagpapasinaya, inupahan din namin ang silong.

Pagsamba para sa Pagtatatag

Nang idinalangin ko ang programa sa Paskong paparating, nagdala ang Diyos ng mga taong may talento para maghanda ng isang palabas tungkol sa Biblia para magkaroon kami ng magandang programa. Nagdala ang Diyos sa amin ng isang taong magaling sa pag-aayos ng mga bulaklak, at isang artistang magaling sumayaw. Nagturo siya ng ilang sayaw at hand mime sa paaralang pang-Linggo. Hindi nagtagal, ang mga miyembro na mismo ang gumagawa ng mga programa. Kinailangan kong magpahayag noon ng sampung mensahe bawat linggo para sa iba't ibang Pagsamba kasama na ang mga sesyon ng pananalangin sa madaling araw. Pumapasok pa rin ako sa eskuwela dahil hindi pa ako nakakatapos sa seminaryo. Palagi rin kaming may pananalangin sa gabi, at tuwing 4:00 ng umaga, ako ang namumuno sa pananalangin. Habang kumakalat ang balita tungkol sa pagpapagaling, maraming maysakit mula sa buong bansa ang dumating, at idinalangin ko ang bawat isa sa kanila sa buong maghapon.

Pagbabago sa Pamilya

Bago nakilala ni Ginoong Youngsuk Kim si Jesus, napakalakas niyang uminom ng alak. Nang hindi tumigil ang kanyang ubo, nagpatingin siya sa ospital at nasuri siyang may tuberkulosis. Kailangan niyang magpaopera at magpahinga ng isang taon, at hindi niya ito puwedeng gawin.

Namamaga naman ang pantog ng asawa niya pagkatapos magsilang ng sanggol. Labis siyang nalungkot kaya nagtangka siyang magpakamatay, mabuti na lang at hindi siya natuluyan. Oktubre 1982 nang mabalitaan ni Youngsuk Kim ang iglesya namin at sumanib siya dito. Nangako siya ng sampung araw na pag-aayuno at pananalangin sa madaling-araw. Napakataas ng lagnat niya at malala ang ubo niya. Sa nakikita niyang mga taong gumagaling sa kanilang sakit, nanalig siyang gagaling din siya. Madalas ko siyang idalangin. Noong ikasampung araw, bumaba ang lagnat niya at tumigil ang ubo niya. Nagkaroon siya ng tiwalang gagaling siya at nagpatingin siya ulit sa doktor. Ang sabi nila ay wala na siyang tuberkulosis. Lubusan itong gumaling sa pamamagitan ng apoy ng Banal na Espiritu. Mula noon, nagparehistro na rin ang asawa niya, at hindi nagtagal, gumaling na ang pamamaga ng kanyang pantog. Ang anak nilang babae ay naging malusog na rin. Nagsimula nang mag-aral si Youngsuk Kim ng teolohiya, bilang pagpapasalamat sa biyaya ng Diyos. Siya'y nagpapastor na ngayon.

Magdamag na Pagsamba Tuwing Biyernes Mayroong Mahimalang Tanda ng Biblia

Ang Magdamag na Pagsamba tuwing Biyernes ay punung-puno ng taong mula sa buong bansa. Parang naging Pagsamba ito ng iba't ibang denominasyon. Ang makipot na santuwaryo ay umaapaw sa tao. Napakainit ng silakbo ng Banal na Espiritu kaya ang kisame ay napuno ng hamog. Ang mga nagsidalo ay mataimtim na nagpupuri at nananalangin sa Diyos sa Pagsambang nagsisimula ng 11:00 ng gabi at nagpapatuloy hanggang 6:00 ng umaga. Habang nasasaksihan nilang gumagaling ang mga maysakit, tumatayo, lumalakad at tumatalon sa magdamag na pagsamba tuwing Biyernes, padami nang padami ang mga taong dumadalo.

Gumaling ang mga taong may taning na ang buhay noong sandaling pumasok sila sa simbahan, at ang mga may saklay ay nakalakad at nakatalon. Ang mga bulag ay nakakakita, ang mga pipi ay nakapagsalita, at ang mga hindi magkaanak ay nagdalang-tao. Ang may baling kamay ay naigalaw pagkatapos niyang tumanggap ng panalangin.

Napagaling ang May Leukemia (kanser sa dugo)

Minsan, may pumunta sa akin na isang babaing maputla ang mukha para ipanalangin. Sinabihan daw siya ng doktor na labinlimang araw na lang siyang mabubuhay. Ito ang kuwento ng buhay niya. Matagal na siyang Cristiano mula pa sa paaralang pang-Linggo. Isang araw, nag-alok ng kasal sa kanya ang isang lalaking hindi mananampalataya. Sinabi niya na mananampalataya lang ang dapat niyang pakasalan, kaya nagmiyembro ang lalaki sa simbahan at dumalo sa mga Pagsamba.

Akala ng babae na magiging maayos ang buhay Cristiano ng asawa niya pero pagkalipas ng ilang buwan, pinilit siya ng kanyang biyenang babae na maniwala kay Buddha at sinabihan siya, "Ang pamilya namin ay ilang henerasyon nang sumasamba kay Buddha, kaya dapat ikaw rin." Dahil hindi siya sumunod sa kanyang biyenan, kumampi ang kanyang asawa sa nanay niya at pinigilan siyang magsimba. Binugbog siya at inapi. Sa tuwing may problema sa pamilya, siya ang sinisisi nila.

Ilang beses siyang pinalayas, pero tiniis niya ang lahat ng ito. Nang makipagrelasyon ang asawa niya sa ibang babae, hindi na niya natagalan, at tumigil na siya sa pagdalo sa simbahan. Alam niyang dapat siyang magsimba pero nawalan na siya ng pag-asa, hanggang sa nagka-leukemia na siya.

Kahit hindi na siya nagsisimba, patuloy ang pakikipagrelasyon sa iba ng asawa niya, at patuloy siyang binubugbog.

Kahit naghihirap siya sa leukemia, malamig pa rin ang pakikitungo ng asawa at biyenan niya sa kanya at hindi man lang siya dinadala sa ospital.

Pagkatapos mabigyan ng taning sa ospital, isang hatol ng kamatayan iyon, nabalitaan niya ang tungkol sa iglesya namin at pumunta siya para ipanalangin ko sa pag-asang makakapit sa Diyos. Pinagaling ng Diyos ang babaing ito. Pagkalipas ng ilang panahon, bumalik siyang may malusog na pangangatawan, nagpasalamat sa akin at umuwi sa kanyang bahay.

Dalawang Magkaibang Tanda

Nagpagaling si Jesus ng mga may sakit at bumuhay ng mga patay. Nagpamalas Siya ng iba't ibang himala sa ministeryo

Niya. Kaya't sinabi sa kanya ni Jesus, *"Malibang makakita kayo ng mga tanda at mga kababalaghan ay hindi kayo mananampalataya"* (Juan 4:48). Ang himala ay gawa ng Diyos na nagpapakilos o nagpapabago sa mga kondisyon ng panahon. Noong panahon ni Josue, nagkaroon ng digmaan sa Gibeon at ang araw ay hindi gumalaw (Josue 10:13). Noong panahon ni Isaias, ang anino ng araw ay bumalik ng 10° (2 Hari 20:11), at ang mga haring mago ay nagtungo sa Bethlehem na sumusunod sa isang bituing gumagalaw (Mateo 2).

Ang mga tanda ay gawa ng Diyos na nagpapakita ng bakas o ebidensya. Sa paggawa ng mga tanda, kung minsan ang Diyos Ama ang kumikilos. Ito ang mga tanda sa panahon ng Lumang Tipan at ang nasulat sa Apocalipsis 15:1. Sinasabi sa Marcos 13:22, *"Maglilitawan ang mga bulaang Cristo at ang mga bulaang propeta, at magpapakita ng mga tanda at mga kababalaghan, upang mailigaw nila, kung maaari, ang mga hinirang."* Sinasabi ng talatang ito, kung maaari, na talagang imposibleng mangyari sa realidad. Ang mga bulaang propeta ay walang kapangyarihang gumawa ng mga tanda pero kung posible ay susubukan nilang manlinlang ng mga tao, kahit ang mga pinili. Ang mga halimbawa ng tanda mula sa Diyos Ama ay ang Sampung Salot sa Ehipto (Deuteronomio 6:22), at ang apoy na papaakyat sa langit (Mga Hukom 13:19-20).

May isa pang uri ng tanda na nagaganap kung sabay na gumagawa ang Panginoon at Banal na Espiritu para makapag-iwan ng bakas. Karamihan dito ay nasa Bagong Tipan. Ang halimbawa ng mga ito ay nang gawing alak ni Jesus ang tubig, pagpapagaling sa maysakit at pagbuhay ng patay; at binigyan Niya ng paningin ang bulag, makarinig ang bingi, at magsalita ang pipi. Ang mga tandang ito ay mga bagay na hindi magagawa ng tao (Juan 6:2). Pagkatapos magpahayag ni Jesus ng Salita ng

Diyos, ginagawa Niya ang mga himala para ang mga nakasaksi ay maniwalang totoo ang Salita ng Diyos. At totoo namang mas pinagpapala ang mga nananalig nang hindi nakakakita ng mga ebidensiya, pero hindi madali ang magkaroon ng totoong pananalig nang walang nakikita. Habang nananaig ang kasalanan, mas lalong tumitigas ang puso ng mga tao, at higit na mahirap para sa kanila ang magkaroon ng tunay na pananampalataya. Sa ngayon, para maipahayag ang ebanghelyo at makapagligtas ng kaluluwa, mas may pakinabang at epektibo ang may kasunod na tanda at mga himala.

Ang Mga Tandang Ito ay Tataglayin ng Mga Sumasampalataya

May mga mananampalatayang hindi naniniwala o ang tingin ay kakaiba kung sinasabi ng ibang ang mga tanda na nabasa sa Biblia ay nangyayari sa panahon ngayon. May ibang nagdududa at iniisip na "Nanalangin ako nang may pananalig, bakit walang nangyari?"

Pero totoong sinabi ni Jesus, *"At ang mga tandang ito ay tataglayin ng mga nananampalataya: sa paggamit ng aking pangalan ay magpapalayas sila ng mga demonyo, magsasalita sila ng mga bagong wika; sila'y hahawak ng mga ahas, at kung makainom sila ng bagay na nakamamatay, hindi ito makakasama sa kanila, ipapatong nila ang kanilang mga kamay sa mga maysakit, at sila'y gagaling"* (Marcos 16:17-18). Ang mga "naniniwala" dito ay ang mga taong buo ang espirituwal na pananalig. May sukat ng pananampalatayang matatagpuan sa Mga Taga-Roma 12:3, katulad din ng proseso ng isang binhi na tumutubo, lumalaki, namumulaklak at namumunga. Kapag inihasik natin sa sarili ang binhi ng pananampalataya, lalago ito sa maraming paraan na naaayon sa ating pangangalaga dito. Kaya iba't iba ang sukat ng pananampalataya ng bawat isa. Kung gaano natin isinasabuhay ang Salita at binabago ang puso para maging tunay ito, binibigyan tayo ng Diyos ng espirituwal na pananampalataya mula sa langit (Sa Mga Hebreo 10:22). Kaya kapag lumaki tayong may perpektong pananampalataya na katulad ng puso ni Jesus, tataglayin natin ang mga tandang ito.

Ang mga ito ay ang: pagpapalayas ng diyablo sa pangalan ni Jesu-Cristo at pagsasalita ng mga iba't ibang wika. Ang espirtuwal na kahulugan ng 'pagpulot ng ahas' ay pagwasak sa gawa ni Satanas sa pamamagitan ng Salita ng Diyos. At ang mga may taglay ng perpektong pananampalataya ay hindi magkakaroon ng kahit anong sakit o mikrobyo, kahit na hindi sinasadyang makainom ng nakakamatay na lason. Hindi sila masasaktan dahil sinusunog ito ng Diyos sa pamamagitan ng apoy ng Banal na Espiritu. Ganoon ang nangyari nang matuklaw si Pablo ng makamandag na ahas sa isla ng Malta (Ang Mga Gawa 28:5). Pero kung sinusubukan mo ang Diyos, alam mong lason iyon, hindi ka ililigtas ng Diyos. At isa pa, sa perpektong pananampalataya, maaari tayong magpagaling sa kapangyarihan ng Diyos kung idadalangin natin kahit ang mga sakit na wala nang lunas.

Ano ang Mga 'Iba't ibang Wika'?

Ano ang ibig sabihin ng 'iba't ibang wika' dito? Ang pagsasalita ng ibang wika ay kaloob ng Banal na Espiritu na nais ng Diyos na tanggapin ng mga anak Niya (1 Mga Taga-Corinto 14:5). Madalas, dumadalangin tayo sa sarili nating salita. Ito'y dalangin ng puso natin. Pero minsan, nananalangin tayo sa ibang wika, at ito'y dalangin ng espiritu (1 Mga Taga-Corinto 14:15).

Kapag tinanggap nating makasalanan tayo, nagsisi at tinanggap si Jesus sa puso natin, ibinibigay ng Diyos ang Banal na Espiritu bilang kaloob, at sa maraming pagkakataon ibinibigay Niya ang kaloob ng pagsasalita ng ibang wika, isa sa mga kaloob ng Banal na Espiritu. Kapag tinanggap na natin ang Banal na Espiritu, ang espiritung patay na dahil sa orihinal na kasalanan ni Adan ay muling nabubuhay. Kapag tumanggap tayo ng kaloob na pagsasalita ng ibang wika, ang espiritung ito ay nananalangin sa Diyos. Kaya bilang Cristiano, kung tumanggap tayo ng kaloob ng pagsasalita ng mga wika at mananalangin tayo, tatanggap tayo ng mas malakas na kapangyarihan at ang kaluluwa natin ay lalago.

Dahil bagong mananampalataya ako, dumalangin ako ng buong puso sa magdamag na pananalangin, at nang magsimula akong manalangin sa espiritu, sa ibang wika, at pinagpapapalit-palit ko ang mga ito, nagsimula akong umawit sa ibang wika sa inspirasyon ng Banal na Espiritu. Nang taimtim akong umawit ng papuri sa ibang wika, minsan tumataas ang mga kamay ko nang hindi ko napapansin at may ilang sayaw akong nagagawa. At sa puntong iyon kung mas nagiging taimtim ang pananalangin, magsasalita ako sa iba't ibang wika. Ang pagsasalita sa iba't ibang wika ay isang napakamakapangyarihang dalangin.

Nang Nag-utos Ako sa Pangalan ni Jesu-Cristo

Huwag Subukan Kahit na Halaman

Ang kamangha-manghang ginawa ng Diyos sa mundo dalawang libong taon nang nakakaraan ay nangyayari pa rin sa bawat isang nananalangin nang may pananalig! Dahil ako'y bagong mananampalataya na walang masyadong alam sa Salita ng Diyos, hindi na mabilang ang naipon kong mga dalangin para magawa ko ang makapangyarihang pagkilos ng Diyos, na ginawa ng mga propeta at apostol. Sa pagtatatag ng simbahan, nakikita na ang mga tanda na taglay ng mga mananampalataya.

Pagkabukas na pagkabukas ng simbahan noong 1982, mayroon kaming nalikom na 30,000 hanggang 40,000 won mula sa Lingguhang handog. Gusto naming magkaroon ng mga dekorasyong bulaklak sa altar, pero wala kaming miyembrong makakagawa nito at wala kaming sapat na pera para bumili ng mga bulaklak. Noong Agosto, may nagdala ng paso na may maliit na puno na maraming dahon. Kahit wala kaming dekorasyong bulaklak, mayroon kaming paso, napakaganda nito at mahalaga para sa amin. Pagkalipas ng dalawang linggo, nanilaw ang mga dahon at mukhang malapit na itong mamatay. Nalungkot ako dahil ang magandang puno ay mamamatay na. Kung nakakabuhay ng patay na tao ang Diyos, sasagutin kaya Niya ako kung idadalangin ko ang punong ito? Habang nasa isip ko ito, ipinatong ko ang kamay ko sa puno at nanalangin, "Mabuhay ka sa pangalan ni Jesu-Cristo!"

Kinabukasan, pagpunta ko sa santuwaryo para manguna sa madaling araw na pananalangin, ang mga dilaw na dahon ay muling naging berde. Pagkalipas ng isang araw, ang puno ay buhay na buhay na ulit, may mga dahong sariwa at berde. Ako at ang mga miyembrong nakasaksi nito ay nagalak at nagpuri sa Diyos. Napakasaya ko at nalulugod pagkatapos na maranasan ang pagkabuhay na muli ng punong malapit nang mamatay. Noong Setyembre, may naghandog ng isang pasong may tanim na krisantemo. Habang minamasdan ko ang magagandang bulaklak nito, gusto kong subukan kung mamamatay ang mga ito kung idadalangin kong mamatay ito. Nang isumpa ni Jesus ang puno ng igos, natuyot ito. Kung idadalangin kong mamatay ang mga bulaklak, mamatay kaya ang mga ito?

Para masubukan ko, nanalangin ako at inutusang mamatay ang mga krisantemo. Pero hindi maganda ang pakiramdam ko tungkol dito. Nang manalangin ako kinagabihan, narinig ko ang tinig ng Diyos na pinagagalitan ako, kahit na walang nakakita sa aking isinusumpa ko ang halaman.

"Lingkod Ko, paano mo naisumpa ang isang halamang may buhay, na pinatubo ng Diyos? Sinusubukan mo ba Ako? Napakasama mo, lingkod Ko.

*Magsisi ka. Hindi ka basta magpapala at magsusumpa
kahit anong oras na gustuhin mo. Gagawin mo lang iyon
kung inuudyukan ang puso mo ng Banal sa Espiritu."*

Nagulat ako at pinagpawisan. Nag-ayuno agad ako ng tatlong
araw at nagsisi nang husto. Simula noon, kahit may mga taong
umuusig sa akin, sinisiraan ako, at minumura, hindi ako nagagalit
sa kanila o napopoot na idinadalangin sila. Tulad ng sinasabi ng
Salita ng Diyos, ako'y nananalangin para sa mga umuusig sa akin,
at pinagpapala ko sila nang may pag-ibig.

Tungkulin ng Pagmimisyon sa Daigdig

*"Tumawag ka sa akin, at ako'y sasagot sa iyo, at magsasabi
sa iyo ng mga dakila at makapangyarihang bagay na hindi mo
nalalaman"* (Jeremias 33:3). Pinanghahawakan ko ang talatang
ito, nakaipon ako ng maraming mga dalangin sa pakikipaglaban
sa Diyos katulad ni Jacob sa may Ilog ng Jabbok. Sa pananalangin
ko at pag-aayuno sa pagsunod sa Salita ng Diyos at pagsusumikap
na isabuhay ang Salita, tinupad ng Diyos ang Salita Niya.
Narinig ko ang tinig Niya at sa tuwi-tuwina, nakasaksi ako ng
mga kahanga-hanga at makapangyarihang mga bagay. Minsan,
ipinapaalam sa akin ng Diyos ang darating na pangyayari sa
bansa, at ang mga magaganap sa mundo. Sa pagbubukas namin
ng simbahan, ipinaalam sa amin ng Diyos na sa pamamagitan ng
iglesya namin, tutuparin Niya ang pandaigdigang misyon at kami
ang magtatayo ng Pinakamalaking Santuwaryo para sa Kanya.
    Dahil tinawag ako bilang lingkod Niya, nanalangin akong
maging lingkod na makakapagpahayag ng ebanghelyo sa lahat ng
mga tao at makakapagligtas ng maraming kaluluwa. At ibinigay

sa akin ng Diyos ang tungkuling isakatuparan ang Misyong Pandaigdigan at tinanggap ang Salitang nagsasabi, *"Tatawid ka ng mga bundok at ilog at dagat at lilikha ng mga tanda at himala."* At isa pa, ibinigay Niya sa akin ang tungkuling ipahayag ang ebanghelyo sa bansang pinili, ang Israel, sa mga huling araw. Ipinaalam Niya sa akin na ang ebanghelyo ay babalik sa sariling bansa at kahit mga Hudyo na hindi kinikilala si Jesus bilang Tagapagligtas nila ay magsisisi.

Pangitain ng Pagtatayo ng Pinakamalaking Santuwaryo

Pagkabukas ng simbahan, nagkaroon kami ng pagpapagaling sa magdamag na Pagsamba tuwing Biyernes at nagbigay ang Diyos ng kaloob ng pagkakaroon ng pangitain sa isang miyembro bawat Linggo. Personal kong siniyasat ang bawat miyembro kung ang kaloob na tinanggap nila ay totoong mula sa Diyos. Binibigyan tayo ng Diyos ng kaloob ng Banal na Espiritu dahil may pakinabang ito para sa atin, pero kung minsan, hindi kaloob ng Diyos ang tinatanggap ng mga tao kundi gawa ni Satanas kaya kakaiba ang nakikita. Kaya kailangan nating unawain nang tama ang espiritu.

Isang araw ng Setyembre 1982, ipinakita ng Diyos ang pangitain sa labimpitong miyembro tungkol sa Pinakamalaking Santuwaryong itatayo namin. May isang nakakita ng bubungan, ang isa naman ay nakita ang loob nito, at isa ang nakakita ng likuran nito at may nakakita ng magandang marmol na poste. Ang kisame sa gitna ay nabubuksan para makapasok ang sinag ng araw, hugis krus ito. Ang pulpito ng Pinakamalaking Santuwaryo ay nasa gitna at unti-unti itong umiikot. Isang miyembro ang nakakita sa aking nagpapahayag sa santuwaryong punung-puno ng tao.

Inipon namin ang lahat ng nakita ng mga miyembro at ikinunsulta ito sa mga eksperto at gumawa ng simpleng disenyo ng santuwaryo kapag titingnan ito mula sa itaas. Hanggang ngayon, mayroon kaming litrato na kinuha mula sa itaas ng Pinakamalaking Santuwaryo sa unang pahina ng Lingguhang diyaryo. Para matupad ang pangitain na ibinigay sa amin ng Diyos nang buksan namin ang simbahan, patuloy kaming nananalangin nang may pananalig.

Ipinaunawa sa amin ng Diyos kung bakit kailangang itayo ang Pinakamalaking Santuwaryo sa katapusan ng panahon at kung paano ito itatayo. Ang Santuwaryo kung saan nais ng Diyos na tumanggap ng luwalhati ay hindi basta-basta itatayo dahil may pera. Nais ng Diyos na maitayo ang Kanyang Santuwaryo sa pamamagitan ng Kanyang mga anak na nag-aalab ang pag-ibig sa Kanya, mga naglinis ng mga puso at naging banal.

Unang Pagtitipon para sa Pagbabagong Buhay sa Bayan Ko

Noong Pebrero 1983, nanguna ako sa unang pagtitipon para sa pagbabagong buhay sa bayan ko. Ginawa ito sa simbahan sa bayan ng Haeje Myeon, Muan Gun, probinsiya ng Jeonnam. Kaya lang, hindi dumalo ang mga miyembro ng iglesya. Sa halip, ang mga tao sa nayon ang nagpuno ng simbahan.

Napakalungkot ng kuwento nila. May isang simbahan sa katabing nayon na kasapi ng malaking denominasyon at inaakit ang mga miyembro ng pera, at karamihan sa mga miyembro ay malapit nang lumipat sa simbahang iyon. Kaya nagkaroon ng pagtitipon para sa pagbabagong buhay ang pastor para hindi umalis ang mga miyembro. Ang mga miyembro ay hindi nakisama at hindi rin dumalo. Kaya hindi sila nagsidalo ay hindi nag-imbita ang pastor ng sikat na tagapagsalita, sa halip ang inimbita ay isang hindi pa naoordenahan at hindi pa kilalang pastor na si 'Jaerock Lee.'

Nagpamalas ng malalaking himala ang Diyos simula sa unang pulong. Isang babaing sampung taon nang hindi makalakad at hindi rin makatulog dahil sa matinding sakit sa buto niya ay nakinig sa mensahe at nagkaroon ng pananalig. Sa pamamagitan ng dalangin, nakatayo siya, nakalakad at nakalukso. At agad kumalat ang balitang ito sa kanayunan. Simula ng ikalawang araw, ang mga pastor at mga miyembro ay nagsidalo mula sa malalayong lugar. Ang pagtitipon para sa pagbabagong buhay ay nagpatuloy, punung-puno ang simbahan ng mga taong nanggaling sa iba't ibang lugar.

May isang matandang babaing kuba kaya kung lumakad ay laging nakayukod, nakatingin sa lupa. Pinagsilbihan ako ng babaing ito ng mainit na inumin habang may pulong panalangin sa madaling araw, sa maghapon at sa gabi, kahit na taglamig pa. Ang totoo, hindi ko gusto ang inuming ibinibigay niya sa akin kaya lang dahil sa paghihirap na ginagawa niya, iniinom ko na rin. Sa huling araw ng pagtitipon, naging tuwid na tuwid na ang likod niya. Higit pa dito, maraming nakaranas ng panggagamot ng Diyos at ibinigay sa Kanya ang papuri. Noon lang nalaman ng mga miyembro ng iglesya ang kamangha-manghang ginawa ng Diyos, at napagtanto nilang mali ang ginawa nila, kaya humingi sila ng tawad sa pastor nila, at dumalo na sa mga huling sesyon.

Inutusan ang Carbon Monoxide sa Ngalan ni Jesu-Cristo

Noong panahong iyon, karamihan sa mga bahay ay gumagamit ng malalaking tipak ng uling para pampainit. Kaya tuwing taglamig, maraming nangyayaring aksidente. Araw-araw, may balita tungkol sa mga taong namamatay o naoospital dahil nalason sa gaas. Pebrero 12, 1983, nagkaroon kami ng magdamag na Pagsamba noong Biyernes bago magbagong taon ng Lunar. Ang silong ng gusali ang ginagamit kong tirahan. May mga tulugan, salas, silid ng tagalinis at mga opisina.

Bago maganap ang magdamag na Pagsamba noong Biyernes na iyon, naisipan ng binatilyong si Suk-ki Park na huwag nang dumalo sa Linggong pagsamba dahil simula na ng selebrasyon ng bagong taon at makikipagkita na lang siya sa mga kaibigan. Nakaramdam siya ng antok kaya't umidlip siya sandali at nagbalak bumalik na lang pagkatapos. Bumaba siya sa silong kung saan naroon ang tirahan ko.

Ang akala niya ay sandali lang siyang magpapahinga pero napasarap ang tulog niya. Natutulog sa silid namin ang tatlo kong anak na babae. Ang santuwaryong napakaliit lang ang sukat ay punung-puno ng mahigit sa isandaan at limampung tao, kaya wala nang lugar para sa mga bata. Sa dami ng tao, may mga nasa silid dalanginan at ang iba ay nasa hagdanan sa labas ng santuwaryo.

Dahil maulap noon, ang carbon monoxide mula sa uling ay hindi malayang lumalabas sa silid. Dahil ang magdamag na Pagsamba ay mula alas-onse ng gabi hanggang alas-sais ng umaga, ang binatilyo at ang tatlo kong anak ay nakalanghap ng nakakalasong gaas nang higit sa pitong oras. Sinabi ng binatilyo, nagkamalay siya pero dahil sa naninigas na ang katawan niya ay hindi siya makagalaw. Pagkatapos ng Pagsamba, nang nagsisiuwi na ang mga miyembro, bumaba ang tagalinis at siya ang unang nakasaksi ng pangyayari. Pagkakita niya sa kanila, nagsisigaw siya, "Patay na sila!" Dahil sa sigaw, nagdagsaan ang mga nasa santuwaryo. Dinala nila sa santuwaryo ang tatlo kong anak at ang binatilyo na walang mga malay. Namumuti na ang mga mata nila, at bumubula ang kanilang mga bibig.

Halos hindi na humihinga ang tatlo kong anak, pero ang binatilyong si Suk-ki Park ay wala na talagang hininga. Naninigas na siya, ang totoo, isa na siyang bangkay. Alam na alam ko ang panganib ng carbon monoxide, pero dahil wala pa akong karanasan tungkol dito, sa tingin ko'y hindi na sila mabubuhay pa. Hindi ko sukat akalaing bubuhayin pa sila ng Diyos sa pananalangin ko. Kahit pa dalhin sila sa ospital at maagapan ng mga doktor, magkakaroon na sila ng diperensya sa utak o sa kanilang katawan, o magiging parang gulay sila habang buhay.

Nagsisimula pa lang ako sa aking ministeryo at kung may namatay dahil sa aksidente pagkabukas ng simbahan, papaano pa ako magpapatuloy sa ministeryo? Wala akong mukhang maihaharap sa Diyos sa pangyayaring iyon. Umakyat ako sa altar at nanalangin, "O Diyos, Ikaw ang nagbibigay ng buhay at bumabawi nito. Salamat at ang mga anak ko ay kasama na ng Panginoon sa langit kung saan wala nang luha, lungkot, o sakit. Pero ang binatilyong ito ay miyembro ng iglesya at kapag namatay siya, magiging kahiya-hiya sa harapan Mo. Buhayin Mo po ang taong ito."

Pagkatapos kong magpasalamat sa Diyos, maraming miyembro ang nakaluhod at nananalanging buhayin sila. Una kong nilapitan ang binatilyo, ipinatong ang kamay ko sa kanya at dumalangin, "Inuutusan ko sa ngalan ni Jesu-Cristo, carbon monoxide, lumayas ka! Ama, buhayin Mo ang espiritu niya at sa

Iyo ang papuri." At inisa-isa kong idinalangin ang mga anak ko. Matapos kong idalangin ang binatilyo, idinalangin ko ang bunso kong si Soojin. Habang ipinapanalangin ko siya, bumangon ang binatilyo at naupo sa tabi ng upuan para sa mga mang-aawit. Parang wala siyang kamalay-malay sa mga pangyayari, ang naaalala lang niya ay natulog siya sa silong. Habang idinadalangin ko ang pangalawang anak ko, nagkamalay si Soojin at naupo. Wala pang isang minuto akong nanalangin para sa mga anak ko, nagsiupo na sila. Ang mga miyembrong nakasaksi nito ay nagpuri sa Diyos, puspos ng emosyon. Hindi nagtagal, sinabi ng binatilyo na iniwan ng espiritu niya ang kanyang katawan, at pinapanood nito ang mga pangyayari habang nasa ere. Napanood din niya habang binubuhat ng tagalinis ang katawan niya papunta sa santuwaryo at tumatanggap ng panalangin ko.

Dahil sinisira ng carbon monoxide ang utak ng tao, siguradong mamamatay sila sa pagkalanghap nito ng pitong oras. Kahit na nailigtas sila, magdurusa sila sa epekto nito. Pero dahil pinagaling sila ng Diyos at inalis sa katawan nila ng gaas at ang masamang epekto nito, sila'y nabuhay nang malusog at walang nangyaring anuman. Kapag ang pagsubok na ganito ang dumating sa akin, umaasa lang ako sa Diyos at ni hindi ko inisip na umasa sa mundo. Nang malampasan ko na ang ganitong pagsubok na may pasasalamat, napagtanto kong binigyan ako ng kapangyarihan ng Diyos na saklawan at pangunahan kahit pa mga walang buhay na bagay katulad ng carbon monoxide.

Pagkatapos, tinuruan ako ng Diyos kung paano magpalayas ng carbon monoxide. Dahil unang pinaparalisa ng gaas ang utak at ang mga ugat ng buong katawan, ang taong biktima nito ay unang nawawalan ng malay, at ang katawan ay naninigas. Kaya sa mga nalason ng gaas, tinuruan ako ng Diyos na manalangin ng ganito, "Iniuutos ko sa pangalan ni Jesu-Cristo, lumayas ka agad sa ilong, bibig, tainga at sa lahat ng bahagi ng katawan." Sa ganitong paraan, ang gaas na nagparalisa sa buong katawan ay susunod sa utos at iiwanan ang katawan at lalayas kaagad.

Hindi Ba Sampu ang Pinagaling? Nasaan ang Siyam?

Nanalangin Ako at Ipinakita ng Diyos sa Akin

Sa loob ng dalawang taon mula nang simulan ang simbahan, ako mismo ang bumibisita at nag-aalaga sa mga miyembro. Kung may mga miyembrong hindi dumalo sa Linggong pagsamba o dumaranas ng paghihirap, nag-aayuno ako at nananalangin sa buong magdamag para sa kanila, at nagsisisi at umiiyak para sa kanila. Karamihan sa mga miyembro ay may kalayuan sa simbahan ang tirahan. At karamihan ay walang kakayahang pinansiyal at ang iba ay bagsak at desperado na.

Hanggang sa umabot sa daan-daan ang mga miyembro, alam ko pa rin kung sino ang hindi dumalo sa Linggong pagsamba sa isang tingin lang. Nag-aayuno ako para sa mga miyembro, at kung mahirap para sa aking bumisita sa kanila, nagpapadala ako ng mga manggagawa para dalawin sila. Pinagsikapan kong walang mawala kahit isang kaluluwa sa mga ipinagkatiwala sa akin ng Diyos.

Pagpapayong May Pag-ibig

May kasamang pag-ibig ang pagpapayo ko o pagtuturo sa mga miyembro para sila ay magbago at lumago sa pananampalataya. Kapag nag-aalala ako sa isang miyembro at idinalangin ko siya ng sampung minuto, ipinakikita sa akin ng Diyos ang problema ng taong iyon sa pamilya o sa trabaho.

Isang araw ng Linggo, isang miyembrong hindi pumapalya sa pagdalo ang hindi nakadalo. Hindi ko napigilang mag-alala sa kanya. Dalangin ko, "O Diyos, ang miyembrong ito ay hindi dumalo noong Linggo. Ano kayang nangyari sa kanya?" Ipinakita sa akin ng Diyos na nasa bar siya noong Linggo. Pagkalipas ng ilang araw, sinabi ko sa kanya ang nakita ko dahil alam kong hindi sasama ang loob niya o hindi siya matitisod. Namula siya pero umamin siya.

May isang miyembro na sa pang-umagang pagsamba lang dumadalo, hindi ko siya nakikita sa gabi. Sinusunod din niya ang Araw ng Pamamahinga. Nang idalangin ko siya, ipinakita ng Diyos sa akin na nakikipaglasingan siya sa isang kasalan. Pagkalipas ng ilang araw, sinabi ko sa kanya, "May isang taong may suot ng ganitong kulay ang pumilit sa iyong uminom. Tumanggi ka ng dalawang beses pero bumigay ka rin at uminom." Namula ang mukha niya sa sobrang kahihiyan.

Sa mga insidenteng ganito, nararamdaman kong natatakot na sa akin at iniiwasan na ako ng mga miyembrong nagkakasala. Dahil nakikita ko ang mga miyembrong nagkakasala, nanloloko, may ugaling mahalay at nangangaliwa, nagdadalamhati ako at naiiyak ako sa pananalangin.

Isang Araw sa Pananalangin, Narinig kong Kinausap Ako ng Panginoon

"Huwag mong tingnan ang kasalukuyang situwasyon ng mga miyembro mo. Tingnan mo sila ng may pananalig at ng pag-asang magbabago sila sa hinaharap. Kung niloloko ka nila, makinig ka sa kanila at huwag mo nang hangaring mas may malaman pa... Kung titingnan mo lang ang kalagayan ngayon ng mga miyembro mo, madudurog lang ang puso mo, mabubulok ang kaluluwa mo at babagsak ang kalusugan mo, at hindi mo na magagawa ang tungkulin mo."

Mula noon, ipinasa-Diyos ko na ang lahat at huminto na akong manalangin na malaman ang ginagawa ng mga miyembro ko.

Hindi lang mga taong mula sa buong bansa para mapagaling ang dumalo, mayroon ding naghahanap ng Salita ng buhay, at may espirituwal na pagkauhaw. Mayroong mga taong naglingkod sa Diyos at inalay ang sarili sa Kanya at nagmithi ng gantimpala sa langit pagkatapos malutas ang mga problema at mapagaling sa sakit, at mayroon ding bumalik sa sanlibutan, naghahanap ng mapapakinabangan nila.

Pagwaksi sa Mga Diyus-diyosan at Paglapit sa Liwanag

Si Kyeongsoon Park ay mula sa pamilyang sumasamba sa mga diyus-diyosan bago siya dumating sa aming simbahan. Ang biyenan niyang babae ay may anak na mahina ang utak at nagpapalayas ng masasamang espiritu buwan-buwan para lamang gumaling ang anak niya.

Naglagay din siya ng mga pampasuwerte at mga anting-anting sa mga kasangkapan, mga unan, at nagkabit din siya sa kisame. Bawat sulok ng bahay ay nilagyan niya.

Kabubukas pa lang ng simbahan nang bumisita ako sa bahay niya para sa isang pagsamba, at nakita ko ang lahat ng klase ng diyablo, at sinabi ko sa kanya, "May mga anting-anting ka pa siguro sa loob ng bahay mo." Iginiit niya, "Wala, pastor. Hinanap ko na lahat at itinapon ko." Sinabi ko ulit, "May diyablo sa loob ng bahay mo na ayaw umalis. May anting-anting pa dito. Hanapin mo at sunugin."

Nang naghanap ulit si Kyeongsoon Park, nakahanap pa siya ng mga anting-anting. Itinapon ng buong pamilya ang mga diyus-diyosan, nagparehistro sa iglesya at namuhay kay Cristo. Napagaling si Kyeongsoon Park sa sakit niya sa puso, na matagal na niyang pinagdudusahan. Ang biyenan niya ay napagaling sa problema niya sa sikmura.

Isang Kabataang Lalaki na May Taning na dahil sa Tuberkulosis

Noong panahong iyon, maraming may tuberkulosis sa kanilang baga. Si Daehee Cho ng Kwangju ay nagkaroon ng tuberkulosis noong nasa mataas na paaralan siya. Uminom siya ng gamot mula sa pampublikong pagamutan at naging mabuti siya. Nang nagkolehiyo na siya, nagsimula siyang uminom ng alak at manigarilyo, kaya nagbalik ang sakit niya. Pero nang uminom siya ng gamot, hindi na ito gumaling pa. Lahat ng 'mahusay na gamot' ay ibinigay sa kanya ng nanay niya. Ang mga 'gamot' na ito ay mga ahas, pusa, hilaw na atay, katas ng dumi ng tao, pati na ang gamot sa mga may ketong. Nagpalayas din sila ng masasamang espiritu, pinakain siya ng utak ng hayop, kumuha pa sila ng laman ng patay sa sementeryo at ipinakain sa kanya dahil may nagsabing 'mahusay na gamot' iyon.

Noong Enero 1982, sinuri siya sa Ospital ng Severance ng Unibersidad ng Yonsei. Wala na siyang baga at wala na ring pag-asang gumaling pa. Naospital siya pero hindi na siya gumaling. Sumuko na ang nanay niya at gusto na lang siyang iuwi. Nang oras na iyon, dumalaw sa kanya ang isang lola sa pamilya nila. Malapit lang sa simbahan ng Manmin nakatira ang lolang ito. Kahit hindi pa man lang siya nakakadalo, nasaksihan niyang maraming maysakit ang nagpupunta doon at gumagaling. Nakita niya silang nagsisilakad na may malulusog na katawan. Kaya pinilit niya ang apong pumunta doon. Noong Marso 13, 1983, dumalo si Daehee Cho sa magdamag na pagsamba tuwing araw ng Biyernes. Pakiramdam niya ay iyon na ang pinakahuling pag-asa. Napakapayat niya at nakaluwa na ang kanyang mga mata.

Sa ganoong kalagayan, dumalo siya araw-araw kasama ng nanay niya sa pagpupulong para sa mga maysakit, at nag-ayuno siya ng tatlong araw. Sa ikatlong araw ng pag-aayuno, binigyan siya ng Diyos ng espiritu ng pagsisisi, at tatlong beses siyang nagsisi nang husto. Sa ikalabintatlong araw mula nang dumating si Daehee Cho, napaniwala siyang magaling na siya. Pagkatapos ng madaling araw na pulong panalangin, nagbanyo siya at dumura. Wala nang dugo. Kahapon lang ay dumura siya ng dugo. Pero noong araw na iyon, walang dugo ang dura niya. Ang masidhing sakit sa dibdib niya ay nawala na, at wala nang dugo ang plema niya. Hindi nagtagal, tinawag siya bilang lingkod ng Diyos, at ang naging ministeryo niya ay bilang katulong na pastor sa iglesya namin.

Nanalangin Ako Upang Gumaling ang Lahat ng Maysakit

Noong una, kapag nagpupunta sa simbahan ang mga maysakit, nananalangin ako para sa mabilisang paggaling nila. Sa palagay, ko iyon ang pinakamaganda para maranasan nila ang biyaya ng Diyos at pakawalan sila sa kapangyarihan ng mga sakit. Dumalangin lang ako, "O Diyos, pagalingin Mo ang mga maysakit sa oras na dumating sila." At tumugon ang Diyos habang nananalangin ako. Kahit sinong pasyenteng dumating sa simbahan ay gumagaling agad. Hindi nagtagal, napagtanto kong wala silang bunga ng kaligtasan, na siyang pinakamahalaga. Marami sa kanila ang nang-iwan sa Diyos nang gumaling sila.

Minsan may mag-asawang dumalo sa magdamag na pagsamba tuwing Biyernes. Sinabi nilang nasira ang litid ng lalaki sa isang aksidente sa trapiko. Hindi siya makalakad nang maayos, napakasakit ng nararamdaman niya na hindi man lang siya makaupo habang may pagsamba. Kumilos ang Banal na Espiritu at ipinatong ko sa kanya ang kamay ko. Pagkapanalangin ko, tumayo siya at tumalon. Pero pagkatapos ng dalawang beses na pagdalo, hindi na siya muling dumalo sa iglesya.

Sinabi ng lalaki nang dalawin siya ng isang pastor ng iglesya, "Hindi pa ba sapat na dumalo ako ng dalawang beses na may pagpapasalamat na gumaling ako? May magbibigay ba sa akin ng pera kung dadalo ako sa iglesya?" At hindi na siya bumalik sa simbahan. Pakiramdam niya ay hindi na niya kailangang magsimba dahil malusog na siya. Kung hindi siya pinagaling ng Diyos, hindi siya makakapagtrabaho. Binigyan siya ng Diyos ng biyaya at pinagaling siya, pero wala naman sa kanya ang Salita ng buhay kundi ang pansariling interes lang ang habol niya.

May mag-asawang nagkaanak noong ikapitong buwan pa lang ng pagbubuntis. Nasa 'incubator' ang sanggol sa loob ng tatlong buwan, pero hindi ito lumalakas. Ayon sa doktor wala nang pag-asa. Sinabi ng ama, "Kapag nag-isang taon siya, magkakaroon tayo ng salo-salo at iimbitahan ang bawat isa sa iglesya." Dahil alam ng mag-asawang hindi na sila matutulungan ng siyensyang pangmedikal, dinala nila ang sanggol sa iglesya. Tumanggap ito ng dalangin at gumaling, at naging malusog sa loob ng labinlimang araw.

"Pastor, maraming salamat. Sa unang kaarawan ng sanggol namin, iimbitahan ko kayong lahat na miyembro at magkakaroon tayo ng malaking handaan."

"O sige, gawin mo iyan."

Napakasaya ng ama ng sanggol noon dahil gumaling ang anak niya, at siya mismo ang nakaisip na maghanda. Pero unti-unti na siyang pumalya sa pagsisimba kung Linggo, at nang dumating na ang kaarawan ng sanggol, naghanda nga siya pero ang imbitado lang ay ang mga kamag-anak niya at mga kaibigang makamundo.

May isang kabataang lalaki na galing sa Gang-won Do, may malusog na pangangatawan pero napakayabang niya. Habang nakikinig siya sa mga mensahe sa iglesya, nagsisi siya. Nang idalangin ko ang kabataang ito para palayasin ang mga diyablo sa katawan niya, bumula ang bibig niya at natumba. Pagkatapos noon ay naging normal na tao na siya na may maayos na ugali. Pero bumalik siya sa iglesya niya at hindi na nakitang muli.

May matandang babaing nawalan ng paningin, parang bulag na siya talaga. Nang mabalitaan niya ang tungkol sa iglesya namin, nagpunta siya kasama ng kapamilya niya, at nakakita siyang muli. Pero pagkatapos na siya'y gumaling, iniwan na nila ang iglesya.

Huwag Nang Magkasala Pa

Sa Juan 5:14, pagkatapos pagalingin ni Jesus ang maysakit, nakita Niya ito sa templo, at sinabi sa kanya, *"Tingnan mo, ikaw ay gumaling na; huwag ka nang magkakasala, baka may mangyari pa sa iyo na lalong masama."*

Dahil gumaling sila sa pag-ibig at kapangyarihan ng Diyos, dapat ay namumuhay na sila ayon sa Salita Niya at dapat silang magpasalamat dahil sa biyaya. Pero kung nagkasala ulit sila, paano sila poprotektahan ng Diyos? Dahil hindi na ibinaling ng Diyos ang mukha Niya sa kanila at hindi na sila maingatan, nagkasakit ulit sila sa kagagawan ni Satanas, at dahil pinabayaan nila ang biyaya ng Diyos, lalong naging malala ang sakit na dumapo sa kanila.

Aalagaan Tayo Kung Namumuhay Tayo sa Salita

Isang pangyayari ang naganap noong Nobyembre 1982. Inabot ng alas-sais ng umaga ang magdamag na pagsamba tuwing Biyernes. Pagkalipas ng hatinggabi may mag-asawang dumating sa santuwaryo na may kargang batang babaing limang taong gulang. Nag-iiiyak ang bata, hindi na matagalan ang sakit na nararamdaman. Taga-Busan sila at nasuring malala na ang kanser niya sa lapay.

Sinubukan ng mga doktor na operahan siya pero dahil sa napakalaki ng bukol ay hindi na nila ginawa. At isa pa, ang bukol ay lumalaki sa tiyan, delikado itong tahiin. Espesyal na alambre ang ipinangtahi ng doktor sa tiyan niya. Nakakatakot ang tagpong ito.

Ang pangalan niya ay Wonmi. Binibigyan siya ng morpina

maraming beses sa isang araw. Ito lang ang paraan para matagalan niya ang sakit. Malapit nang mamatay si Wonmi kahit naka-oxygen siya. "Kapatid, may iglesya sa Seoul na puno ng biyaya ng Diyos. Pumunta tayo doon para maipanalangin siya. Pagagalingin ng Diyos si Wonmi," pangungumbinsi ng tita niya na kapatid ng tatay niya. Kaya dinala nila si Wonmi sa iglesya sa Seoul.

Idinalangin ko ang bata sa loob ng labinlimang araw. Nang tanggapin niya ang panalangin sa unang pagkakataon, nawala ang pananakit niya. Pagkaraan ng dalawang araw, kitang-kitang naganap na ang pagpapagaling. Wala na ang pananakit at nagbalik sa normal ang namamagang tiyan. At nagkaroon ng pananalig ang mga magulang niya. Pinayuhan ko silang ipaalis nila sa ospital ang mga alambre sa tiyan pero hindi sila nagpunta sa ospital. Sa halip, sila mismo ang nagtanggal nito nang may pananalig. Kataka-takang sa loob ng dalawang araw ay pinagaling ng Diyos ang bukas na sugat at ito ay nagsara.

Malapit nang mamatay si Wonmi dahil sa malalang sakit pero siya'y gumaling sa loob ng sampung araw. Natutunan niya ang mga papuring awitin at sayaw sa Paaralang pang-Linggo, at siya ay kumanta at sumayaw kasama ng mga kaibigan. Lahat ng makakita sa kanya ay tuwang-tuwa. Matalino siya at mahal siya ng maraming miyembro.

Tumigil sila ng labinlimang araw sa simbahan, tumatanggap ng panalangin. Pagkatapos, bumalik na sila sa kanilang bayan. Nang idinalangin ko ang mga magulang niya, dumating ang Salita ng Diyos.

"Pag-uwi nila, dapat nilang sundin ang Sampung Utos, at ang anak nila ay magiging malusog. Pero pag hindi nila tutuparin ang Sampung Utos, hindi na

ibabaling ng Diyos ang mukha Niya sa kanila."

Sinabihan ko sila, "Sundin ninyo ang Araw ng Panginoon, magbigay ng tamang ikapu, at paglingkuran nang maayos ang Diyos. Bilang mga magulang ay dapat ninyong tuparin ang Sampung Utos para laging maging malusog ang anak ninyo." Sagot ng tatay ni Wonmi, "Salamat pastor! Siyempre gagawin namin iyon. Wala pa yatang malaking bus ang iglesya. Pagbalik ko sa bahay namin, magpapadala ako ng malaking bus para sa iglesya."

Pagkatapos nito, nabalitaan kong namatay ang bata. Ang mga magulang ni Wonmi ay nagsimba pagbalik nila sa bayan nila pero paglipas ng panahon ay mukhang pinabayaan na nila ang Araw ng Panginoon. Pero nagpapasalamat ako dahil naligtas ang kaluluwa ni Wonmi at mabubuhay siya nang walang hanggan sa kaharian sa langit kung saan wala nang luha at lungkot.

Pinagaling Sila Ng Diyos Ayon sa Kanilang Pananalig

Katulad noong nagsisimula ako sa aking ministeryo, bigo ako kapag nakikitang nagpapabaya ang mga tao sa biyaya ng Diyos, iniiwan ang iglesya, at nagbabalik sa sanlibutan.

"O Ama kong Diyos, nakilala Ka nila, naranasan ang pagkilos Mo, at gumaling, paano nila nagawang iwanan Ka nang ganito?" Nag-iiyak ako at napakaraming luha ang umagos sa pananalangin ko, wasak ang puso. Isang araw, narinig ko ang tinig ng Panginoon:

"Lingkod Ko, nang magpagaling Ako ng sampung ketongin, siyam sa kanila ang umalis at isa lang

ang nagbalik para magpuri sa Diyos. Ganyan din kapag humiling ka sa Ama at napagaling sila ng pananampalataya mo, kung wala sa kanila ang katotohanan at buhay, pababayaan nila ang biyaya at iiwan ang iglesya. Kaya, hindi sila magsisialis kung papakinggan nila ang Salita at magkakaroon ng pananalig. At kung napagaling sila ng pananalig nila, hindi nila iiwan ang iglesya. Dahil nanalangin ka, pinagaling Ko sila sa pamamagitan ng kapangyarihan mo kaya palitan mo ang laman ng iyong panalangin. Dapat idalangin mong gumaling sila ayon sa kanilang pananalig."

Ang pinakalayunin sa pamumuhay Cristiano ay ang kaligtasan ng ating kaluluwa at para tayo makarating sa kaharian sa langit. Kaya mahalagang alamin ang kalooban ng Diyos at magkaroon ng pananampalataya para makapasok sa Kanyang kaharian. Nang pagalingin ni Jesus ang sampung ketongin, isa lang ang nagbalik kay Jesus at nagbigay ng papuri sa Diyos (Lucas 17:11-19). Iniwan ng natirang siyam ang Diyos at nagbalik sa mundo. Iisa lang ang naligtas.

Nagpupunta ang mga tao sa simbahan dahil mayroon silang sakit o problema, pero habang dumadalo sila sa pagsamba, nakakapakinig ng mensahe, at nalalaman ang kalooban ng Diyos, nagkakaroon sila ng pananalig at buhay. Kalooban ng Diyos na pagalingin sila kapag tinanggap na nila ang Banal na Espiritu, naniwala sa langit at impiyerno, at nagkaroon ng pananampalataya para maligtas. Kapag gumaling sila ng walang pananalig, maliban sa mga may mabuting konsiyensya, karamihan sa kanila ay magbabalik sa mundo. Hindi rin sila maliligtas. Kaya simula noon, binago ko ang pananalangin ko ng

ganito, "O Diyos, pagalingin Mo sila ayon sa kanilang pananalig."
Ipinapakita ng Diyos ang pagpapagaling Niya kung ipinapakita
nila ang kanilang pananalig.

Pananalig na Saklaw ang Lagay ng Panahon

Noong Agosto 1, 1983 naganap ang unang retreat
(pansamantalang pamamahinga para palakasin ang pagod na
katawan, espiritu at kaluluwa) sa tag-init sa Daebu Island malapit
sa Inchon. Noong gabi bago ang retreat, napakalakas ng ulan na
may kasamang kulog at kidlat. Isang beses lang sa isang araw ang
biyahe ng balsang papunta sa Daebu. Tinanong ko ang Diyos,
"O Diyos, paano kami magtitipon sa ganito kalakas na ulan?
Hinihiling kong patigilin Mo ang ulan."

Nakatakda kaming umalis ng 5:00 ng umaga mula sa
simbahan, kaya ang ibang estudyanteng nakatira sa malayo ay
natulog sa santuwaryo. Gusto kong matulog sa lugar namin pero
hindi ako makatulog dahil sa ingay ng bagyo. Nakahiga lang ako.
Nananalangin ako nang taimtim nang marinig ko ang tinig ng
Banal na Espiritu noong 3:00 ng umaga, sinabihan Niya akong
huwag mag-alala. Pumunta ako sa santuwaryo para manguna sa
ika-4:00 ng madaling araw na pulong panalangin, at nandoon
ang ilang kabataan. Natapos ang pananalangin ng ika-4:55 na ng
umaga, pero lalong lumakas ang bagyo. Mas lalo pang kumulog
at kumidlat, at napakalakas ng hampas ng ulan sa mga bintana.

"Sabay-sabay tayong manalangin para tumigil ang ulan!"
ang sabi ko. Dahil marami na silang nasaksihang mga himala
sa magdamag na pagsamba tuwing Biyernes, may matatag
na pananalig ang mga estudyante at kabataan. Taimtim na
nanalangin ang mga nasa santuwaryo sa loob ng ilang minuto

pero nagpatuloy ang kulog at kidlat.

Sinabihan ko sila, "Huwag kayong mag-alala. Dalhin ninyo ang mga gamit ninyo at bumaba kayo sa unang palapag. Sa oras na may tumapak sa lupa, titigil ang ulan!"

Nang ihayag ko ito, lahat sila ay sumagot ng 'Amen.' Lahat ay nagsitayo at bumaba sa unang palapag. At nang tumapak sa lupa ang nasa pinakaunahan ng pila, ang malakas na ulan ay biglang huminto, at ang pagkulog at pagkidlat ay huminto rin. Sa karanasang ito, binigyan kami ng Diyos ng malaking pananalig bilang kaloob.

Tumatanggap ng Paliwanag sa Mahihirap na Talata at ang 'Mensahe ng Krus'

Pagkabukas ng simbahan, naimbitahan akong magsalita sa maraming pagtitipon para sa pagbabagong buhay. Ipinahayag ko ang Salita para makapagpunla ng pananalig sa bawat puso ng dumalo at para mabigyan sila ng pagkakataong maunawaan ang pag-ibig ng Diyos. Kapag idinadalangin ko ang maysakit, marami ang napapagaling. Ang mga pilay ay nakakalakad at ang mga bulag ay nakakakita. Maraming himala ang naganap. Tinuruan din ako ng Diyos kung anong sasabihin sa mga pagtitipon para sa pagbabagong buhay na iyon. Nagpahayag ako ng tungkol kay Jesu-Cristo, sa Diyos Ama, tunay na pananampalataya at buhay na walang hanggan, mga himala, pagkabuhay na muli, ang Pangalawang Pagbabalik ng Panginoon, at ang makalangit na kaharian.

Kadalasan, ang mga pagpupulong ay nagaganap mula Lunes hanggang Huwebes. Nagsisimula ng ika-6:00 ng gabi at kapag ika-7:30 ng gabi na ay magsisimula na ang mensahe.

Nagpapatuloy ako hanggang ika-11:00 ng gabi o hatinggabi dahil hinihiling ng mga pastor at mga dumalo na ipagpatuloy ko ang pagmemensahe. Pagkatapos ng sesyon sa gabi, matutulog ako ng dalawang oras at mangunguna muli sa pulong sa madaling araw. Noong 1983, nililibot ko ang buong bansa sa pagmemensahe sa mga pagtitipon para sa pagbabagong buhay. Isang araw, sinabihan ako ng Panginoon na tumigil na sa pagsasalita sa mga pagtitipong ganito at pumunta sa tabing bundok para manalangin.

Nais Niyang ipaliwanag sa akin ang mga talata ng Bibliang mahirap maintindihan. Pitong taon na akong nananalangin para makatanggap ng paliwanag sa mahihirap unawaing mga talata, at sa wakas nakatanggap ako ng sagot mula sa Panginoon. Kaya simula noong Mayo 1983, huminto na akong magmensahe sa mga pagtitipon para sa pagbabagong buhay at nagtungo ako sa Bundok Dalanginan sa Kwangju, Gyeong-gi. Pagkatapos ng pagsamba kapag Linggo ng gabi, pupunta ako doon para manalangin ng buong araw, at pagdating ng Biyernes, babalik ako sa iglesya para manguna sa magdamag na pagsamba. Ganito ang naging takbo ng buhay ko sa loob ng maraming taon.

Pakikipaglaban sa Napakaginaw na Taglamig at Napakainit na Tag-araw

Sa tag-araw, napakainit ng sikat ng araw, at sa taglamig naman, ang temperatura ay bumababa ng sobra (-10o hanggang -15o celcius). Pero naglalagay lang ako ng isang makapal na kumot na pang-sundalo sa isang bato at nananangis ako sa langit sa pananalangin. Kahit na sa napakaginaw na taglamig, pumupunta pa rin ako sa bundok at nananalangin sa buong araw hanggang gabi. Lumaban ako sa malamig na panahon sa buong araw. Kung bumababa nang husto ang temperatura, hindi man lang ako pinagpapawisan kahit nananaghoy ako at nakikipaglaban ng ubod lakas sa pananalangin.

Dahil wala akong pera, hindi ko kayang umupa ng isang komportable at mainit-init na silid tulugan. Ang kaya ko lang ay isang tipak ng uling para pampainit sa bawat araw. Ang hangin sa silid ay malamig. Ang papel na bintana ay sira na, kaya pumapasok ang malamig na hangin. Sa loob ng silid, mayroon akong ginagamit na tintang pangsulat sa mga paliwanag ng Panginoon sa mahihirap na talata sa Biblia. Napakalamig ng silid kaya ang tinta ay nagyeyelo na. Kailangan ko itong tunawin para magamit ko sa pagsusulat. Dahil wala akong maayos na kumot, hindi komportable ang pagtulog ko. Maaga akong gumigising at pumupunta sa santuwaryo para dumalo sa madaling araw na pananalangin. Pagkakain ng agahan, aakyat ulit ako sa bundok at mananalangin ng buong araw.

Paliwanag sa Mahihirap na Talata ng Biblia na Maraming Kahulugan

Kung minsan, dinudurog ko ang yelo para ipampaligo ko, pagkatapos ay mananalangin ako at magbabasa ng Biblia sa buong araw. Sa ika-7:00 ng gabi, magsisidalo ang mga tao para sa panggabing sesyon, kaya tahimik ang lugar. Papasok ako sa silid dalanginan at ibubuhos ang lakas sa pananalangin, pinagpapawisan. Ipinapaliwanag ng Panginoon ang mga talata sa Biblia na idinalangin ko sa araw na iyon, at ito ay mas matamis pa sa pulot. Lalo na ang napakalalim at walang hanggang kalooban ng Diyos na nilalaman ng mga talatang iyon. Tingnan natin ang isang talata na kasama sa mga mahihirap na talatang ipinaliwanag sa akin ng Panginoon. Sa Juan Kabanata 2, dumalo si Jesus sa kasalan sa Cana at ginawang alak ang tubig. Kadalasan sa isang handaan ng kasal, ang mga tao ay nag-iinuman at nagpapasasa. Nakapagtataka talaga kung bakit si Jesus na pumarito para iligtas ang sangkatauhan ay dumalo sa ganitong handaan at doon ipinakita ang unang tanda ng Kanyang ministeryo.

Ang handaan sa kasalan ay naglalarawan ng katapusan ng mundo kung saan ang mga tao ay nagkakainan at nag-iinuman at namamayani ang kasalanan. Ang unang tanda ni Jesus ay sagisag ng simula at katapusan ng ministeryo ni Jesus. Si Jesus ay inimbitahan sa handaan ng kasal sa Cana, at ang ibig sabihin nito ay nang inimbita si Jesus ng makasanlibutang mga tao, ito'y para ipako Siya sa krus. Hinayaan Niyang ipako Siya, at gayon ang nangyari. Ang tubig ay sagisag ng buhay na walang hanggan (Juan 4:14), at ang tubig na ito ay Salita ng Diyos na nagbibigay ng buhay na walang hanggan. Ang Salita ay si Jesu-Cristo na pumarito sa mundo bilang tao. Ang alak ay sagisag ng mahalagang dugo ni Jesus. Sinasagisag nito na si Jesus, ang Salita na pumarito sa mundo na nagkatawang tao ay ipapako sa krus at ibubuhos ang mahalagang dugo sa hinaharap. Isusuko ni Jesus na bumaba dito sa daigdig na puno ng kasalanan ang Kanyang banal na katawan sa krus at ibubuhos ang dugo at tubig. Ipinapakita ng talatang ito ang pag-ibig ng Panginoon.

Ang kahulugan ng pagpapalit ng tubig para maging alak ay ang dugo ni Jesus na ibubuhos sa krus ay magiging dugo na nagbibigay ng buhay na walang hanggan. Ang alak na ginawa ni Jesus sa handaan ay purong katas ng ubas na walang ibang sangkap na nakakalasing sa mga tao. At sinabi ng mga taong nakatikim ng alak na nagmula sa tubig na mahusay na alak ito. Sinasagisag nito na ang mga tao ay magiging masaya kapag nalinis ang kanilang mga kasalanan sa pag-inom ng dugo ni Jesus dahil magkakaroon ng pag-asa sa kaharian ng langit.

Sa hulihan, sinasabing: *"Ginawa ito ni Jesus, ang una sa Kanyang mga tanda, sa Cana ng Galilea, at ipinahayag ang Kanyang kaluwalhatian; at sumampalataya sa Kanya ang Kanyang mga alagad"* (Juan 2:11). Ang 'pagpahayag ng Kanyang kaluwalhatian' ay may kinalaman sa apat na ebanghelyo na bumabanggit na si Jesus ay ipapako sa krus at sa ikatlong araw ng kanyang libing ay wawasakin ang kapangyarihan ng kamatayan at mabubuhay muli para ipakita ang Kanyang kaluwalhatian. Kaya ang isang pahayag na ito ay napakaraming kahulugan.

Ang mga disipulo ay nagkahiwa-hiwalay nang ipako si Jesus, at kahit may mga taong nagsabi sa kanila na nakakita kay Jesus na muling nabuhay, hindi sila naniwala. Nang makita lang nila ang buhay na Panginoon, doon lang sila naniwala. Ang mga disipulo ay naniwala lang kay Jesus, hindi noong unang maghimala Siya, kundi noong ipinakita ng Panginoon ang Kanyang luwalhati nang Siya ay ipako, wasakin ang kapangyarihan ng kamatayan, at nabuhay muli. Sa ipinakitang unang tanda ni Jesus, malalaman nating hindi lang ito nangyari para makipagdiwang Siya sa isang kasal dito sa pisikal na mundo.

Ang Mensahe ng Krus, ang Nakatagong Lihim Bago Pa Nagsimula ang Panahon

Nang maunawaan ko ang biyaya at pag-ibig ng Diyos habang binabasa ko ang Apat na Ebanghelyo tungkol sa ministeryo ni Jesus, hindi ko maituloy ang pagbabasa dahil sinisipon na ako sa aking pag-iyak. Napapaiyak ako sa tagpong nakatayo si Jesus sa patyo ni Pilato. Habang binabasa ko ang tungkol sa paghagupit kay Jesus na may suot na koronang tinik sa Kanyang ulo at ipinapako sa krus, umiyak ako nang husto, napakatagal. Hindi ko mapigilan ang pagluha, kaya isinara ko na lang ang Biblia.

Kahit gaano ko pigilan ang sarili, ang pagbabasa ko ng apat na Ebanghelyo ay inaabot ng maraming araw. Sa loob ng maraming taon, simula nang buksan ang simbahan, napapaiyak pa rin ako sa tuwing magbabasa ng Biblia. Hindi halos ako makasalo sa Banal na Hapunan dahil sa pagpipigil na maiyak. Pagkatapos noon, napipigilan ko na ang pagluha dahil naunawaan ko na nang husto na ito'y dapat ipagpasalamat at isa itong biyaya sa atin, pinili ni Jesus ang paraan ng krus at ito'y para sa kaligtasan natin. Nakakapagbasa na ako ng Biblia at nakakasalo na ako sa Banal na Hapunan, na may galak at pagpapasalamat. Nang tanggapin ko ang 'Mensahe ng Krus' na itinuro sa akin ng Panginoon sa pamamagitan ng inspirasyon, lalo kong naunawaan ang pag-ibig ng Diyos.

Noong 1983, habang ako ay nananalangin sa Bundok Dalanginan sa Kwangju, ipinaliwanag ng Panginoon sa akin ang tungkol sa 'Mensahe ng Krus.' Ipinaliwanag Niya kung bakit si Jesus lamang ang tanging Tagapagligtas, kung bakit tayo maliligtas kung mananalig tayong Siya lamang ang Tagapagligtas, at kung bakit inilagay ng Diyos ang punungkahoy ng kaalaman ng mabuti at masama, at kung bakit pinadadalisay ang sangkatauhan. Ipinaliwanag Niya ito na isang lihim na nakatago bago pa nagsimula ang panahon. Ipinakita at ipinaliwanag din Niya ang tungkol sa espirituwal na kahariang nakatala sa Aklat ng Genesis.

Ipinaunawa sa akin ng Diyos at itinala ang malalim na kahulugan at ang mga paraan para magkaroon tayo ng banal na likas sa pamamagitan ng 'Siyam na Bunga ng Banal na Espiritu,'

'Ang Mapalad,' at 'Espirituwal na Pag-ibig.'

Paano Ko Papakainin ang Kawan ng Espirituwal na Salita?

Kapag tumagal ako sa isang lugar sa aking pananalangin, kumakalat ang balita at maraming tao ang nagsisidating para ipanalangin ko. Dahil parami nang parami ang nakakakilala sa akin, dapat akong lumipat ng lugar. Para magkaroon ako ng pakikipagniig sa Diyos sa pananalangin, katulad ni apostol Juan na nagtala ng Aklat ng Apocalipsis sa Isla ng Patmos, kailangan ko rin ng tanging lugar na malayo sa mga makamundong bagay. Kaya pumunta ako sa probinsya ng Gang-won, at Jochiwon. Kapag nananalangin ako sa tag-init na walang bentilador, naliligo ako sa pawis pero wala akong hirap o reklamo.

Mayroon akong dalawang tanong. "Paano ko maipapaliwanag ng tama sa kawan ang kalooban ng Diyos at tustusan sila ng mga espirituwal na mensahe para maaalagaan ko sila na magkaroon ng perpektong pananalig?" at "Paano ako mas makakapanalangin at tatanggap ng kapangyarihan ng Diyos na isinagawa ng mga propeta at apostol para magampanan ko ang pagmimisyon sa mundo nang maayos at maitayo ko ang Pinakamalaking Santuwaryo?" Dahil nakatuon ako sa pagtupad ng mga layuning ito, wala akong panahong mag-isip ng ibang mga bagay.

Noong Mayo 1984, dalawang araw bago ang kaarawan ko, dinala ako ng Punong Diakonesang Geumsun Vin na siya ring Direktor ng Editorial Bureau ng Urim Books, sa isang bahay na pag-aari ng kamag-anak niya sa Probinsiya ng Gang-won, at nanalangin ako doon nang ilang panahon. Kailangang magbangka para makarating doon.

Isang Biyernes, dapat akong bumalik sa Seoul para magmensahe sa magdamag na pagsamba at sa Linggong pagsamba pero inudyukan ako ng Diyos na manatili doon at mag-ayuno ng tatlong araw. Pagkatapos kong mag-ayuno, tinuruan ako ng Diyos ng tungkol sa malalim na espirituwal na kaharian at ang kaharian sa langit nang buong detalyado. Masaya sana akong makakapagdiwang ng kaarawan ko kasama ng mga miyembro pero mas mahalaga at kalugud-lugod na tumanggap ng regalo mula sa Diyos pagkatapos kong mag-ayuno at manalangin. Ang nilalaman ng kaharian ng langit na itinuro sa akin ng Panginoon ay parang isang mensaheng napakalawak ng saklaw. Pinagsama-sama dito ang mga talatang magkakapares na nakatala sa Biblia. Pagkatapos ng ilang panahon, inihayag ko ang mensaheng ito sa Linggong pagsamba sa loob ng maraming taon, at nailimbag ito sa dalawang libro, ang Langit I at Langit II.

Kahit ang mga Kapitbahay sa Palengke ay Nagsasabing "Pumunta Kayo sa Simbahan ng Manmin"

May palengke sa kalapit ng iglesya at maraming taong dumadaan doon pagbaba sa tigilan ng bus papunta sa iglesya. Kaya nakikita ng mga nagtitinda sa palengke ang mga may dala ng mga batang namimiligro ang buhay katulad ng mga naaksidente sa trapiko.

Sa ngayon, madalas na tayong makakakita ng silyang may gulong, pero hindi ito pangkaraniwan noon sa Korea. Sa tuwing makikita ng mga nagtitinda ang mga maysakit, sasabihin nila, "Makikipagkita sila sa pastor ng Simbahan ng Manmin." Kapag ang mga pasyente ay gumaling na sa loob ng isa o dalawang araw at namamalengke na, magugulat ang mga nagtitinda.

"Hindi ba ikaw ang nakahiga sa stretcher kahapon?"

"Ako nga."

"Bakit nakakalakad ka na ngayon?"

"Gumaling ako dahil sa panalangin."

Dahil madalas makita ng mga nagtitinda ang ganitong eksena, kinilala nilang buhay ang Diyos. Pero nang magpahayag kami ng ebanghelyo sa kanila, sinabi nilang alam nilang buhay ang Diyos, pero abala sila sa paghahanap-buhay at ayaw nilang magsimba. Kahit hindi sila nagsisimba, kapag nakakakita sila ng maysakit iminumungkahi nilang pumunta sa simbahan ng Manmin.

Ang Panginoon ay Kumikilos Kasama Namin

Paglilipat sa Pangalawang Santuwaryo

Pagkalipas ng isang taon mula noong unang pagsamba, wala nang lugar para sa mas maraming tao sa santuwaryo. Sa tuwing may pagsamba, ang mga silid dalanginan, ang mga pasilyo at pati na ang salas ay puno ng tao. Wala na talagang lugar. Kaya nagsimula kaming manalangin para makalipat sa mas malaking lugar.

Kailangan namin ang lugar na mga 650 metro kuwadrado ang laki, pero ang pananalig ng mga miyembro ay hindi sapat. Nang nanalangin ulit ako para sa bagong santuwaryo, ito ang ibinigay na Salita ng Diyos,

"Humayo ka at magtayo ng pansamantalang silungan sa isang bakanteng lote. Magigiba ito kaya itayo mo ulit. At magigiba na naman. Pagkatapos nito ay mahahayag

ang kalooban Ko."

Noong Setyembre 1984, mayroong bakanteng puwesto sa bubungan ng isang palapag ng gusaling malapit sa palengke. Sinabihan kami ng Diyos na magtayo ng pansamantalang estruktura doon pero hindi Niya ako pinayagang sabihin sa mga miyembro na magigiba ito. Sa totoo, hindi legal ang magtayo ng isang permanenteng gusali sa bubungan. Ipinaliwanag ko lang na kalooban ng Diyos na magtayo ng pansamantalang estruktura doon at pinasimulan ko na sa kanila ang pagtatayo. Pumayag ang may-ari ng gusali at sinabing hihingi siya ng permiso sa gobyerno para sa pagtatayo ng pansamantalang estruktura.

Kung iisipin, mahirap tanggapin ang pagtatayo ng isang pansamantalang estruktura sa bubungan ng isang gusali at gamitin itong santuwaryo. Pero dahil ito ay Salita ng Diyos sa akin, sumunod ako. Alam ko rin na magigiba ito sa oras na maitayo ito. Pagkalagay na pagkalagay ng mga adobe at simento, dumating ang mga taong gobiyerno at giniba ito. Nang itinayo ulit namin, giniba ulit nila. Dahil sa pangyayaring ito, may mga miyembrong nagreklamo pero karamihan sa kanila ay tumingin sa Diyos na Siyang kumikilos na maging maayos ang lahat at dumalangin ng taimtim na may nagkakaisang puso. Ang mga nakatira sa lugar na iyon na nakita ang nangyayari ay nag-isip ng ganito: "Kailangan bang makialam pa nang husto ang gobiyerno?" At nagsimula silang maawa sa iglesya namin. Kahit ang mga nagtitinda sa palengke ay nalaman ang pagkilos ng Diyos sa iglesya ng Manmin. Habang pinagdadaanan ng mga miyembro ang mahirap na situwasyong ito, lalong umiinit ang damdamin para sa bagong santuwaryo at ang mga puso namin ay nagkaisa. At ang Diyos ay naghahanda na ng bagong gusali.

Hanggang sa mga oras na iyon, wala pang gusaling magagamit

ang iglesya namin. Pero sa hindi kalayuang lugar, may isang gusaling kumpleto na at may mga 650 metro kuwadrado ang sukat at puwede nang gamitin. Sinabi sa amin ng Diyos na lumipat na sa gusaling iyon. Mayroon kaming tatlong daang miyembro noon, at ang perang nalikom ay hindi pa sapat para sa pagmimisyon. Karamihan sa mga miyembro ay hindi mayaman, kaya hindi madaling maghanda kahit 2,000,000 won (P86,730) lang. Kaya kung noong una pa lang ay sinabi ko sa mga miyembrong lumipat kami sa gusaling may 650 metro kuwadradong sukat, malamang napakarami nilang reklamo. Sa renta pa lang nito kailangan namin ng 40,000,000 won (P1,734,605). Kailangan pa namin ng 20,000,000 won (P867,302) para gawin itong santuwaryo. Mahirap tuparin ito sa klase ng pananalig ng aming mga miyembro. Pero dahil dumaan na sila sa mga pagsubok, lumaki ang pagkauhaw nila para sa bagong santuwaryo at mainit ang puso nila sa pananalangin at may pagkakaisa sa isip at lakas. Parang sa isang saglit lang ay nakalikom na kami agad ng halaga para makalipat sa aming santuwaryo. Sa wakas, noong Disyembre 31, 1984, nirentahan na namin ang gusali sa Dae-Bahng Dong, Dong-jak Gu, at ginanap ang unang pagsamba doon. Pinalaki ng Diyos ang pananalig ng mga miyembro sa pamamagitan ng ganitong pagsubok.

Pagtatatag ng Organisasyon sa Iglesya

Mabilis na lumaki ang iglesya dahil nagdala ang Diyos ng mga bagong miyembro. Ang pananalig ng mga miyembro ay mabilis ding lumalago dahil sa makapangyarihang pagkilos ng Diyos na kasama namin sa mga tanda at himalang patuloy na nangyayari. May ilang pumunta sa iglesya para tumanggap ng pagpapagaling, pero marami ang pumunta dahil sa pagkauhaw at paghahanap ng Salita ng buhay.

Noong Oktubre 1983, naitatag ang Sentro ng Dalanginan ng Manmin. Ginabayan ng Diyos ang asawa kong si Boknim Lee para manguna sa pulong na may pagpapagaling araw-araw para magamot ang mga maysakit sa espirituwal o pisikal man. Hinirang siya ng Diyos bilang pangulo ng sentro ng dalanginan. Tumuon siya sa mga pulong na may pagpapagaling araw-araw, pagbibigay ng payo, pagbisita sa mga miyembro, at pananalangin. Noong Enero 1984, ang 'Misyon ng Mga Deboto sa Pananalangin' ay naitatag, may tungkuling idalangin ang kaharian at katuwiran ng Diyos. Ang mga deboto sa pananalangin ay hindi lang nananalangin, dumadalo rin sila sa pulong ng pagpapagaling at tumutulong sa pananalangin ng mga maysakit. Noong Marso. 1984, naitatag ang misyon para sa mga bata, ang Manmin Kindergarten. Sa loob ng dalawang taon mula nang magbukas ang iglesya, ang porma at estruktura ng mga organisasyon ng iglesya ay naisaayos na.

Noong Oktubre 1985, bilang pangulo ng sentro ng dalanginan, nagsimula siya ng gabi-gabing pulong panalangin kasama ang ilang tao. Ang pagpupulong na ito ang naging simula ng Pulong Panalangin ng Daniel na sa ngayon ay libo-libong miyembro ang nagsasama-sama at nananalangin bawat gabi. Tumuon sa pag-aayuno at pananalangin si Pangulong Boknim Lee. Hindi lang niya hinangad ang personal na kasiyahan ng pamilya niya kundi namumuhay siya para sa iba pang kaluluwa. Kumilos ang Diyos sa maliwanag na tinig ng Banal na Espiritu at pinagpala siyang magpakita ng mga makapangyarihang mga gawa. Hanggang sa ngayon, pinangungunahan pa rin niya ang Pulong Panalangin ng Daniel gabi-gabi. Maraming miyembro ang nakaranas ng kapangyarihan ng Diyos at tumanggap ng mga sagot habang mayroon silang oras ng panalangin at pagpupuri sa santuwaryo. Sa pamamagitan ng Pulong Panalangin ng Daniel, ang kaluluwa ng mga miyembro ay nagiging masagana. Ito ang puwersang nagpapagalaw sa pagpapanumbalik sa Panginoon. Ang mga taong nananabik sa Salita ng buhay ay nagsidalo at nakinig sa mga mensahe, at nagkaroon sila ng kapayapaan at kapahingahan. Ang mga nakatanggap ng mga sagot at solusyon sa kanilang mga problema ay nagpaiwan sa iglesya, at ang iglesya ay tumayong matatag.

Estudyanteng Nag-aaral Maging Doktor, May Bukol sa Utak

Si Sooyeol Cho na ipinanganak sa isang pamilyang Cristiano ay nagkaroon ng sakit na *nasopharyngeal fibroma*. Ang mga ugat sa ilong niya ay nagbara at naging bukol. Hindi nagtagal ito'y naging tumor sa utak.

Isa sa mga kamag-anak ni Sooyeol Cho noon ay katulong na direktor ng ospital sa Pambansang Unibersidad sa Seoul. Dumaan siya sa isang maselang operasyon sa loob ng walong oras. Pero kahit naopera na siya, mayroon pa ring pagbabara sa ilong niya. Habang nasa kolehiyo, naging makamundo siya, at lumala ang kalagayan niya. Tatlong buwan pagkalipas ng operasyon, barado na naman ang ilong niya at napakaraming dugo ang tumutulo mula sa ilong niya. Pumunta siya sa ospital at sinabi ng doktor na bumalik ang sakit niya.

Bago ang nakaraang operasyon, sinabi na ng doktor na may malaking posibilidad na kumalat ang bukol sa utak, at ngayon nga ay umabot na ang bukol niya sa utak. Noong Disyembre 1984, napagtanto niyang hindi na siya kayang gamutin ng mga

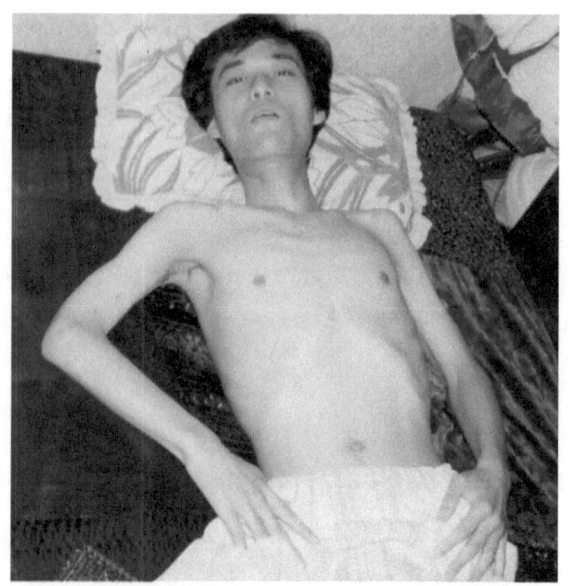

Si Sooyeol Cho habang nagdurusa sa sakit niyang pulmonya

Siya ay isang malusog na pastor ngayon

doktor. Nabalitaan niya ang iglesya namin at nagparehistro siya kasama ng mga kapamilya.

Noong Enero 1985, nakatanggap siya ng biyaya sa mga pagpupulong para sa pagbabagong buhay, at naging mabuti ang lagay niya. Nagmungkahi noon ang mga doktor ng isa pang operasyon, at iniisip pa niya na baka gumaling pa siya sa panggagamot nila.

Pero noong 1986, mahigit na sampung beses siyang dinugo nang husto, at lubos niyang naunawaan na mabubuhay lang siya sa biyaya ng Diyos. Dalawang beses siyang dinugo nang sobra sa may puwitan na nakapagpahina sa kanya nang husto.

Isang araw, habang nananalangin ako sa Jochiwon, bigla akong nagkaroon ng matinding lungkot sa puso ko. Napagtanto kong malala na ang kondisyon ni Sooyeol Cho. Nanalangin ako sa Diyos habang umiiyak.

Nang oras na iyon isang diakonesa na mataimtim na nananalangin sa iglesya ang nakakita ng pangitain. Nakita raw niya akong nakakapit nang mahigpit sa dulo ng balabal ni Jesus, hinihiling na iligtas ang buhay ng kabataang ito. Sa tuwing nabibingit siya sa kamatayan, ipinapaalam ito sa akin ng Banal na Espiritu at nakakaraos siya sa mga kritikal na sandaling ito habang ipinapanalangin ko. Mula noon, nagkaroon na ng pananalig si Sooyeol Cho at patuloy na siyang gumaling.

Kapag hindi siya nananalangin at hindi siya puspos ng Banal na Espiritu, ang bukol sa ilong niya ay lumalaki at ang lalamunan ay nagbabara, o kaya naman ay may lumalabas na parang dila sa bibig niya. O kaya naman ay may lumalabas na bukol sa ilong niya. Kapag siya ay nagsisisi at tumatanggap ng panalangin ko, gumagaling siya. Sa ganitong proseso, nalalaman ng kabataang ito ang makalaman na pag-iisip at kasamaan sa kalooban niya kaya nag-ayuno siya, at naisip na "Kung dapat akong mamatay, mamamatay ako."

Pinagsikapan niyang baguhin ang sarili. At sa wakas, naging napakalusog na niya. Sa ngayon, naglilingkod siya sa iglesya namin bilang katulong na pastor. Masaya ang asawa niya, anak na lalaki at buong pamilya niya.

Nanigas ang Katawan Dahil sa Pagkalason sa Carbon Monoxide

Noong Pebrero 1985, Sabado ng hapon, habang nananalangin ako sa silid ko, nagkagulo sa labas at narinig kong may sumigaw na may taong namatay. Paglabas ko, nalaman kong may kapatid sa iglesya na namatay dahil nalason sa carbon monoxide.

Pag-uwi niya mula sa magdamag na pagsamba, inapuyan niya ang tipak ng uling at natulog na siya.

At noong ika-2:00 ng Sabado ng hapon, natagpuan siyang nalason na sa gaas. Nalanghap na niya ang gaas sa loob ng maraming oras, kaya paralisado na siya at bumubula ang bibig. Isa sa mga kapitbahay ang nagdala sa kanya sa bahay ko pero mukhang wala na siyang buhay, walang malay, naninigas at malamig na.

Ipinatong ko ang kamay ko sa kanya at nanalangin, "Sa ngalan ni Jesu-Cristo inuutusan kita, carbon monoxide, lumayas ka! Lumayas ka sa dalawang mata, sa butas ng ilong, sa bibig at sa lahat ng himaymay ng katawan niya!" Nang matapos ko aking panalangin at inalis ang nakapatong na kamay ko sa kanya, uminit ang katawan niya, at unti-unting nagmulat ng mata. Nawala ang paninigas niya. Minasahe siya ng mga taong nakapaligid at nakakilos na siya. Naupo siya at nagbalik muli ang kalusugan niya.

Kung dinala siya sa ospital nang matagpuan siya, napakaliit ng posibilidad na gagaling siya. Kahit na mabuhay siya, maaaring magdusa siya sa panghabang-buhay na epekto ng carbon monoxide sa utak niya. Pero ang makapangyarihang Diyos na bumubuhay kahit na sa mga patay na ay nagpamalas ng Kanyang kapangyarihan, naging normal siya sa loob lang ng dalawang minuto. Siya si Minsun Lee na asawa ngayon ni Pastor Jeonhwan Cha ng iglesya natin.

"Pakiusap, pumunta ka sa Shindaebang Dong"

Minsan naipanalangin ko na rin ang mga tumigil na sa paghinga. Noong Hunyo 1985, may nangyari sa dalawang taong gulang na anak ni Diakono Seok-hee Cho, si Seung-ah. Nagluluto ang ina ng 'sausage' at humingi sa kanya ang anak. Pagkabigay niya sa anak, hindi na niya namalayang umalis na ito sa kusina. Hinanap niya sa isang silid at natagpuan niya itong bumubula ang bibig, pinipilit huminga, at nangangasul na.

Sasandali pa lang ang pangyayari, at gulat na gulat siya. Dalidali niyang ipinasan ang anak at tumawag siya ng taksi. Dahil sa nabalitaan at nakita niya ang pagpapagaling ng mga sakit na wala nang lunas, at ang mga patay na binubuhay doon sa iglesya, nagpakita siya ng pananalig sa Diyos. Sinabi niya sa tsuper na dalhin sila sa Shindaebang Dong. Tinanong siya ng tsuper kung bakit gusto pa niyang pumunta sa malayo gayong maraming ospital na malapit lang,

"May napakagaling kasing doktor sa Shindaebang."

Nasa bahay ako nang dumating siya kaya naipanalangin ko siya agad. Tumigil na raw sa paghinga ang bata at nanlalamig na ang katawan pagbaba sa taksi. Taimtim kong ipinanalangin sa Diyos na ibalik Niya ang espiritu ng bata. Pagkatapos ng panalangin ko, biglang nagising ang bata at nakahingang muli. Simula noon, lumaki siya nang maayos at walang nangyaring anumang masamang epekto. Tatlong taon na siyang may asawa ngayon at nagpapastor ang magulang niya sa iglesya ng Suncheon Manmin sa lungsod ng Suncheon, probinsya ng Jeonnam.

Malalang Sunog sa Balat Napagaling ng Kapangyarihan ng Diyos

Isang araw ng Linggo, Abril 6, 1986, ang Punong Diakonesang Eun-deuk Kim na animnapu't dalawang taon noon ay naaksidente habang nagluluto sa kusina ng iglesya. May napakalaking kalderong pinagpapakuluan nila ng tubig para sa noodles.

Nang madulas siya, napahawak siya sa hawakan ng kaldero at natapon ang kumukulong tubig sa kanya. Nabanlian siya sa dibdib, tiyan, mga braso at mga binti. Mabuti na lang at hindi nasunog ang ulo at mukha niya.

Nang malaman ko ang pangyayari, pumunta agad ako sa kusina. Ipinanalangin ko siya habang nakahiga siya sa sahig. Sunog na sunog ang balat niya at dumikit ito sa damit niya. Kahit papaano'y may kaunti pa siyang malay. Hindi na niya makaya ang init pero nang ipanalangin ko siya, sinabi niyang napawi ang init sa katawan niya. Dumaan ang init mula sa kaliwang dibdib papunta sa kanan at bumaba sa katawan, papalabas sa kanang paa niya.

Kahit wala na ang init, ang mga parte ng katawang nasunog ay parang karne na tinusta. At ang balat na nadikit sa damit ay natanggal na. Napakamiserable! Kung nadala siya sa ospital sa ganoong situwasyon, malamang namatay na siya. At kung nabuhay naman siya, maraming taon ang gugugulin sa pagsasaayos ng balat niya. Kahit pa siya dumaan sa maraming operasyon, hindi magiging maganda ang resulta nito at siguradong may mga peklat pa siya. Dinala siya sa bahay ko at araw-araw ay ipinapanalangin ko siya. Hindi man lang siya uminom ng anumang gamot o nagpainiksyon pero dahil sa pagkilos ng Diyos, mabilis siyang gumaling.

Ang nasunog na balat ay naglangib katulad ng balat ng puno, at hindi nagtagal, nabalatan ito, at bagong balat ang lumabas sa lahat ng parteng nasunog, at nagkaroon ng bagong mga ugat. Nabuhay muli ang sunog na balat. Nasaksihan ang buong pangyayaring ito ng mga miyembrong dumalaw sa kanya.

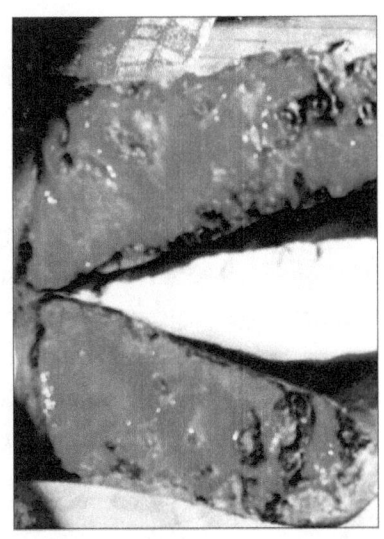

Gumaling mula sa malalang pagkasunog

Ang Punong Diakonesang Eun-deuk Kim ay gumaling nang husto sa loob lamang ng tatlong buwan mula nang maaksidente. Bumalik siya sa normal. Noong 2010, walumpu't limang taon na siya at nagpapatuloy siya sa masigasig na buhay Cristiano.

Nag-aalab na mga Gawa

"Kaya't ang Panginoong Jesus nga, pagkatapos na Siya'y magsalita sa kanila ay iniakyat sa langit at lumuklok sa kanan ng Diyos. At humayo nga sila at nangaral sa lahat ng dako, habang gumagawang kasama nila ang Panginoon at pinatototohanan ang Salita sa pamamagitan ng mga tandang kalakip nito" (Marcos 16:19-20).

Nang magpahayag ng Salita ang mga disipulo, kumilos ang Diyos na kasama nila. Ganoon din kung ipinapatong ko ang kamay ko sa maysakit, ang duguang kamay ng Panginoon ang siyang ipinapatong. Ang mga may kaloob ng pangitain ay nagpatotoong habang nananalangin ako, nakapatong din ang kamay ng Panginoon sa maysakit.

Ipinapanalangin ko ang mga maysakit sa lahat ng klase ng paglilingkod, at maraming tao ang nakakakita ng apoy na lumalabas sa mga braso ko. Ang apoy na ito na apoy ng Banal na Espiritu ay pumupunta sa bawat miyembro nang naaayon sa kanyang pananalig at sinusunog ang sakit nila. Ipinapatong ko ang kamay sa kanila nang may taimtim na pananalangin, buong puso at pananalig na gagamutin sila at ang mga problema nila ay malulutas. At sinagot ng Diyos ang mga panalangin sa pamamagitan ng nag-aalab na kilos ng Banal na Espiritu.

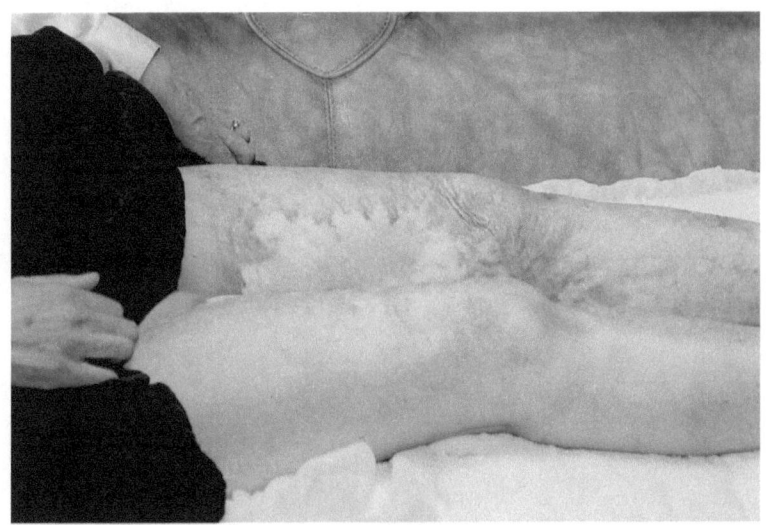

Lubos na gumaling at nagkakaroon na ng bagong balat o laman pagkatapos ipanalangin

Ang Inspirasyon ng Banal na Espiritu na Nagpapahayag ng Mga Bagay sa Hinaharap

Naordenahan Bilang Pastor

Noong Mayo 1986, apat na taon mula nang binuksan ang simbahan, naordenahan ako bilang pastor. Nagkaroon kami ng pag-aalay sa iglesya noong Hunyo. Hinandugan ako ng mga miyembro ng malaking susi na ginto bilang simbolo ng kanilang tiwala at pag-ibig. Ibig sabihin, ang buong pamumuno sa iglesya ay ibibigay sa akin bilang pastor at pagtitiwalaan nila ako at susundin. Hanggang ngayon ay itinatago ko pa na parang kayamanan ang handog na ito ng mga miyembro.

Pagkatapos ng ginawang pag-oordena, ginabayan ako ng Panginoon na mag-alay sa Kanya ng dalawampu't isang araw na panalangin ni Daniel. Pinagsikapan kong makipagniig sa Diyos sa pag-aayuno at pananalangin sa Jochiwon. At ipinaliwanag sa akin ng Panginoon ang tungkol sa Aklat ng Apocalipsis kung saan nasusulat ang mga magaganap sa mga huling araw.

Simula sa pagsamba ng Linggo ng umaga ng Hulyo 20, 1986, sinimulan ko ang pagtuturo ng Apocalipsis. Nagpatuloy ang seryeng ito sa loob ng apat na taon hanggang Disyembre 20, 1989. Lahat ng may kaunting kaalaman sa espirituwal na kaharian ay nakinig sa mga mensahe nang may kagalakan dahil gusto nilang mas may malaman tungkol dito.

Magdamag na Pagsamba Tuwing Biyernes, Kasama ng Mga Taong Nagmula sa Buong Bansa

Pagkalipat namin sa bagong gusali at pagkatapos ng pagtitipon para sa pagbabagong buhay, napuno ulit ang iglesya. Dahil napakabilis ng pagbabagong buhay, wala na kaming panahon para makapagpatayo pa ng mga bagong gusali. Noong 1987, umupa kami ng gusali sa Shindaebang Dong, Dongjak Gu at doon kami lumipat. Ito ang pangatlong santuwaryo namin. Pagkalipas ng tatlong buwan mula nang magkaroon kami ng pagtitipon para sa pagbabagong buhay doon, napuno na naman ang iglesya. Umabot na sa tatlong libo ang nakarehistrong miyembro namin. Ginamit namin ang ikalawa at ikatlong palapag bilang santuwaryo pero hindi na talaga magkasya lahat, wala nang lugar. Ang ibang pumunta para dumalo ay umuwi na lang.

Pagdating ng Hunyo 1989, patuloy kaming dumadami at papunta na sa pagiging napakalaking iglesya. May anim na libong miyembro na kami. Simula nang binuksan ang simbahan, gusto ko lang pagtuunan ng pansin ang Salita ng Diyos at ang pananalangin para tuparin ang tungkuling ibinigay ng Diyos sa akin. Kaya ipinasa ko sa mga katulong na pastor ang pangangalaga sa mga miyembro. Sa panahon ng unang iglesya, dahil sa dumadami ang mga miyembro at lumalaki ang gawain ng mga apostol, pumili sila ng pitong diakono para gawin ang pangangalaga sa iglesya. Itinuon ng mga apostol ang atensyon nila sa Salita ng Diyos at sa panalangin (Ang Mga Gawa 6:3-4). Sa ganoon ding paraan, hindi ako nakialam sa mga bagay na may kinalaman sa pera, may mga departamento kaming nangangalaga dito.

Isa hanggang dalawang beses sa isang taon, nagkakaroon kami ng mga pulong para sanayin at palakasin ang loob ng mga pastor at para maging mabisa sila. May pagnanais akong magkaroon ng mga epektibong pastor na mamahalin ng Diyos at ng mga miyembro nang higit sa akin kaya nagsikap akong magsanay ng napakaraming katulong na pastor.

Naging tanyag na sa buong bansa ang magdamag na pagsamba tuwing Biyernes dahil sa pagiging puspos ng Banal na Espiritu kaya napakaraming tao ang dumadalo mula sa iba't ibang denominasyon. Napakagandang mapuspos sila ng Banal na Espiritu sa magdamag na iyon at babalik sila sa kani-kanilang iglesya para maglingkod sa araw ng Linggo! Nagsimula akong magpahayag ng serye mula sa Aklat ni Job na ipinaliwanag sa akin ng Diyos noong Disyembre 12, 1986 sa pagsamba tuwing Biyernes. Natapos ang serye noong Disyembre 11, 1992, araw ng Biyernes.

Ang nakapaloob sa Aklat ni Job ay mga espirituwal na mensahe na hindi katulad ng ibang interpretasyon. Katangi-tangi ang mensaheng ito na pinag-aralan ang puso ng isang taong tinawag na Job. Ibinigay ito para matuklasan natin ang kasamaan at kasinungalingan sa ating puso. Gayon din noong 1989, ang Diyos ay nagsimulang magturo ng tungkol sa 'Espiritu, Kaluluwa, at Katawan' ng tao nang buong detalyado. Pagkatapos noon, tinuruan Niya ako ng tungkol sa iba't ibang 'Dimensiyon'.

Nang turuan ko ang mga miyembro ng mga mensaheng ito, nabuksan ang kanilang espirituwal na mga mata, at kitang-kita ko ang kanilang pagbabago. Habang lumalago ang kanilang pananalig, kinailangan kong maturuan sila ng mga bagong bagay. Kaya kailangang pag-aralan ko ang mas malalim na antas ng espirituwal na kaharian.

Baguhin Kahit Na Isang Tao Lang Para Maging Trigo

Isang araw habang nananalangin ako, sinabi sa akin ng Diyos,

"Lingkod Ko, ilathala mo agad ang mga librong may laman ng mga mensaheng itinuro Ko sa iyo. Sa ngayon, napakakaunti ng mga may tunay na pananalig ang maliligtas. Sinasabi nilang nananalig sila pero masama ang ginagawa nila. Ipinapako nila Akong muli sa krus. Akala nila nananalig sila, pero hindi naman."

Sinabi ni Jesus, *"...Gayunman, pagparito ng Anak ng Tao, makakatagpo kaya Siya ng pananampalataya sa lupa?"* (Lucas 18:8). Sa ngayon, kasalanan at kasamaan ang namamayani kaya napakahirap makahanap ng mga taong may tunay na espiritwal na pananalig na nais makita ng Diyos. Kapag nag-aani ang mga magsasaka, tinitipon lang nila ang mga trigo at ang mga ipa ay sinusunog. Gayundin, ang nais ng Diyos ay isang butil ng trigo kaysa maraming ipa. Tinitipon lang Niya ang mga trigo sa Kanyang kaharian (Mateo 3:12). Nais Niyang taimtim tayong manalangin, kumilos ng ayon sa Salita Niya para maiwaksi natin ang pagnanasa ng laman at matupad ang nais ng puso ng Diyos, ang buong espiritu (1 Mga Taga-Tesalonica 5:23).

Nang mapag-aralan ng mga miyembro ang mensahe ng 'Espiritu, Kaluluwa at Katawan,' at ang 'Mga Dimensiyon,' naunawaan nila ang kanilang pundasyon at sinikap na huwag nang magkasala pa. Kung walang nagsasabi sa atin ng tungkol sa kasalanan, malamang na kakaunti o wala tayong kaalam-alam tungkol dito. Kung hindi alam ng mga tao ang pakikisang-ayon sa mundo, malamang na magiging parang ipa silang nananalig na hindi naman maliligtas. Kaya ang mga pastor ay dapat magturo nang husto sa mga mananampalataya ng tungkol sa kasalanan.

Umaasa Lang Sa Diyos Para Sa Mga Mensahe

Nang pinahahayo ni Jesus ang Kanyang mga alagad, sinabi Niya, *"Ngunit kapag kayo ay naibigay na nila, huwag kayong mangamba kung paano kayo magsasalita o kung ano ang inyong sasabihin, sapagkat ipagkakaloob sa inyo sa oras na iyon ang inyong sasabihin; sapagkat hindi kayo ang magsasalita, kundi ang Espiritu ng inyong Ama ang magsasalita sa pamamagitan ninyo'"* (Mateo 10:19-20). Nang buksan namin ang simbahan, nasa ikaapat na taon na ako sa seminaryo. Kailangan kong gawin ang mga takdang aralin ko habang pumapasok. Kailangan ko ring maghanda ng mahigit sa sampung mensahe bawat linggo para sa madaling araw na pagsamba araw-araw, magdamag na pagsamba tuwing Biyernes, Linggo ng umaga at gabing pananambahan. Kailangan ko ring dalawin at pagpayuhan ang mga miyembro, at idalangin nang personal ang mga maysakit. Lagi akong abala.

Wala na akong panahong isulat sa kuwaderno ang mensahe ko, pero pag nanalangin ako, ibibigay ng Diyos ang pamagat at mga talata. Kapag nanalangin ako tungkol dito, bibigyan ako ng inspirasyon ng Diyos habang nagmemensahe ako. Kapag tumatayo ako sa pulpito, pumapasok sa isip ko ang Salita ng Diyos.

Sa ngayon, ang gawain ng pagsamba ay isinasahimpapawid na sa buong bansa at sa ibang bahagi ng mundo sa pamamagitan ng satellite o internet, kaya mas maaga akong naghahanda ng mensahe ko. Pero simula't sapol, nagmemensahe ako nang walang kuwaderno o papel man sa harapan ko.

Ako'y Lingkod na Hindi Karapat-dapat

Isang araw ng Abril 1987, dahil hindi na ako nakapanalangin sa kakulangan ng panahon, hindi ako nakatanggap ng inspirasyon habang nagmemensahe ako. Naramdaman kong hindi maayos ang pagmemensahe ko. Pagkatapos ng mensahe, nagsisi ako sa harap ng Diyos dahil hindi ko pinaghandaan ito sa pamamagitan ng pananalangin. Sa tuwing nahaharap ako sa ganitong situwasyon, ramdam na ramdam kong wala talaga akong magagawa, at balewala ako kung hindi ko kasama ang Diyos. Kapag pinabayaan ako ng Diyos, hindi talaga ako makakapagmensahe nang maayos, walang mangyayaring pagpapapagaling kahit pa ako manalangin, at ang Banal na Espiritu ay hindi rin kikilos, kaya ang mga miyembro ay hindi rin magbabago. Kahit na nagtagumpay ako sa ilang mga bagay, hindi ako karapat-dapat na alipin sa harapan ng Diyos. Kaya kahit na tumanggap ako ng kapangyarihan mula sa langit at ginamit na instrumento ng Diyos, hindi ko puwedeng ipagmayabang ito.

Noong Abril 1987, ang talambuhay kong *Tasting Eternal Life Before Death (Danasin ang Walang Hanggang Buhay Bago Ang Kamatayan)* ay nailathala. Ang librong ito ay paulit-ulit nailathala, at naging mabiling-mabili. Sa ngayon, naisalin na ito sa iba't ibang wika, at ipinapamahagi na sa maraming mga bansa sa buong daigdig. Dahil sa librong ito, napakaraming tao ang naniwala sa buhay na Diyos, sa Diyos na nagpapagaling, sa Diyos na sumasagot sa panalangin, at sa Diyos ng pag-ibig.

Si Soojung Maeng ay nasa Germany nang matanggap niya ang librong ito mula sa isang tanyag na pastor, at binasa niya ito. Ang ganda ng naging epekto ng librong ito sa kanya. Nang pumunta siya sa Korea, dumalo siya sa aming iglesya, at hindi nagtagal ay naging regular na miyembro na siya. Naranasan niyang mabago ang buhay niya ng Salita ng buhay. Naging mainit siya sa pagpapahayag ng ebanghelyo at ngayon ay misyonera siya sa Washington D.C. at matapat na ikinakalat ang magandang balita ng kaligtasan.

"Ito ay AM 837 Khz Christian Broadcasting System. Sa araw na ito, sa 'You Are With Me' (Ikaw Ay Kapiling Ko), ilalahad namin sa inyo ang buhay ni Rev. Jaerock Lee ng Manmin Central Church."

Mula Hunyo 1 hanggang Hunyo 30 sa programang 'You Are With Me' (Ikaw Ay Kapiling Ko) ng CBS, ang patotoo ko ay isinadrama at naipahayag. Sa loob ng isang buwan, dalawang beses sa isang araw itong isinasahimpapawid, sa umaga at sa gabi. Sa pamamagitan ng programang ito, maraming tao sa iba't ibang panig ng bansa ang tumanggap ng biyaya ng Diyos dahil sa patotoo at naalala nila ang pangalan ko. May mga taong nagsabi na sumampalataya sila sa Diyos.

Noong Agosto 18, lumabas ako sa programang 'Renew Me' (Baguhin Mo Ako) sa CBS, at nagpatotoo ako. Noong oras na iyon, sinabihan ako ng tagapamahala ng produksyon na huwag kong babanggitin na pinagaling ako ng Diyos. Sinabi niyang maraming sasalungat kung pag-uusapan namin ang tungkol sa mga himala. Hindi ako papayag sa ganoon kaya ngumiti na lang ako. Habang nagrerekord kami, ikinuwento ko ang buhay ko at ang proseso ng pagpapagaling ng Diyos sa akin. Dumating ang takdang araw ng pagpapalabas nito, pero hindi naipalabas ang patotoo ko kaya tinanong ko ang brodkaster kung bakit. Kamuntik na palang sirain ang tape at mabuti na lang ay nahanap namin ito sa tulong ng isang tao at naisahimpapawid ito sa loob ng isang oras. Maganda sana kung naipahayag ang katotohanan nang buong buo.

Mga Propesiya sa Inspirasyon ng Banal Na Espiritu

Binibigyan tayo ng kaloob ng Banal na Espiritu para sa ating pakinabang (1 Mga Taga-Corinto 12:7). Sinasabi sa 1 Mga Taga-Corinto 14:1-5, *"Pakamithiin ninyo ang pag-ibig at pagsikapan ninyong mithiin ang mga kaloob na espirituwal, lalung-lalo na ang kayo'y makapag-propesiya. Sapagkat ang nagsasalita ng ibang wika ay hindi sa mga tao nagsasalita kundi sa Diyos, sapagkat walang nakakaunawa sa kanya, yamang sa Espiritu siya nagsasalita ng mga hiwaga. Subalit ang nagsasalita ng propesiya ay nagsasalita sa mga tao para sa kanilang ikatitibay, ikasigla, at ikaaliw. Ang nagsasalita ng ibang wika, ay pinapatibay ang sarili, ngunit ang nagsasalita ng propesiya ay pinapatibay ang iglesya. Ngayon nais ko sanang kayong lahat ay magsalita ng mga wika, subalit lalo na ang kayo ay magsalita ng propesiya. Ang nagsasalita ng propesiya ay higit na dakila kaysa nagsasalita ng wika, malibang mayroong nagpapaliwanag upang ang iglesya ay mapatibay."*

Nais ni apostol Pablo na lahat ng anak ng Diyos ay makatanggap ng kaloob ng pagsasalita sa ibang wika, at hinihimok niya ang mga mananampalataya na tumanggap ng kaloob ng propesiya. Minsan sinabi ko sa mga miyembro ang mangyayari sa inspirasyon ng Banal na Espiritu, para sa pagbibigay ng magandang halimbawa at para magtanim ng mas malaking pananalig sa kanila. Habang nananalangin ako noong madaling araw ng pananalangin, sinabi ko, "Diyos Ama, magpadala Ka ng ganitong bilang ng mga dadalo sa darating na Linggo." At pagkatapos, iaanunsyo ko na ganitong bilang ng tao ang dadalo sa Linggo. Noong panahong iyon, napakabilis ng paglago ng bilang ng mga miyembro.

"May limampung taong dadalo sa pagsamba sa darating na Linggo."

Nang dumating ang nabanggit na Linggo, ipinabilang ko sa mga miyembro ang mga dumalo. Eksaktong limampung katao.

"Animnapu't limang tao ang dadalo sa susunod na Linggo."

Bawat linggo, padami nang padami ang dumadalo at nagpopropesiya ako tuwing Linggo. At pag nagbibilangan na ng dumalo, palagi silang nagugulat.

Nang umabot na sa walumpu, hindi na muling nadagdagan pa sa mga sumunod na Linggo. Nang ipanalangin ko ito, nalaman kong ang kaaway na diyablo ay nanggugulo at ayaw niyang lumampas sa isandaan ang bilang. Nag-ayuno ako at nanalangin kasama ng mga miyembro at napalayas namin ang diyablo. Simula ng Linggong iyon, nadagdagan ulit ang bilang, at pagdating ng araw ng pagbubukas noong Oktubre 10, mahigit sa isandaang katao ang dumalo.

Sa ilang pagkakataon, ipinaaalam ng Diyos sa akin kung magkano ang kaloob na pinansyal. Pagkabukas ng simbahan, mayroon kaming 6,000,000 won (P260,190) bawat Linggo. Dahil ang tuon namin ay ang misyong pandaigdig, mas malaki ang nagagastos namin kaysa sa nalilikom. Palagi kaming nangangailangan, at hindi maganda ang takbo ng pinansiyal na kondisyon namin. Nagsimula akong manalangin sa Diyos tungkol dito. Habang ako'y taimtim na nananalangin, kumilos ang Diyos sa isang espesyal na paraan para malutas ang mahirap na situwasyong ito. Sa malinaw na inspirasyon ng Espiritu, ipinaalam sa akin ng Diyos ang eksaktong halaga ng kaloob.

"Sa susunod na Linggo, ang malilikom ay 33,000,000 won (P1,431,049)."

Natanggap ko ang sagot. Sinabi ko sa mga manggagawang ingat-yaman ng iglesya ang eksaktong halaga para mas manalig sila. Hindi sila nagpakita ng kakaibang reaksyon, marahil ay hindi nila ako pinapaniwalaan. Nagdududa sila kung papaanong ang kaloob ay madadagdagan ng higit pa sa limang beses sa isang Linggo lang.

Noong Linggo ng hapon, binilang na ng mga ingat-yaman ang mga kaloob at sinabi nila sa akin na eksaktong 33,000,000 won ang nalikom. Simula noon, nanalangin ako sa Diyos tuwing may pinansyal na pangangailangan kami, at pinagpapala kami nang higit pa kaya nakakaraos kami sa biyaya ng Diyos. Lalo na kung binibigyan Niya kami nang higit pa sa dati. Ipinapaalam Niya sa akin, at sinasabi ko nang maaga sa mga ingat-yaman. At nakikita kong lumalago ang pananalig nila pagkatapos na makaranas ng mga ganitong pangyayari.

Sinasabi sa Akin Ang Mga Mangyayari sa Hinaharap sa Korea at sa Buong Mundo

Palagi akong nananangis sa panalangin at namumuhay na puspos ng Espiritu. At sa tuwi-tuwina ay sinasabi sa akin ng Panginoon ang mangyayari sa hinaharap, pati na ang mga dakila at lihim na mga bagay. Nagbigay ng pangitain ang Panginoon kay Pedro tungkol sa hinaharap (Ang Mga Gawa 10), at nakita ni Esteban ang luwalhati ng Diyos at ang Panginoon na nakatayo sa kanan ng Diyos. Gayon din, mangyayari ang lahat sa kapangyarihan ng Diyos. Kahit sa Lumang Tipan o sa Bagong Tipan, o kahit ngayon, pareho ang Kanyang pamamaraan.

Ayon sa Amos 3:7, *"Tunay na ang PANGINOONG DIYOS ay walang gagawin, malibang Kanyang ihayag ang Kanyang lihim sa Kanyang mga lingkod na propeta."* Gaya ng sinabi ko, kapag nananalangin ako, sinasabi sa akin ng Diyos ang mangyayari sa mga miyembro, sa ating bansa, at sa mga situwasyon sa buong daigdig.

Habang nasa seminaryo ako noong Oktubre 26, 1979, umaga pa lang ay hindi na ako mapakali. Ipinanalangin ko ito. At inihayag sa akin ng Panginoon na isang mahalagang personalidad sa aming bansa ay mahuhulog. Sinabi Niyang si Pangulong Park Chung-hee ay mamamatay. Sinabi ko sa asawa ko na may malaking kapahamakan na mangyayari pagkatapos ay pumasok na ako sa klase. Lungkot na lungkot ako at lumuluha nang buong araw. Kinabukasan, nabalitaan namin na ang pangulo, si Park Chung-hee ay pinatay noong nakaraang gabi.

Kung Hindi Niya Ihayag ang Lihim na Payo sa Kanyang Mga Lingkod na Propeta

Ipinapahayag ng Diyos sa akin nang mas maaga kung ano ang magiging takbo ng mga pangyayari sa mundo, at kung minsan, ipinapaalam Niya sa akin ang tungkol sa mga importanteng personalidad. Noong 1984, sinabi sa akin ng Diyos na si I.P. Gandhi na unang ministro ng bansang India ay mamamatay. Sinabi na ito sa akin ng Diyos, dalawang buwan bago siya mamatay, at sinabi ko ito sa mga miyembro ng iglesya. At noong Oktubre, nabasa ko sa diyaryo na pinatay siya ng mga Sikhs.

Sa taon ding iyon, ipinaalam sa akin na ang pangulong Reagan at ang ministrong si Margaret Thatcher ay maihahalal muli. At ipinaliwanag din Niya kung bakit sila muling ihahalal. Si Thatcher ay maliksi tulad ng isang lalaki, at siya'y mapagpakumbaba at maamo, at namumuhay nang malinis sa harapan ng Diyos. Hindi niya habol ang yaman o kapangyarihan, at naglilingkod siya nang may pagmamahal sa sinasakupan niya. Ipinaliwanag ng Diyos na ang dalawang ito ay mahal ng mga tao dahil mahal nila ang bansa nila at pinaglilingkuran at minamahal nila ang mamamayan.

Noong 1985, ang Pangkalahatang Kalihim ng Partido ng Komunista sa Soviet Union, na si K.U. Chernenko ay namatay. Pero ilang buwan bago mangyari iyon, noong 1984, may pangitain ako tungkol dito. Para lumago ang pananalig ng mga miyembro, sinabi ko ito sa kanila. Pagkalipas ng ilang buwan, may mga balita tungkol sa kanyang sakit, at sa kanyang kamatayan.

Ang Deklarasyong 6/29 at ang Proseso ng Demokratisasyon

Hunyo 29, 1987 nang maglabas ng Deklarasyong 6/29 si Mr. Taewoo Roh, ang pangulo ng Partidong Demokratikong Katarungan. Pagkatapos ng pambansang eleksyon noong Pebrero 12, 1985, sinabi ng oposisyon na hindi tunay ang pagkapanalo ni Presidente Doohwan Chun, dahil nahalal siya sa hindi maliwanag na halalan at nais nilang magkaroon muli ng eleksyon. Iginiit nila na dapat ang buong bansa ang bumoto ng kanilang presidente.

Dahil sa pag-aaklas na ito, naglabas si Pangulong Doohwan Chun noong Abril 13, 1987 ng 'Pagtatanggol sa Konstitusyon' para patigilin ang mga diskusyon tungkol sa pagbabago ng Konstitusyon at sundin ang kasalukuyang batas. Noong Hunyo 10, nanguna siya sa isang malaking pagpupulong ng Partido ng Demokratikong Katarungan at inihalal si Taewoo Roh bilang kandidato sa pagka-presidente ng partido sa pagtatangkang palawigin pa ang gobyernong militar. Sa pangyayaring ito, isang estudyante sa kolehiyo, si Jongcheol Park ang namatay pagkatapos pahirapan ng mga pulis. Simula noong Hunyo 10, nagkaroon ng malalaking demonstrasyon sa buong bansa. Noong Hunyo 26, mahigit sa isang milyong tao ang nag-demonstrasyon sa tatlumpu't pitong lungsod na inabot ng gabi. Dahil hindi sapat ang bilang ng mga pulis para pigilan ang demonstrasyon, naisip ng gobyerno na pairalin ang puwersa ng militar. Sa katapusan, nanalo ang mga konserbatibo. Nagpasiya silang tanggapin ang hiling ng mga tao para sa direktang eleksyon, ito ang Deklarasyong 6/29.

Noong Hunyo 15, 1987, nangunguna ako sa pagtitipon para sa pagbabagong buhay sa Simbahan ng Cheil sa Bupyeong-Gu lungsod ng Incheon. Hunyo 18 nang bigla akong bigyan ng inspirasyon at pangitain ng Diyos. Ipinaliwanag Niya ang ilalabas na Deklarasyong 6/29 pati na ang nakapaloob dito. Dahil sinabihan Niya akong magkakaroon ng napakalaking pagbabago sa bansa sa pamamagitan ng makapangyarihang inspirasyon ng Banal na Espiritu, naunawaan kong napakabilis ng takbo ng mga bagay-bagay.

Kinabukasan, Hunyo 19, sinabihan ko ang mga miyembro tungkol dito sa pamamagitan ng acronym at inilathala ko ito sa Lingguhang balita ng darating na Linggo. Pinag-uusapan ito ng gobyerno nang palihim, at napakahirap nitong maunawaan ng isang ordinaryong mamamayan.

Paglalathala nang Mas Maaga ng Lingguhang Balita para sa Hunyo 21, 1987

Dahil sa situwasyong politikal ng gobyernong diktadurya noong panahong iyon, ipinalathala ko ang acronym sa Lingguhang balita nang pabaliktad. Hanggang ngayon ay nasa amin pa ang kopya ng Lingguhang balitang ito. Ang acronym ay Hangul, titik Koreano, "Min, Gey, Yak, Sei, Dae, Gye, Chong, Mo, Roh, Hu, Dae." Ipinaliwanag ko ang mga detalye ng acronym noong Linggo ng Hulyo 5, sa Linggong pagsamba.

Ibig sabihin, "Ang Pangulong (Dae) Chun ay naglabas ng 'Pangangalaga ng Konstitusyon' para suportahan ang kandidato (Hu) sa pagkapangulo na si Taewoo Roh (Roh). Pero nang mabaril (Chong) ang isang lalaki sa ulo (Mo), lahat ng plano (Gye) sa 'Pangangalaga ng Konstitusyon' ay nabigo. Ang impluwensiya (Sei) ng presidenteng (Dae)Cheon ay napahina (Yak) dahil sa oposisyon ng mga tao, at para tanggapin ang hiling ng mga tao, ilalabas niya ang Deklarasyong 6/29. May pagbabagong (Gey) gagawin sa Konstitusyon para magkaroon ng direktang halalan, at ito ang magiging simula ng demokrasya (Min).

Para sa inyong kaalaman, ang walong kondisyon ng Deklarasyong 6/29 ay ang mga sumusunod:

1. Mapayapang pagpasa ng gobyerno sa Pebrero 1988 sa pamamagitan ng pagbabago ng konstitusyon.

2. Patas at pantay na pagpapatakbo ng eleksyon ukol sa pagbabago ng batas sa pagpili ng presidente.

3. Amnestiya at proteksiyong naaayon sa batas para kay Mr. Daejung Kim.

4. Paggalang sa dignidad ng tao at pagpapabuti ng batas sa karapatang pantao.

5. Pagpapahintulot sa kalayaan ng pananalita.

6. Pagsasarili ng bawat bayan, kalayaan ng mga kolehiyo, at pagsasarili tungkol sa edukasyon.

7. Paggagarantiya ng batas ng iba't ibang partido.

8. Matibay na batas para sa paglilinis ng lipunan.

Ang Resulta ng Eleksyon Para sa Pangulo

Noong Disyembre 1987, bago mag-eleksyon ng ikalabingtatlong pangulo, ipinanalangin ko ito. "Diyos ko, ano ang kalooban Mo? Sino ang pinaka-karapat-dapat na pangulong ayon sa kaloobon Mo? Sino ang magiging pangulo?"

Sinabi sa akin ng Diyos na si Taewoo Roh ang mananalong pangulo sa eleksyong iyon. At ipinakita sa akin ng Diyos ang kandidatong si Youngsam Kim na nakasakay sa karosang papasok sa Cheong Wa Dae, ang palasyo ng pangulo, kasunod ni Mr. Roh, at ang kandidatong si Daejung Kim ay pumasok din sa Cheong Wa Dae sakay ng isa ring karosa.

Ipinaliwanag din sa akin ng Diyos na kung si Youngsam Kim at Daejung Kim ay magkakaisa, ang kandidatong si Youngsam Kim ang mauunang maging pangulo, kasunod si Daejung Kim na magiging pangulo rin. Habang ipinapakita ng Panginoon sa akin ang pangitaing ito, sinabi Niyang kalooban Niyang ang dalawang kandidatong ito ay magkaisa, pero dahil hindi sila magkakaisa sa eleksyong ito, si Taewoo Roh ang magiging pangulo.

Sinabi rin sa akin ng Diyos na si Roh ay makakakuha ng mas maraming botong higit sa inaasahan, ang pangalawa ay si Youngsam Kim at ang pangatlo ay si Daejung Kim, at ang pang-apat, si Jongpil Kim ay kaunti lang ang makukuhang boto. At detalyado rin Niyang sinabi sa akin kung papaano puwedeng magkaisa sina Youngsam Kim at Daejung Kim at kung mangyari iyon, si Youngsam Kim ang mauunang maging pangulo.

Gumawa ako ng sulat na may ganitong impormasyon at ipinabigay ko ito sa isa sa mga miyembro ng iglesya kay Youngsam Kim sa bahay niya sa Sangdo Dong. Dahil wala si Youngsam Kim sa bahay, nasa Busan siya para mangampanya, ibinigay ang sulat ko sa asawa niya. Binasa agad ng asawa ang sulat at sinabing iaabot niya ito sa kanyang asawa. Nasa iglesya pa ang kopya ng sulat. Nang dahil hindi nagkaisa ang dalawang kandidato, si Taewoo Roh ang nahalal na pangulo.

Kabanata 6

Paglago ng Iglesya at Mga Pagsubok

Pagkakait sa Karapatang Magsalita at ang Nasirang Malyete

Ang Union of Korea Holiness Church ang denominasyon kung saan kasapi ang iglesya ko. Mula nang magbukas ang iglesya, ginawa ko ang makakaya para makisama sa denominasyon at ang iglesya ay patuloy na lumaki.

Pagkatapos Makipag-isa sa Iba Pang Denominasyon

Pero noong Disyembre 13, 1988, ang denominasyon namin at ang Korea Holiness Church sa Anyang ay nagsanib at naging kasapi kami ng denominasyon ng Anyang. Ang pagsanib ng mga iglesyang ito ay mungkahi ni Pastor Taekgoo Sohn, propesor ko sa seminaryo at pangulo ng Union of the Korea Holiness Church. Nakagugulat ang paglago ng iglesya ko noon. Nang maitatag ang panlimang sangay ng igleysa namin sa Suwon, ang pangkalahatang kapulungan ay hindi sang-ayon sa pangalan ng aming sangay. Problema raw na may pangalang 'Manmin' sa sangay namin at dapat palitan ang pangalan ng "Suwon Deokwoo Church."

Noong Disyembre 1989, nakatanggap ako ng opisyal na sulat mula sa kapulungan na magkakaroon ng pagsusulit at kailangang naroon ako ng ika-11:00 ng umaga. Noong Disyembre 18, dumating ako ng ika-10:30 ng umaga pero wala man lang pasabing ginawa hanggang tanghali. Bandang hapon na nang tawagin ako at pumasok ako sa silid na pagpupulungan. May anim na pastor na mga miyembro ng kapulungan. Pagkakita nila sa akin, sinimulan na agad akong tanungin. Akala ko, magsisimula kami sa panalangin o sa pagsamba dahil pulong ito ng mga pastor. Kaya nanlumo ako dahil hindi ganoon ang nangyari. Sa halip, sunod-sunod na tanong at akusasyon ang ginawa nila.

"Sinabi mo raw na babalik si Jesus pagkatapos ng tatlo o apat na taon. Totoo ba ito?"

"Wala akong sinasabing ganoon."

"Nagsisinungaling ka! Sinungaling kang pastor."

Napatahimik ako sa mga tanong na iyon. Sinabihan akong huwag nang magpaliwanag, sumagot lang ako ng 'Oo' o 'Hindi.'

"Magaling kang magsinungaling, kaya libu-libo ang miyembrong naloloko mo. Sa palagay mo ba hindi dadami ang mga miyembro ng iglesya kapag hindi ka nagsinungaling?"

"Sinabi nilang nakakatanggap ka ng mga rebelasyon. Mayroon ka pa bang Salita bukod sa animnapu't anim na libro ng Biblia?"

"Walang nangyaring ganoon."

"Sinungaling! Pinipigilan mo ang mga miyembrong magtrabaho, at sinasabihan mo ang mga estudyanteng huwag mag-aral!"

"Wala akong ginawang ganyan."

"Nagsasayaw ka ng sayaw ng salamangkero sa altar!"

"Wala akong nagawang ganyang bagay."

Nagpatuloy ang mga nakakatawang tanong. Lahat ng mga tanong ay nagmula sa hindi pagkakaunawaan. Hindi nila ako binigyan ng oras para magpaliwanag sa mga inaakusa nila sa akin. May isang pastor na tatawagin kong Pastor S, ang nagbigay ng siyam na kondisyon na noon pa inihanda. Hindi ko man nalaman na ang mga kakatwang tanong ay parte ng paglilitis sa gagawing paghuhusga. Ang siyam na kondisyong ito ay ipinadala sa aking iglesya. Sinabi nilang kapag hindi ko itinama ang siyam na bagay na iyon, susundin nila ang paghuhusgang gagawin sa pulong ng paglilitis. Kasama sa kondisyon ang mga sumusunod: pagbabawal ng pagbebenta ng libro ng patotoo ko ang *Tasting Eternal Life Before Death;* pagbabawal ng pagbebenta ng mga mensahe kong naka-tape; pagbabawal ng paggamit ng pangalang 'Manmin' kapag nagtatatag kami ng mga sangay ng iglesya; at pagbabawal ng banal na pagsasayaw (sayaw na saliw sa papuring awitin). Lahat ng ito ay hindi katanggap-tanggap sa akin.

Tungkol sa 'opisyal na sulat' na ito, nagpasa ako ng mga kasagutang may detalyadong paliwanag. Isinulat ko iyon dahil wala akong nakitang labag sa Salita ng Diyos, at kung may mali ay sabihin nila ako. Pagkalipas ng ilang buwan, sinulatan ako ng kapulungan, sinasabing nagpasiya silang tanggihan ang sulat ko nang walang sinasabing dahilan.

Pinagkaitan ng Karapatang Magsalita

Ang Pangkalahatang Pagpupulong ng denominasyon ay naganap sa loob ng dalawang araw, Abril 30 hanggang Mayo 1. Miyembro ako ng lupon ng mga kinatawan at dumalo ako. May mga kasama akong miyembro rin ng lupon na mga matanda sa iglesya namin. Pero wala kaming makitang upuan na may pangalan ko. At napag-alaman kong may planong itiwalag ako. Sinikap kong hanapin kung saan-saan ang pangalan ko, pero hindi ko makita. Wala rin sa listahan ng mga miyembro ng lupon ang pangalan ko. Dahil wala akong puwesto, ibig sabihin wala akong karapatang magsalita. Pero dahil dapat kong ipaalam sa kanila ang katotohanan, pumuwesto ako sa bandang likuran ng pagpupulong.

Nang magsimula ang pagpupulong noong Mayo 1, nabanggit ang pangalan ko. Si Pastor S na tagapangulo ng komite ng pagsusulit ay nagsimula akong tuligsahin. Inalisan nila ako ng boses sa harapan ng kapulungan, at sa kanilang inihandang paksa, itinuloy nila ang pulong. Lahat ng sinabi nila tungkol sa akin ay pawang hindi totoo, tulad ng:

"Sinabi ni Pastor Jaerock Lee na alam niya ang petsa ng Pagbabalik ng Panginoon. Nakasulat ito sa pahinang ganito ng kanyang libro ng patotoo."

Hinding-hindi ko sinabing alam ko ang petsa ng pagbabalik ng Panginoon. Hindi ko alam ang totoong petsa at natural na walang ganitong nakasulat sa libro ko. Pero dahil hindi naman nabasa ng mga dumalo noon ang libro ko, naniwala sila sa sinabi at kailangan nilang bumoto. "Dahil maling-mali si Pastor Jaerock Lee, ititiwalag natin siya. Itaas ang kamay kung sumasang-ayon kayo."

Sa pulong na iyon, karamihan sa tatlong daang miyembro ng lupon ay umalis sa kanilang mga upuan at mga siyamnapung miyembro ang naiwan. Tatlumpung miyembro ang nagtaas ng kamay, at sila rin ang nag-usap-usap na sasang-ayon bago ganapin ang botohan. Binilang ng mga tauhan namin ang mga nagtaas ng kamay. Tatlumpu lang ito pero inianunsyo ng tagapangulo,

"Apatnapu't walong miyembro ang nagtaas ng kamay, kaya mahigit sa kalahati, kaya pasado na ito." At ipinukpok niya ang malyete, ako'y itiniwalag kahit tatlumpu lang sa tatlong daang miyembro ng lupon ang sumang-ayon.

Ang Nasirang Malyete

Pero nang ipukpok ng tagapangulo ang malyete, naputol ito at bumagsak sa sahig. Hindi ito karaniwang nangyayari. Dahil nasira ang malyete, mararamdaman mong mali ang pagkahusga sa mata ng Diyos. Akong biktima ay hindi man lang pinayagang magsalita. Noong sandaling iyon, si Elder Boaz Jungho Lee ay halos hindi rin makapagsalita, pero sinabi niya, "Hindi totoo ang lahat ng mga nasabi na. Paano ninyo siya huhusgahan gayong hindi ninyo siya narinig kahit minsan? Nandito siya, hindi ba dapat na pakinggan natin siya?"

"Sige, bibigyan natin siya ng karapatang magsalita. Bumalik ka na sa upuan mo."

Gayunman, hindi ako binigyan ng pagkakataong ipagtanggol ang sarili ko ng tagapangulo sa kabila ng pangako niya. Kahit na bumalik na si Elder Lee sa kanyang puwesto, hindi ako nabigyan ng pagkakataong magsalita, at nagsimula siyang makipagtalo sa malakas na tinig.

"Tagapangulo, bumalik ako sa upuan ko dahil sinabi ninyong bibigyan si Pastor Jaerock Lee ng karapatang magsalita, pero bakit hindi ninyo siya binibigyan ng pagkakataon?"

Hindi pinansin ng tagapangulo ang pagtutol ni Elder Lee. Napakabilis ng mga pangyayari. Para lang magkaroon ako ng pagkakataong makapagsalita, naupo ako doon ng pitong oras mula pa noong umaga. Tiniis ko ang panlalait, pero hindi ako nabigyan ng pagkakataon hanggang sa huli. Kahit na ang mga presong nahatulan ng kamatayan, binibigyan ng pagkakataong ipagtanggol ang sarili. Kahit sa isang diktadurya, o sa paglilitis ng partido ng komunista, nakikinig sila sa akusado. Pero hindi ako binigyan ng pagkakataong magsalita, kahit na ibinabaon na nila ako sa denominasyon.

Ang Pagsasakdal na Itinuturo ng Biblia

Itinuturo ng Biblia na dapat may dalawang saksi bago mag-akusa sa isang elder (1 Kay Timoteo 5:19). At bilang pastor na lingkod ng Diyos, dapat ay binigyan ako ng pagkakataong ipagtanggol ang sarili ko. Pero pinigilan nila akong magsalita ng kahit isang salita at hinusgahan ako. Ang masama pa diyan, hindi totoo ang mga akusasyon nila at puro kasinungalingan lang.

Noong hinahabol si David ni Haring Saul na naiinggit sa kanya, may pagkakataon si David na patayin si Haring Saul pero hindi niya ginawa. Sinabi niya, *"Huwag ipahintulot ng PANGINOON na lapatan ko ng aking kamay ang binuhusan ng langis ng PANGINOON."* (1 Samuel 24:6). Kahit na tinalikuran ng Diyos si Saul, minsan ay hinirang siya ng Diyos. Ang Diyos lang ang maaaring makitungo sa lingkod na hinirang Niya, pero itiniwalag nila ako sa kagustuhan nila.

Sa Isang 'Oo' ay Maaari Akong Makaiwas

Naawa sa akin ang ibang pastor sa kapulungan at pinayuhan ako, "Pastor, dahil mabilis ang paglago ng iglesya mo, natuon sa iyo ang inggit. Mag 'Oo' ka na lang sa mga sinasabi ng mas matatandang pastor sa iyo. Mag 'Oo' ka minsan! Kapag sinabi nilang ang cola ay cider, mag 'Amen' ka at kapag sinabing ang cider ay cola, mag 'Amen' ka rin." Hindi ako nakikipagkasundo sa kasamaan kundi sinusunod ko lang ang tamang daan. Naalala ko si Daniel noong itatapon siya sa kulungan ng mga leon. Kahit noon ay hindi siya nakisama sa kasamaan. Noon ay naalala ko rin ang tatlong kaibigan ni Daniel na hindi nakipagkasundo kahit pa itinapon sila sa naglalagablab na pugon. Hindi ako umaasa sa mundong ito kundi sa Diyos lang.

Nang kumalat ang balitang ito sa iglesya namin, daan-daang miyembro ang pumunta sa dalawang pastor na nanguna sa pagtitiwalag sa akin para tumutol. At marami pang ibang pastor na nakakaalam ng katotohanan ang tumawag sa dalawang pastor at tumutol din. Hiniling ng pangulo ng denominasyon na makipagpulong ako sa kanya. "Babalewalain ko na ang mga pangyayari. Isang bagay lang ang sasabihin mo sa akin," sinabi niya, "ibabalik ko ang pangalan mo at babalik tayo sa dating relasyon natin. Sabihin mo lang sa akin na magsasabi ka ng 'Oo' sa siyam na kondisyon at tatanggapin mo ang mga iyon." Pero hindi ko maaaring aminin ang hindi totoo. Paano ako susuko sa kasinungalingan dahil lang sa takot kong matiwalag? Napakalungkot ko noong buong isang linggong iyon, at nabawasan ako ng apat na kilo. Nang maisip ko ang dalawang pastor na humusga sa akin, hindi ko maiwasang malungkot at naaawa rin ako sa kanila. Isa sa mga pastor na tatawagin kong "Pastor K" na isa rin sa presidente ng denominasyon ay laging sinasabing, "Ang Manmin Central Church ay hindi laban sa turo ng Biblia."

Naglathala ako ng librong *Idedeklara ng Langit ang Katarungan (Heaven Will Declare the Justice)* at ipinadala ko sa mga iglesya sa buong Korea, kahit ano pa ang denominasyon.

Pagkatapos nito, habang nananalangin ako, sinabi ng Diyos sa akin,

"Maaari mong piliing lumabas na lang sa denominasyon at hindi na makaranas pa ng nakakahiyang pagkatiwalag. Pero hindi mo ginawa ito para hindi mo maipahamak ang denominasyong nasa panig mo. Ganyan ang gusto kong lingkod o anak. Pinili mo ang tamang daan, at hindi magtatagal, ikaw na ang magiging tagapangulo ng mga samahan ng mga iglesya."

Ginabayan kami ng Diyos na makapagtatag ng bagong denominasyon para maiwasan na namin ang mga hindi makatuwirang pagbabawal at makapagtrabaho sa kaharian ng Diyos nang buong lakas namin. Noong Hulyo 1, 1991, naitatag ang General Assembly of the United Holiness Church ng Korea, at ako ang nahirang na pangulo. Pagkatapos naming makaranas ng mabigat na pagsubok, nararamdaman kong binibigyan ako ng Diyos ng mas malakas na kapangyarihan.

Pamumuno sa Mga Pagtitipon para sa Pagbabagong Buhay sa Buong Bansa

Simula nang ako'y maatasang maging pastor noong 1986, naimbitahan akong magsalita sa mga pagtitipon para sa pagbabagong buhay sa maraming lugar sa buong bansa. Mula noong 1987, nagsalita ako sa sama-samang denominasyon buwan-buwan pati na sa mga lungsod ng Pohang at Daegu. Kadalasan, nagsasalita ako tungkol sa pananalanging may pagtangis sa Diyos at kung bakit si Jesus lang ang Tanging Tagapagligtas. Ang mga paksang ito ay parehong tinalakay sa *'Message of the Cross'* (Ang Mensahe ng Krus).

Sa ikalawa at ikatlong araw ng pulong, ang mga pastor ay tumanggap ng biyaya mula sa Salitang naipahayag nang maunawaan nila ang espirituwal na kahulugan ng Salita ng Diyos. Hindi tulad noong simula pa lang ng pagtitipon, nagpasalamat sila sa akin nang may pagpapakumbaba.

Ang Punong Diakonesang Boonhan Cho Gumaling sa Shingles

Noong Marso 1990, dumalo ako sa imbitasyon ng iglesya sa Daegu. Habang nandoon ay binisita ko ang Punong Diakonesa Boonhan Cho sa bahay niya. Pitumpu't pitong taon siya at nagdurusa sa sakit na *shingles*. Ang apo niyang si Diakono Joonha Hwang ay nagtatrabaho noon bilang opisyal sa hukbong pang-medikal ng lungsod ng Jinhae habang kumukuha ng medisina sa Unibersidad ng Korea. Tapat ang pananalig ni Diakono Joonha Hwang, at maraming beses na siyang lumiban sa trabaho para alagaan ang lola niya. Dumalo rin sa aming iglesya ng ilang beses si Punong Diakonesa Boonhan Cho, uhaw na uhaw siya sa Salita ng Diyos. Mayroon din siyang mga pumuputok na pigsa, at dahil dito ay nagkaroon siya ng malalang rayuma. Nagka-mikrobyo ang loob ng kanyang katawan at masyado siyang nahihirapan kaya napapasigaw sa araw at gabi. Hindi na siya makagalaw at nakaratay palagi. Umurong ang mga paa't kamay niya at hirap na hirap siyang kumain at matulog. Naging buto't balat na siya. Gusto na niyang mamatay. Siyempre, ang pagdurusa ng mga miyembro ng pamilyang nag-aalaga sa kanya ay napakabigat din.

Ipinatong ko ang kamay ko sa kanya at ipinanalangin siya. Sa sandaling natapos ang panalangin ko, bigla siyang sumigaw, "Ang diyablo ay lumalayas!" at itinaas niya ang kanang kamay niya. Dahil nahihirapan siya sa *shingles* sa bandang kanan ng leeg at kanang balikat, napakahirap igalaw ng kanang braso niya. Pero naupo siya, at naramdaman niyang ang diyablong may dala ng sakit niya ay lumayas na sa kanya. Gumaling siya nang lubusan.

Gusto ng mga anak niyang alagaan siya, pati manugang niya na isang propesor sa Pambansang Unibersidad ng Kyoungbook sa Daegu. Pero pumunta siya sa Seoul, umupa ng isang maliit na bahay na malapit sa iglesya at namuhay nang maayos na buhay Cristiano, puspos ng Banal na Espiritu.

Sa Kabila ng Kaguluhan Laban sa Nagkakaisang Pagbabagong Buhay sa Daegu

Noong Mayo 4, 1990, naimbitahan akong magsalita sa isang pulong sa Sentro ng Dalanginan sa Bundok ng Jooahm sa lungsod ng Daegu. Pinangunahan ito ng Kyeong Sang Province Mission Union. Napakaraming taong dumalo, ang iba ay naupo na sa may ibaba at itaas ng altar. Kahit ganoon, hindi pa rin makapasok ang iba sa santuwaryo. Kaya inalis namin ang mga salamin ng bintana para doon sa mga nasa labas. Kahit ang mga miyembro ng choir ay hindi makapasok, kaya sa labas na lang sila kumanta. Sa biyaya ng Diyos, maraming pastor ang dumalo at maraming panggagamot ang nangyari.

Dahil malaking tagumpay ang pagpupulong, ang mga nag-organisa ay nagplanong magkaroon ng mas malaking pulong sa sumunod na taon. Inupahan nila ang Daegu Gymnasium. Maraming organisasyon ng mga misyonero ang nanalangin para sa pulong na ito. Nagtangkang guluhin ang pulong ng denominasyon na humatol sa akin.

Isang linggo bago ang pulong, habang nasa magdamag na pagsamba ako noong Biyernes, dumating sa akin ang Salita ng Diyos. Dapat kong hilingin ang lahat ng miyembro ng iglesya na mag-ayuno sa darating na Linggo para palayasin ang sinagoga ni Satanas. Hindi ko alam ang nangyayari sa Daegu noong oras na iyon. Sabado nang matanggap ko ang ulat mula sa mga manggagawa na bumisita sa Daegu at nalaman ko ang mga pangyayari.

Ang denominasyong humatol sa akin ay nagpadala ng opisyal na sulat sa tagapangulo ng grupong nag-oorganisa, sa mga diyaryo, at sa iba pang organisasyong may kinalaman dito at sinasabing ako ay erehe o laban sa Biblia kaya itiniwalag nila. Gusto nilang guluhin ang pulong. Pagkatapos, ang kapulungan ng denominasyong "J" ng mga pastor na sumusuporta sa pulong ay sumulat sa kanilang mga iglesya na nagsasabi, "Dahil si Rev. Jaerock Lee ay erehe, hahatulan naming mga erehe rin ang lahat ng susuporta sa pulong." Dahil dito, maraming organisasyong sumusuporta at pati mga pastor na nanalangin para sa pulong ay hindi na tumulong. Maraming maling balita ang kumalat, pati ang balitang ang pulong ay hindi na matutuloy.

Noong Marso 18, 1991, wala na akong pagkakataong magsalita tungkol sa posisyon ng aming iglesya at ng katotohanan, at nagsimula na ang pulong. Tinalikuran kami ng mga organisasyong naniwala sa sulat. Pero kahit na may panggigipit mula sa kapulungan ng denominasyon, marami pa ring pastor ang nakibahagi sa pulong. Napakalaking bagay nito na dapat ipagpasalamat! Dahil kumilos ang Diyos sa mga puso ng mga miyembro, pumunta sila sa Daegu at naghanda para sa pulong. Bigla na lang ang iglesya namin ang nagpapatakbo ng pulong, napakaraming dumalo at nairaos ito sa biyaya ng Diyos.

Ang kaaway na diyablo ay nagtangkang kanselahin ang pulong at nagdala pa ng maraming oposisyon, pero dahil alam ng Diyos ang nasa isip at plano ng tao, hinayaan Niya kaming mag-ayuno at manalangin nang mas maaga. Sa huli, kumilos Siya sa ikabubuti ng lahat.

"Ano nga ang ating sasabihin sa mga bagay na ito?
Kung ang Diyos ay kakampi natin, sino ang laban sa

atin? Siya na hindi ipinagkait ang Kanyang sariling Anak, kundi ibinigay dahil sa ating lahat, bakit naman hindi ibibigay sa atin nang walang bayad ang lahat ng bagay? Sino ang magsasakdal ng anuman laban sa mga pinili ng Diyos? Ang Diyos ang Siyang umaaring ganap. Sino ang hahatol? Si Cristo Jesus na namatay, oo, Siya'y muling binuhay mula sa mga patay, na Siya ring nasa kanan ng Diyos, na Siya ring namamagitan para sa atin. Sino ang makapaghihiwalay sa atin sa pag-ibig ni Cristo? Ang kahirapan ba, o ang kapighatian, o ang pag-uusig, o ang taggutom, o ang kahubaran, o ang panganib, o ang tabak? Gaya ng nasusulat, 'Dahil sa iyo, kami'y pinapatay sa buong araw; kami ay itinuturing na mga tupa sa katayan.' Ngunit sa lahat ng mga bagay na ito, tayo'y higit pa sa mga nagtatagumpay sa pamamagitan Niya na sa atin ay umibig" (Mga Taga-Roma 8:31-37).

Paglipat sa Bagong Santuwaryo sa Pamamagitan ng Pananalig

Noong Marso 1987, hindi na magkasya ang lumalagong bilang ng mga miyembro sa santuwaryo, at nananalangin kaming magkaroon ng bago at mas malaking lugar. Sa Shindaebang 2 Dong kung saan nagsimula ang aming iglesya, may bagong tatag na gusali, at nirentahan namin ang ikalawa at ikatlong palapag.

Mula Abril 13 hanggang 17, nagkaroon kami ng pagtitipon para sa pagbabagong buhay bilang pagdiriwang sa paglipat sa bagong gusali. Ang pamagat ay "Not Everyone Who Calls to Me 'Lord, Lord' Will Enter," ("Hindi Lahat ng Tatawag sa Akin ng 'Panginoon, Panginoon' ay Makapapasok") at nagsalita ako tungkol sa Pagpapala, Banal na Espiritu, Pananalig at Walang Hanggang Buhay. Pagkaraan ng tatlong buwan pagkatapos ng pagtitipon, ang santuwaryong may sukat na may 1,337 metro kuwadrado ay punung-puno na ng tao.

Habang Sumisigaw at Tumatangis Kami sa Pananalangin

Katulad ngayon, ang mga miyembro ay nananalangin ng tatlong oras araw-araw sa aming Pulong Panalangin ng Daniel tuwing gabi. Naglagay kami ng styrofoam sa mga bintana para maharangan ang ingay, pero dahil wala namang pangpigil sa ingay ang gusali, hindi namin mapigilang lumabas ang ingay. Mabuti na lang palengke lang ang katapat ng iglesya at hindi tirahan ng mga tao.

Minsan, sa isang pulong ng mga residente sa lugar ng iglesya, may isang nagmungkahi na pag-usapan ang ingay na nanggagaling sa iglesya. Pero may isang babaing miyembro ng kapulungan ang nagsabi, "Isinasara nila ang mga bintana kahit na sa tag-init, at naglalagay pa sila ng styrofoam sa mga bintana. Para akong inihehele sa tunog ng mga panalangin." Hindi na nila muling pinag-usapan ito. Minsan, may isang taong nagreklamo sa istasyon ng pulis. Sinabi ng pulis na nakatanggap ng reklamo, "Natutulog ka, samantalang ang mga taong ito ay nananalangin para sa bansa natin, nang walang tulugan. Ano ba problema mo?" Wala nang nasabi pa ang taong nagreklamo.

Pagtagumpayan ang Krisis sa Biyaya ng Diyos

Ayaw ng Diyos na maging kampante kami sa mga bagay na nangyayari noon. Pinahintulutan Niyang magkaroon kami ng pagsubok na magdadala sa amin sa mas malaking lugar. Noong Abril 1988, hindi lang ang pinakasantuwaryo ang napuno ng taong dumalo sa pagsamba kundi pati ang mga opisina, hagdanan, pati na ang mga pasilyo. May mga pamilihan sa silong ng gusali noon. Dahil hindi maganda ang benta, isa-isa silang nagsasara. May kontrata kaming bilhin din ang silong pero biglang tumutol ang mga negosyante sa palengke at ang mga residente. Nagkalat sila ng maling balita na pinalalayas daw ng iglesya ang mga negosyante sa lugar.

Ang mga taong ito ay gumagawa ng ritwal ng salamangkero sa may pintuan ng iglesya tuwing Linggo, at hinahampas nila ng napakalakas ang tradisyunal na tambol ng Koreano. Kahit tumawag kami ng pulis, huli na nang dumating sila. Ang gobiyernong panglungsod ang may kagagawan nito. Noon kasi si Mr.'S' na miyembro ng partido ng oposisyon ay bumisita ng ilang beses sa iglesya at nakipag-ugnayan sa akin. Tinanggap niya ang panalangin ko bago mag-eleksyon, at nanalo siya. Ang kandidatong galing sa mayoryang partido na natalo sa eleksyon ay nag-isip na dahil ang iglesya namin ay sumusuporta sa oposisyon, mahihirapan siyang manalo sa susunod na eleksyon. Kaya ginamit niya ang impluwensya niya sa opisina ng distrito at sa mga istasyon ng pulis para palayasin ang iglesya namin. Matagal pa bago ko naunawaan ang situwasyon. Ang mga manggagawa ng iglesya ay hindi na makatiis at gusto na nilang magprotesta sa distrito ng gobiyerno. Gusto na rin nilang maghabla, pero hinimok ko silang huwag gumawa ng anumang hakbang. Hinikayat ko silang gamitin ang Salita ng Diyos na nagsa-sabing bayaran ng mabuti ang masama.

Sinunod ng mga miyembro ang sinabi ko. Tiniis nila ang oposisyon mula sa mga lokal na residente at sinubukang paglingkuran sila. Pero sa paglipas ng panahon, lalong tumindi ang oposisyon. Ang lokal na opisina ng 'Dong', ang opisina ng distrito ng gobiyerno, ang lokal na kinatawan, ang pangulo ng kapulungan ng mga kababaihan, at pati ang mga matatanda ay dinala doon para guluhin ang pagsamba. At araw-araw ang istasyon ng bumbero ay pumupunta para tingnan kung maayos ang aming mga pasilidad, para pahirapan kami. Lumuhod lang ako sa Diyos para manalangin. Isang araw, nabalitaan kong ang mga taong gustong magpalayas sa amin ay gustong makipag-usap sa akin. Nang pumasok ako sa silid ng pagpupulungan, mayroong sampung kinatawan doon mula sa iba't ibang bahagi ng pook.

"Pastor, iligtas mo kami! Sobra na ang pagdurusa namin. Pakiramdam namin, mahuhulog na kami sa impiyerno." "Gusto rin naming umalis sa lugar na ito pero wala kaming sapat na puwestong mapuntahan at wala rin kaming pera." "Pastor, magkano ang kakailanganin ninyo para mailipat ang santuwaryo?"

Ikinuwento nila sa akin ang buhay nila, at nakita ko kung paano kumilos ang Diyos sa kanila. Sa mga nanguna para palayasin ang iglesya sa pook na iyon, may ilan na biglang nagkaroon ng karamdaman at kung anu-anong sakit ang dumapo sa kanila. Ang balitang ito ay kumalat kaagad. Maraming tao ang natakot sa balitang iyon. Ang mga aktibong nanguna sa pagkilos laban sa amin ay nakaramdam na mahuhulog sila sa impiyerno. Dahil hindi nila makayanan ang takot na iyon, gusto nila akong makausap. Binigyan nila kami ng 300,000,000 won (P13,009,540) na siyang halagang kailangan namin para makalipat ng santuwaryo. Wala man lang kaming libu-libong dolyar, kaya napakalaking halaga noon.

Nang kinuha ni Haring Abimelec si Sara sa pag-aakalang kapatid siya ni Abraham, nagpakita ang Diyos sa panaginip niya at sinabing si Sara ay asawa ni Abraham, at inutusan siyang ibalik si Sara. Hindi lang niya pinabalik si Sara, nagpadala rin siya ng mga tupa, baka, at mga alipin kay Abraham (Genesis 20). Nang kumilos ang Diyos, nalampasan ni Abraham ang krisis at maganda ang kinalabasan. Sa parehong paraan, nalampasan ng iglesya namin ang krisis sa pamamagitan ng Diyos.

Ang Lupang Inihanda ng Diyos ay Nauna na sa Amin

Dalangin namin, "O Diyos, bigyan ninyo kami ng lupang mas malaki kaysa sa sukat na 5,000 metro kuwadrado." Malapit sa iglesya, may gusaling 5,000 metro kuwadrado, at mataimtim naming ipinanalangin na makalipat sa gusaling ito. Ngunit isang araw noong 1990, nagpahayag ang Air Force Academy na nasa Boramae Park na lilipat na sila at gagawing pasyalan ang lugar. Ipagbibili ang lupa ng gobiyerno ng lungsod ng Seoul sa mga pribadong negosyante. Napagtanto kong naghanda ang Diyos ng isang pirasong lupa para sa aming iglesya sa Boramae Park . Maraming mapapakinabang dito. Iyan ang dahilan kung bakit ginabayan Niya ako sa Shindaebang Dong para magtatag ng iglesya. Nang ipanalangin namin ang Boramae Park, sinabi sa amin ng Panginoon, *"Ibinigay Ko sa inyo ang lupa, at sige, kunin na ninyo. Dapat magpakita ng pananalig ang buong kongregasyon ninyo. Kapag napasainyo na ang pinagpalang lupa, Ako na ang bahala sa lahat."* Sumali kami sa subasta, pero napakahirap makabili ng kahit mahigit lang sa 3,000 metro kuwadrado kung pagbabasehan ang pananalig ng aming mga miyembro noon. Iilan lang sa mga miyembro ang nagpakita ng pananalig.

Nanguna ang Diyos sa bansang Israel patungo sa Canaan, pero hindi sila makapasok dahil sa kanilang pagsuway. Mga anak lang nila ang nakapasok sa lupang pangako. Dahil hindi nakita ang pananalig namin na siyang nararapat, dinala kami ng Diyos sa pangalawang lugar sa Guro Dong. Naghanda Siya ng gusali sa isang lugar na pang industriya, na mahigit sa 8,000 metro kuwadrado.

Pagsambang Pagdiriwang Para sa Bagong Santuwaryo at ang Patuloy na Kaguluhan

Ang lugar na Guro ay isang malawak na pang industriyang lugar na nangunguna sa pagsulong ng Korea sa pangangalakal. Noong panahong iyon, napakaraming pagawaan doon. Ang pang-apat na santuwaryo namin, ang Guro Dong ay dating kumpanya, ang Shin Ae Electronics. Bago malugi ang kompanyang ito, nakilala ko ang may-ari.

Sinabi niya sa akin,"Punong Pastor, gusto kong itayo ang santuwaryo ng Manmin Central Church sa bakurang ito. " Noon lang kami nagkakilala pero sinabi niya sa akin na gusto niyang itayo ang Manmin Central Church sa bakuran ng kumpanya niya. Naniwala ako sa sinabi niya. At sumagot ako ng 'Amen.' Lumipas ang panahon at nalugi ang Shin Ae Electronics, at ang may-ari ay tumakas patungong Amerika. Ang Punong Diakonesang Shin Ae Hyeun ang pumalit sa kanyang posisyon. Pero dahil sa napakalaki ng utang, pag-aklas ng mga manggagawa, at mga humihingi ng hindi pa bayad na suweldo, nahihirapan talaga siya. Kaya dumalangin siyang magamit ang bakuran para sa kaharian ng Diyos ng isa sa mga sikat na pastor. Tinanggap niya noon ang kasagutan ng Diyos, sinasabi sa kanya, *"Ibigay mo ang lupa kay Rev. Jaerock Lee, na mahal Ko."* Sa wakas, natagpuan niya ako matapos magtanung-tanong. Nang matanggap ko ang tawag niya, pumunta ako para batiin siya sa lugar na pinagdadausan niya ng pagtitipon para sa pagbabagong buhay. Nasa Yongsan iyon, doon ako nakaranas ng paggaling noong 1974. Pagkatapos noon, nagkita kami ng isang beses lang. Mula noon ay hindi na kami nagkita pa, kaya hindi na niya ako matandaan.

Ipinaliwanag niya kung anong mga nangyari sa paghahanap niya sa akin. Kumilos ang Diyos sa puso ko at nagpasiya kaming bilhin ang lupa. Kailangan namin ang 10,000,000,000 won (P433,651,344), at para malutas ang problema tungkol sa mga manggagawa, kailangan namin agad ang 2,000,000,000 won (P86,730,268).

Pagsambang Pagdiriwang para sa Bagong Santuwaryo

Noong Pebrero 10, 1991, iniwan namin ang simbahan sa Shindaebang Dong para pumunta sa Guro Dong at doon kami nagkaroon ng pagdiriwang at pagsamba. Binayaran namin ang mga utang at ang mga hindi pa nababayarang suweldo. Pagkatapos, sinimulan naming ayusin ang gusali para gawing sambahan.

Nang lumipat kami, mayroon lang kaming 300,000,000 won (P13,009,540) mula sa dating gusali namin. Kaya kapag titingnan ang realidad ng situwasyon, hindi namin kayang humakbang sa pangunguna sa napakaraming miyembro. Pero dahil tiyak naming ginagabayan kami ng Diyos, humakbang kami nang may pananalig. Pagkalipas ng isang taon, isinubasta ulit ito ng bangko, pero wala kaming pambayad. Sinabi ng bangko, "Nalutas na ng inyong iglesya ang mahirap na situwasyon ng kumpanya tungkol sa unyon ng mga manggagawa; at malaki ang ginastos ninyo sa pagpapaayos ng simbahan. Pero sino sa palagay ninyo ang susugal sa lupang ito?" Sinabihan nila kami na bilhin ang lupa kapag bumaba ang presyo nito. Pero may ibang totoong nangyayari. May isang kumpanyang bumili ng lupang ito bilang bahagi ng kanilang pagpaplano tungkol sa mga pag-aaring lupain. Sinabihan nila kaming iwanan ang gusali. Wala kaming lugar na pupuntahan, hindi kami makapunta kahit saan.

Noong Pebrero 15, 1992, ang kumpanyang bumili ng lupang ito ay nagdala ng mga isandaang tao para kunin lahat ng mga kagamitan ng iglesya. Ilang mga manggagawa ang nabugbog habang pinipigilan sila. Ang kumpanyang iyon ay naghain ng kaso laban sa amin, nilabag daw namin ang batas. Sa lahat ng ito, hinayaan ng Diyos na mahalin ng mga miyembro ang simbahan at mas lalo pang manalangin. Kumilos ang Diyos sa puso ng may-ari ng lupa, at pumirma ulit sila ng kontrata sa amin. At nagsimula ulit kaming magbayad para sa lupa.

Kaguluhan Laban sa Krusada ng Ebanghelyo sa Seoul

Mula Mayo 18 hanggang 21, 1992, ginanap ang Krusada ng Ebanghelyo sa Seoul sa iglesya namin ng '1995 Nation's Re-Unification and Jubilee Crusade Organizing Committee.' Idinaos ng Nation Reunification and Evangelism Movement sa suporta ng *Kukmin Ilbo*, Far East Broadcasting Company, Christian Broadcasting System, The *Christian Newspaper*, The Korea Church Newspaper and the Police Chaplain's Office. Ang kaaway na diyablo ay humarang na naman para hindi matuloy ang pulong.

Pero may mga tanyag na pastor katulad ni Pastor Hyeon-gyoon Shin at Jaechul Hong ang magiging mga tagapagsalita. Pinipilit silang huwag magsalita sa pulong. May mga nagsasabi ulit na erehe ako at dating itiniwalag ng denominasyon. Kapag nagsalita sila sa pulong na ito, mahaharap sila sa hindi paborableng situwasyon sa hinaharap. Pero nalalaman ng mga tagapagsalitang ito na ako ay pastor na sumusunod sa pananalig sa ebanghelyo, may pag-ibig sa Panginoong Jesus, kaya hindi sila sumunod. Naging matagumpay ang pulong sa pagkilos ng Banal na Espiritu. Gayundin mula Setyembre 14 hanggang 17, idinaos ang 'Seoul Citizen Evangelism United Crusade' sa aming iglesya ng Korea Christianity Revival Association at walong pastor kasama si Pastor Jongnam Lee ang nagsalita sa pulong.

Pakikipagkasundo sa Denominasyon ng Kabanalan (Anyang)

Noong Pebrero 1992, ang Holiness Christian Church ng Korea (Anyang), ang denominasyon na humatol sa akin ay nagsimulang gumawa ng pagkilos laban sa aming iglesya dahil nagtatag kami ng sarili naming denominasyon at mabilis na lumalago. Si Pastor 'Y' na naging presidente ng denominasyong iyon ay paulit-ulit na nagkalat ng maling balita sa The Christian Council ng Korea at sa mga diyaryo. Dahil ang ganitong pag-aalipusta ay nagpapatuloy, hindi lang ito paninira, pero naghatid ito ng malaking kasiraan sa ministeryo sa pagpapahayag ng ebanghelyo. Napagdesisyunan ng mga kinatawan ng iglesya na ihabla si Pastor 'Y' dahil sa paninirang-puri.

Si Pastor 'Y' ay kailangang magmulta at malapit na siyang mapreso. Naging desperado siya at ilang beses niyang hiniling sa amin na iurong ang demanda sa pamamagitan ng propesor ko sa seminaryo, si Pastor Taekgu Sohn. Nakiusap din sa amin si Pastor Taekgu Sohn na iurong ang kaso at makipagkasundo dahil sinabi ni Pastor 'Y' na hindi na siya makikialam sa mga samahan ng mga iglesya at magtutuon na lang sa kanyang ministeryo.

Matanda na si Pastor 'Y' at naawa ako sa kanya. Pero noong papayag na sana ako sa pakiusap ni Pastor Taekgu Sohn, sinalungat ito nang husto ng abugadong may hawak ng kaso. Ang payo niya, "Huwag ninyong bitawan ang kaso ngayon. Naimbestigahan ko ang mga dati nilang ginagawa at kapag ang problemang ito ay hindi naayos sa simula pa lang, uulit-ulitin nila ito." Sa kabila ng pagtutol ng abugado, pinirmahan ko ang pakikipag-ayos at binitawan ko ang kaso.

Abril 20, 1993 noong nagpulong kami at pumirma sa kasunduan. Nasa amin pa ang sulat hanggang ngayon. Pinirmahan ni Pastor 'Y' ang nakasulat na pangakong nagsasabi ng ganito, "Pinagsisisihan kong nagpamigay ako ng mga materyales at nanirang-puri kay Rev. Jaerock Lee ng Manmin Central Church. Sisikapin kong iwasan ang mga ganitong pagkilos sa hinaharap, at magtutuon lang ako sa aking ministeryo." Iniurong namin ang demanda at pinatawad siya, pero gaya ng sinabi ng abugado, sa halip na magpasalamat sa amin, nagpatuloy siya sa panggugulo sa iglesya namin. Ang dahilan niya, "Hindi ako humingi ng tawad bilang pangulo ng denominasyon namin kundi sa personal na kapasidad lamang."

Maling Paniniwala Ayon sa Biblia

Dahil sa napakabilis na pagbabagong buhay, nakilala ako, pero may mga tao pa ring nag-iisip na erehe ako dahil sa paghatol ng Holiness Christian Church ng Korea. Sa mga hindi nakakakilala sa akin, mga hindi nakapakinig sa mensahe ko, at hindi nakapunta sa iglesya namin ay maaaring hatulan ako kapag narinig ang ibang tao sa paligid nila. Kahit na sa Biblia, si apostol Pablo na mahal na mahal si Jesu-Cristo at nagpahayag ng ebanghelyo sa buong buhay niya ay inusig at hinatulang 'mapanligalig,' 'mapang-udyok ng kaguluhan,' at 'tagapangulo sa sekta ng Nazareno' (Ang Mga Gawa 24:5).

Sa puntong ito, alamin natin ang kahulugan ng erehiya o hidwang pananampalataya ayon sa Biblia. Ayon Sa 2 Pedro 2:1, *"Ngunit may lumitaw ding mga bulaang propeta sa gitna ng sambayanan, kung paanong sa inyo'y magkakaroon ng mga bulaang guro, na palihim na magpapasok ng mga nakapipinsalang turo. Itatakuwil nila pati ang Panginoon na bumili sa kanila, na nagdadala sa kanilang sarili ng mabilis na pagkapuksa."* Ang 'Panginoon na bumili sa kanila' ay si Jesu-Cristo. Samakatwid, bago ipako si Jesus, muling nabuhay at matapos ang tungkulin bilang Tagapagligtas, walang salitang erehe sa Biblia. Ito ang dahilan kung bakit walang salitang 'erehe' sa Lumang Tipan at sa Apat na Ebanghelyo, ang Mateo, Marcos, Lucas at Juan.

Sa Apat na Ebanghelyo, kahit na ang mga eskriba, Fariseo, mga pari at ang mga punong pari ay hindi gumamit ng salitang 'erehe' kahit noong inuusig nila si Jesus. Nangyari lang ito noong nabuhay muli si Jesus at natapos ang tungkulin bilang Cristo nang may mga nagtakuwil sa 'Panginoon na bumili sa kanila,' at sa sulat lang sa 2 Pedro nang magbabala ang Biblia sa mga ganitong klaseng tao. Ang kahulugan ng ngalang Jesus ay 'Siya na magliligtas ng Kanyang bayan sa kanilang mga kasalanan' (Mateo 1:21), at ang kahulugan ng Cristo ay ang 'Siyang hinirang.' Natupad ang Kanyang tungkulin bilang Cristo at naging Tagapagligtas natin noong ipako Siya sa krus at nabuhay Siyang muli.

Kaya nga sa pagtatapos ng ating panalangin, sa halip na sabihing "Sa ngalan ni Jesus, idinadalangin ko," ang pagsasabi ng "Sa ngalan ni Jesu-Cristo, idinadalangin ko" ay mas tama ang espirituwal na kahulugan. Sinasabi sa 1 Juan 2:22, *"Sino ang sinungaling? Kundi ang magkakaila na si Jesus ay siyang Cristo? Ito ang anti-Cristo, ang nagkakaila sa Ama at sa Anak."* Kaya kung itatanggi na ang Diyos ay Tatlong Persona (ang Diyos Ama, ang Anak na si Jesu-Cristo, at ang Banal na Espiritu), ito ay erehiya. Kaya hindi tama sa harapan ng Diyos na basta-basta na lang hatulan o parusahan ang isang tao o iglesya na naniniwala sa Diyos Ama at tinatanggap si Jesu-Cristo bilang Tagapagligtas.

Pagpaparusa at paglaban sa Banal na Espiritu ang magparusa sa isang iglesya kung saan kumikilos ang Banal na Espiritu sa ngalan ni Jesu-Cristo at nagbababala ang Biblia sa atin na ang kasalanang ito ay hinding-hindi mapapatawad. Ang Banal na Espiritu ay isa sa Tatlong persona, at kung may mga taong magsasabi na ang gawain ng Banal na Espiritu ay gawain ng diyablo, sinasabi na rin niya na ang Diyos ay ang diyablo at erehe. Papaano maliligtas ang mga ganitong klaseng tao? Sa Mateo 12:22 at sa mga kasunod na talata, pinagaling ni Jesus ang isang taong bulag at bingi dahil sa diyablo. At isinumpa nila si Jesus na sinasabi, *"May dinala kay Jesus na isang lalaking bulag at pipi na inaalihan ng demonyo.Pinagaling Niya ang lalaki, anupat ito'y nakapagsalita at nakakita ."* Sumagot si Jesus, *"Kaya't sinasabi ko sa inyo, ang bawat kasalanan at paglalapastangan ay ipatatawad sa mga tao; ngunit ang paglapastangan laban sa Espiritu ay hindi ipatatawad. At ang sinumang magsabi ng isang salita laban sa Anak ng Tao ay patatawarin; ngunit sinumang magsalita laban sa Espiritu Santo ay hindi patatawarin,maging sa panahong ito o sa darating"* (Mateo 12:31-32).

Paglapastangan sa Banal na Espiritu ang paghatol ng mga Fariseo sa ginawa ng Banal na Espiritu, ipinakita ito ni Jesus sa pamamagitan ng kapangyarihan ng Diyos. Ito'y isang malalang kasalanan na hindi maaring patawarin, at hindi sila puwedeng maligtas.

Pagsubok sa Pagdurugo Hanggang Mamatay

Noong Hunyo 1992, habang dumaranas ako ng mga mahihirap na bagay sa iglesya na hindi ko puwedeng sabihin sa kahit kanino, maraming araw na hindi ako nakapagpahinga at hindi rin ako makatulog. Hindi ko na napigilan ang pagod ko. Lalo na nang may mga katulong na pastor at mga manggagawa ang huminto sa pananalangin at nagpatuloy na sumuway, at sa wakas pinahintulutan ng Diyos ang isang pagsubok. Dahil sinasarili ko ang napakabibigat na pasanin, malapit nang duguin ang utak ko. Kapag maysakit ang mga miyembro ng iglesya, ipinapanalangin ko sila. Pero paano kung ako mismo ang duguin ang utak? Kumilos ang Diyos sa isang paraan na bago pa ako magkaroon ng walang tigil na pagdurugo sa utak, pinaputok Niya ang malaking ugat ko sa ilong, para doon lumabas ang dugo.

Hunyo 13, 1992, isang Sabado, naghahanda akong lumabas dahil magkakasal ako noon. Biglang dumugo ang ilong ko kaya hiniling ko sa isang pastor na siya na ang magkasal sa halip na ako. Lumalabas ang dugo ko sa dalawang butas ng ilong at sa bibig ko. Dinugo ako ng isang oras at kalahati sa buong maghapong iyon. Noong gabi, dinugo ako nang mahigit sa isang oras. Dapat akong tumungo habang nakaupo. Kapag itinaas ko ang ulo ko, bababa agad ang dugo sa lalamunan ko at nabubulunan ako.

Linggo ng umaga, maghihilamos sana ako nang biglang dinugo ako uli, kaya hindi ako nakapunta sa simbahan. Napakaraming dugo ang lumalabas sa ilong ko at tumulo na sa leeg ko. Habang dinudugo ako, nagtaka ako kung saan nanggagaling ang napakaraming dugong ito.

Mahigit na isandaang katulong na pastor at mga manggagawa ng iglesya ang nakabalita sa simbahan at nagsipunta sa bahay ko. Sa simula, may ilang tao ang tumulong sa akin sa pagpupunas sa dugo ng tisyu, tapos tuwalya na ang gamit, pero dahil hindi humihinto ang pagdurugo at patuloy na umaagos, hindi na nila alam ang gagawin at naglagay na lang ng maliit na palanggana sa harapan ko. Dahil alam nilang lahat ang pananalig ko na hindi ako umaasa sa paraan ng mundo, walang bumanggit na pumunta sa ospital.

Nais kong makarinig ng mga awiting himno at sinabi ko sa mga tao roon. May isang umawit ng mga himno. Habang nakikinig ako, nagkaroon ako ng kapayapaan sa puso ko, at gusto kong pumunta na kaagad sa langit. Unti-unti akong nawalan ng lakas at nagsimulang mawalan ng ulirat. Pero nararamdaman kong ang espiritu ko ay nagiging maliwanag at puspos ng Banal na Espiritu.

Pagpili sa Buhay at Kamatayan sa Nagsangang Daan

Sa sandaling iyon, sa malinaw na inspirasyon, ipinaalam sa akin ng Diyos ang espirituwal na kalagayan ng ilang taong nagtitipon doon. Inudyukan ko silang alisin ang kayabangan at kasinungalingan na kinapopootan ng Diyos, at sinabi ko ang huling habilin ko sa mga miyembro ng pamilya. Pagkalipas ng ilang araw, nalaman kong ang buong kongregasyon ay nananalangin para sa akin.

Tumigil na ang pulso ko, at pati ang paghinga ko. Noong sandaling nawalan na ako ng ulirat, nararamdaman kong iniiwan ng espiritu ko ang katawan ko. Narinig ko si Elder Boaz Lee at ang iba pang nandoon na nanalangin, "O Diyos, loobin Mong mabuhay ulit ang pastor namin!" Umiiyak at lumuluha sila. Sinabi nila sa akin na wala na akong pulso, at nang hawakan nila ang dibdib ko, malamig na. Noong oras na iyon, ang Panginoon ay lumapit sa akin.

"Lingkod Ko, pupunta ka na ba sa Akin o babalik ka para tuparin ang tungkulin mo?"

"Panginoon, gusto kong makapiling Ka."

Nangungupahan lang kami noon. Wala man lang akong sariling bahay o naipon sa bangko. Pero hindi ako nagalala sa mga miyembro ng pamilya ko, gusto ko na lang pumunta sa langit. Pagkatapos, nagpakita sa akin ang Panginoon ng dalawang eksena. Nang pumunta na ako sa tabi ng Panginoon, hinampas ng kaaway na diyablo ang iglesya namin. Ang santuwaryo ay gumuguho at maraming mga mananampalataya ang parang mga tupang nagpagala-gala at bumalik sa sanlibutan, sa daan ng kamatayan. Ilang miyembro ay patungo sa pinto ng langit, may pag-aayuno at pananalangin. Pero karamihan sa kongregasyon ay naligaw ng landas, at nagsimulang makiayon sa sanlibutan at sa daan patungong impiyerno. Nang sandaling iyon, bigla akong natauhan.

"Panginoon, loobin Mong makabalik ako. Nais kong lumapit sa harapan Mo kasama ang mga miyembro ng iglesya pagkatapos naming maitatag ang Pinakamalaking Santuwaryo."

Nanalangin akong nagmimithing mabuhay pa. Sa sandaling iyon, may liwanag na nanggaling sa itaas, at may malakas na pwersang lumukob sa akin. Bumangon ako sa isang iglap, at humingi ng tubig. Nalaman kong ang tubig na ininom ko ay naging dugo sa aking katawan. Tumayo ako at pumunta sa salas. Ilang miyembro na hindi makapasok sa silid ko ay nananalangin at umiiyak doon. Nagulat sila, pero napakasaya. Kinamayan ko ang bawat isa sa kanila at nakipag-usap pa. Nagsimulang mamula ang mukha ko. Ni wala man lang senyales na dinugo ako hanggang mamatay. Magkagayon man hindi pa rin lubos ang pagkakaroon ko ng malay. Narinig ko lang ito sa ibang tao, at hindi ko matandaan ang lahat ng detalye.

Simula noon, umiinom ako ng tubig tuwing duduguin ako. Kadalasan, soft drinks ang iniinom ko sa halip na tubig, pero gusto kong uminom ng napakaraming tubig. Dahil dinugo ako nang husto, namatay na sana ako kung walang kapalit na dugo. Pero tulad ng pagpalit ng Panginoon ng alak mula sa tubig, nanalig akong ang tubig ay mapapalitan ng dugo sa pamamagitan ng kapangyarihan ng Diyos tuwing umiinom ako nito. Dahil alam kong ang pagdurugo ko ay kalooban ng Diyos. Ayokong umasa sa mga gamot ng sanlibutan. Dahil sa nanalig at nagtiwala ako nang lubusan sa Makapangyarihang Diyos, iniwan ko lahat sa Kanyang mga kamay.

Ni wala ako kahit kaunting pagnanais na pumunta sa ospital

para madugtungan ang buhay ko. Kung nais ng Diyos na kunin na ang espiritu ko, wala akong dahilan para magpilit pang mabuhay. Kung kalooban ng Diyos, mamatamisin ko pang mamatay. Kilala ko ang Makapangyarihang Diyos higit sa kanino man at nagpapagaling ako ng mga maysakit sa pamamagitan ng kapangyarihan Niya. At kung hindi ako gagaling sa pamamagitan ng pananalig, papaano ko matuturuan ang kongregasyon na tumanggap ng kagalingan sa pamamagitan ng pananalig? Kaya mas pinili ko ang mamatay kaysa sa umasa sa mga doktor sa ospital. Hinarap ko ang kamatayan ko nang may kasiyahan, iniwan ang huling habilin sa mga miyembro ng pamilya nang may kapayapaan, pero dahil hindi kalooban ng Diyos na mamatay ako, sa isang saglit ay binuhay Niya akong muli.

Nakapasa sa Pagsubok ni Abraham

Mula nang huminto ang pagdurugo ko noong gabing iyon, naghapunan ako at nagtungo sa lugar ng dalanginan ko. Pero dinugo ulit ako sa loob ng isa't kalahating oras kinagabihan, at kinabukasan, dinugo na naman ako. Hindi ako makakain o makahiga. Kapag nahiga ako, ang dugo sa puso ko ay bumubuhos, kaya nakaupo ako nang nakatagilid, at nakayuko ang ulo ko. Kinalingguhan, nasa lugar ng dalanginan pa rin ako. Nagdaos ako ng pagsamba sa pamamagitan ng video tape ng mensaheng "God the Healer" (Diyos na Nagpapagaling) na naipahayag ko na noon pa. Noong panahon na ng pananalangin para sa maysakit, ipinatong ko ang kamay ko sa ulo ko at tinanggap ang panalangin, at simula noon huminto na nang husto ang pagdurugo. Sa pamamagitan ng karanasang ito, napag-alaman ko at nagulat na ang panalangin para sa maysakit ay napakamakapangyarihan.

Binilang ko ang mga oras na dinugo ako. Sa loob ng walong araw, sa tatlumpung iba't ibang okasyon, dinugo ako ng dalampu't apat na oras. Sapat na ang panahong iyon para maubos ang lahat ng dugo sa katawan nang paulit-ulit. Kapag dinudugo ako, umiinom ako ng tubig, at ang tubig ay nagiging dugo, at nagpatuloy ito sa loob ng walong araw. Walong araw akong sinubukan ng Diyos, pero hindi ako nagreklamo o nagkaroon ng hinanakit katulad ni Job. Nagpapasalamat lang ako. Kahit na mamatay pa ako, makakapiling ko ang Panginoon, at mabubuhay akong maligaya sa langit, kaya walang dahilan para malungkot ako.

Dahil mas dinudugo ako kapag nakahiga, nakaupo na lang ako habang nakatungo. Nakapagmuni-muni ako nang husto. Pinagkalooban ako ng Diyos ng labis na kapangyarihan pero hindi ko naayos ang pangunguna sa kongregasyon sa kanilang pananalig. Hindi ko pinamunuan ang mga manggagawa ng iglesya nang maayos, at hindi pa namin naiitayo ang santuwaryo. Lungkot na lungkot ako sa harapan ng Diyos habang nagmumuni-muni. Walong araw ang pinalipas ko nang walang tulugan, nagsisisi ang puso sa presensya ng Diyos.

Dahil buong puso akong pumayag na isuko ang buhay ko nang hingin ito ng Diyos, binuhay Niya ako pagkaraan ng walong araw. Dumating ang araw na ipinaalam sa akin ng Diyos, tulad ni Abraham na nakapasa sa pagsubok sa kanya nang ialay ang kaisa-isang anak na si Isaac, ako rin ay nakapasa sa pagsubok na isuko ang buhay ko. Nang malampasan ko ang ganitong uri ng pagsubok, ang tiwala ng Diyos sa akin ay mas lalong lumakas, at biniyayaan Niya ako para makagawa pa ng mas makapangyarihang mga gawa. Ang pangyayaring ito ay isa ring pagkakataon para sa mga manggagawa at mga miyembro ng iglesya na muling magising, at ang iglesya ay maitatag sa batong matibay.

Kahit Nagbabala Ako sa Itinakdang Katapusan ng Mundo

Noong 1984, pagkabukas ng aming simbahan, nangaral ako ng tungkol sa mga tanda ng katapusan ng panahon, mula sa mga bagay na naunawaan ko sa pamamagitan ng inspirasyon ng Diyos. Ipinaliwanag ko ang relasyong namamagitan sa Timog at Hilagang Korea, ang tungkol sa numerong '666,' at ang pagkakaisa ng Europa bilang isang estado, at iba pa. Pero ang relasyon ng Timog at Hilagang Korea ay hindi maganda, at pati ang mga card na ginagamit para mangutang ay magkakaiba, kaya ang mga miyembro ay hindi pamilyar sa ilang bagay na sinabi ko.

Dumaing si Jesus na nagsasabing *"Kapag dumating ang Anak ng Tao, makikita ba Niya ang pananalig sa daigdig?"* (Lucas 18:8) Kaya ginawa ko ang makakaya ko para magtanim ng pananalig sa mga mananampalataya para maging tunay na butil ng trigo sila na mayroong tunay na pananampalataya sa katapusan ng panahon. Dahil sa nangaral ako ng tungkol sa mga tanda ng katapusan ng panahon, akala nilang nagtakda ako ng oras sa pagtatapos ng kasaysayan. Ang mga artikulo ko ay nalagay sa mga diyaryo, magasin, at naisahimpapawid. Muli akong nakilala sa buong mundo.

May ilang artikulo na naglathala ng mga bagay na hindi ko naman sinabi, at si Pastor 'L' na nagtatakda rin ng oras tungkol sa katapusan ng panahon ay nagsabing pareho kami ng pahayag. Marami sa mga diyaryo ay sumulat ng mga artikulong pabor sa akin, pero si Mr. 'T' na galing sa isang magasin ay nagsabing inaangkin ko raw na alam ko ang araw ng pagdating ng Panginoon. Ang lahat naman ng bagay ay mahahayag sa tamang panahon, hindi na ako gumawa ng mga hakbang na ayon sa batas ni nagbigay ng mga pangangatuwiran.

Lahat ng mga mensahe ko ay nakarekord at palaging ibinebenta sa publiko. Mula nang binuksan ang simbahan, palagi ko nang tinuturuan ang kongregasyon ko na maging gising sa kanilang pamumuhay Cristiano katulad ng limang birheng inilarawan sa Mateo 25. Narito ang mga sipi ng mga mensahe sa simula hanggang sa kalagitnaan ng 1992 na halimbawa ng mga turo ko tungkol sa paksa.

"Ngayon, ang ilan sa inyo ay nabasa na sa libro o narinig sa ibang tao, may nagsasabi ba o naniniwalang darating ang Panginoon sa Oktubre 10 o 28? Huwag na huwag ninyong gagawin iyon! Narinig na ba ninyo akong nagsasalita tungkol sa 1992? Hindi pa. Itinuro ko lang sa inyo ang Salita ng Diyos, at itinuro ko sa inyong iwaksi ang kasalanan at mabuhay sa liwanag at katuwiran para makatulad ng Panginoon at para pagandahin ang sarili bilang magandang babaing ikakasal sa Panginoon kasama ang mga luha at dalangin ko. Kahit darating bukas ang Panginoon, itinuro ko sa inyong kailangan nating magtanim ng puno ng mansanas ngayon." (Sinipi mula sa Pagsamba noong Linggo ng Enero 19, 1992, "Be Awake" (Maging Gising)

"Sa Mateo 24, itinanong ng mga alagad sa Panginoon ang tungkol sa Kanyang pagbabalik at ang mga tanda ng katapusan ng panahon. Itinuro ni Jesus sa kanila ang tungkol sa mga tanda sa panahong magbabalik muli si Jesus. Kaya alam natin ang mga tanda ng katapusan ng panahon...Dahil napapanood natin ang mga nagsasabing sa Oktubre 1992, marami ang nadadaya, at may nagsasabi ring nababaliw sila. Ano sa palagay ninyo? Kung mahal mo ang Diyos at alam ang kalooban Niya, hindi mo dapat pansinin ang mga ganoong pahayag. Hindi ka dapat makinig sa ganoon. Maliligtas tayo sa pamamagitan ng pananampalataya at hindi sa kung alam natin kung kailan, kung anong araw at buwan magbabalik muli ang Panginoon. Si Jesus ang ating Tagapagligtas at tinubos Niya tayo sa ating mga kasalanan, para mapatawad tayo sa ating mga kasalanan sa pananampalataya, naging anak tayo ng Diyos, at pupunta tayo sa Kaharian ng Langit. Pero sinasabi nilang maliligtas lang tayo kung maniniwala tayo at ipapahayag kung anong buwan at araw, at hindi tayo maliligtas kung hindi natin gagawin iyon. Nakakatawa ito! Hindi tama ito ayon sa Biblia." (Sinipi mula sa Pagsamba noong Linggo ng Mayo 31, 1992, "What Will Be the Sign?" (Ano ang Magiging Tanda?)

Kabanata 7

Pinalawak ng Diyos ang Hangganan ng Ministeryo

Nabuksan ang Pintuan ng Ebanghelyo Para sa Buong Mundo

Pandaigdigang Krusada ng Ebanghelyo ng Banal na Espiritu

Noong Mayo 1992, naimbitahan ako sa taunang pambansang pananalangin kung saan ang presidente at pinakaimportanteng mga pulitiko ay dumalo. Dumalo ako kasama ang Nissi Orkestra. Sa taon ding iyon noong Agosto 14 at 15, nakibahagi ako sa mga gawain sa '1992 World Holy Spirit Explosion Crusade' (Pandaigdigang Krusada ng Makapangyarihang Pagkilos ng Banal na Espiritu ng 1992), na ginanap sa Yoido Square. Tinawag ang krusadang ito na 'Ang Daigdig Patungo sa Banal na Espiritu' at napakalaki ng pulong na ito na dinaluhan ng mahigit sa isang milyong tao. Nakibahagi ang iglesya namin kasama ang choir na may dalawang daang miyembro, ang Nissi Orkestra at apat na raang miyembro ng iglesya na siyang nagboluntaryong mamahala sa trapiko at seguridad ng pinagdausan ng krusada.

Sa pulong na ito nagkita kami ni Pastor Gwangsam Rah na presidente ng Washington D.C. Holy Spirit Club (Samahan ng Banal na Espiritu sa Washington D.C.) at ang permanenteng tagapangulo ng Holy Spirit Evangelization Crusade (Krusada ng Ebanghelyo ng Banal na Espiritu). Kaklase ko siya sa mataas na paaralan at nagmiministeryo siya sa Washington D.C. Mula noong nagtapos kami ay hindi ko na siya nakita, at nagkita kami bilang mga pastor doon.

Sinabi niya sa akin na iniisip niya kung saang iglesya nanggaling ang mga nagboluntaryo, at nagulat siya nang malamang taga iglesya ko sila. Sa pamamagitan ng pulong na ito, ang ministeryo ko ay nagsimula nang makarating sa Amerika.

Nagkakaisang Krusada ng Ebanghelyo sa Washington D.C.

Noong 1993, binuksan ng Diyos nang maluwag ang pintuan ng misyong pandaigdig. Nahilingan akong magsalita para sa 'Washington D.C. Evangelism United Crusade' (Nagkakaisang Krusada ng Ebanghelyo sa Washington D.C.) na idinaos ng Kapulungan ng mga Iglesyang Koreano sa Washington D.C. mula Agosto 6 hanggang 8, 1993. Marami nang humihiling na magdaos kami ng pulong sa ibang bansa pero hindi ko masagutan. Dahil sa kabisera ito ng Estados Unidos, ipinalagay kong kalooban ito ng Diyos at nagpasiya akong pumaroon.

Ayon sa mga nag-organisa nito, inihanda nila ang pulong para magtanim ng tunay na pananampalataya sa mga Koreano doon at para maranasan nila ang mga pagbabago sa mga buhay nila sa pamamagitan ng pagkilos ng Banal na Espiritu. Ang pulong ay idinaos sa gymnasium ng Sekondaryang Paaralan ng Wheaton sa pakikipagtulungan ng samahan ng isandaan at walumpung iglesya sa bandang Norte kasama ang Washington D.C., New York, at Baltimore. Puspos ng Banal na Espiritu ang buong tatlong araw na iyon.

Sa unang araw, ipinahayag ko ang 'Message of the Cross' (Mensahe ng Krus), sa pangalawang araw 'Fleshly Faith and Spiritual Faith' (Makalamang Pananalig at Espirituwal na Pananalig), at noong ikatlong araw, 'The Blessing of Eternal Life' (Ang Biyaya ng Walang Hanggang Buhay). Ang mga dumalo ay sabik sa Salita at tinanggap ang mensahe na sumasagot ng 'Amen.'

Inuudyukan ang Mga Taong Manahan sa Liwanag

Pagkatapos maidaos nang matagumpay ang krusada sa Washington, naimbitahan ulit ako bilang tagapahayag at pandangal na presidente ng '1993 LA Evangelism Crusade' (Krusada ng Ebanghelyo sa LA ng 1993) na idinaos ng kapulungan ng Koreano sa bayan ng Korea. Nagdidiwang sila ng ikadalawampung 'Araw ng Bayan ng Korea' noong Setyembre 19 ng taon ding iyon. Bago ang krusadang ito, niloob ng Diyos na paghandaan ko ito nang napakaraming panalangin. Espesyal na oras ng pananalangin ang ibinuhos ko sa pulong na ito. Pumunta ako sa bundok dalanginan ng tatlong linggo, at naghanda ako at tumangis sa pananalangin.

Hiniling ng mga nag-organisa ng krusada na tungkol sa kaaliwan para sa mga Koreano doon ang ibigay kong mensahe pero hindi ko ginawa. Hindi nila kailangan ang kaaliwan. Kailangan nilang magsisi dahil hindi sila namumuhay nang maayos na pamumuhay Cristiano, at dapat nilang gawing banal ang Araw ng Panginoon at mamuhay sa liwanag.

Noong Abril 29, 1992, may mga grupo ng nanggulong Aprikanong Amerikano sa pook ng LA, at pakiramdam ng mga Koreano ay naging biktima sila at namuhay ng may malalim na sugat. Dahil ito sa away ng mga puti at itim na lahi, pero ang mga grupong nanggulo ay wala nang piniling lahi at nagnakaw at nagsunog ng mga tindahang pag-aari ng mga Koreano doon. Maraming pamilyang Koreano ang napinsala sa materyal maging sa kanilang pag-iisip.

Itinuturo ng Biblia na kapag namumuhay tayo sa Salita, at kapag nagbago nang tunay ang puso at naging lubos ang pananalig, yayaman ang ating kaluluwa, at lahat ng bagay ay magiging mabuti para sa atin at magiging malusog tayo. Ang mga ito ay: Kapag isinasabuhay natin ang Salita ng Diyos, iingatan tayo sa lahat ng uri ng aksidente o sakuna. Ginamit ko ang mga talatang mula sa Ang Mga Gawa 4:11-12, na may titulong, "Why Is Jesus our Only Savior?" (Bakit si Jesus ang Ating Tanging Tagapagligtas?), ipinahayag ko ang mensahe ng krus at sinikap na magtanim ng pananampalataya sa kanila. Inudyukan ko silang maging tunay na Cristiano na namumuhay sa Salita ng Diyos una sa lahat.

Naimbitahan din akong maghatid ng mensahe sa iglesya ng Irvine. Pagkatapos ng mga pulong, noong Setyembre 21, binisita ko ang konseho ng lungsod ng LA. Itinigil ng mga miyembro ng konseho ang pulong at hiniling akong manalangin, kaya idinalangin kong biyayaan sila. Noong araw na iyon, ginawaran ako ng parangal bilang mamamayan ng lungsod ng LA, at nalaman kong ginawa nila iyon sa unang pagkakataon. Sumali ako sa parada ng mga karosang punung-puno ng bulaklak na siyang pinakatampok na bahagi ng pagdiriwang ng araw ng mga Koreano sa Los Angeles, at sumakay ako sa karosa. Ang dalanging inialay ko pati na ang pagsakay ko sa karosa ay ipinalabas ng mga istasyong KTAN, KATV, KTE, at ibinalita sa The Hankook Daily, The Joong-ang Daily, at nakilala ako sa lugar na iyon. Lahat ay biyaya ng Diyos.

Masiglang Naipahayag ang Mga Mensahe

Magmula Marso 1990, ang mga mensahe ko ay sinimulang isahimpapawid sa programang 'Faraway Land, Good News' (Malayong Lugar, Magandang Balita) ng Far East Broadcasting Company. Isinahimpapawid ito sa Tsina at ilang bahagi ng Rusya. Simula noon, nakatanggap ako ng mga sulat ng pasasalamat galing sa mga Koreanong Tsino at ilan sa kanila ay bumisita sa aming iglesya.

Mula Agosto 1990, ang mga mensahe ko ay isinahimpapawid na sa Washington D.C. sa radyong Koreano. Noong Disyembre 1992, isinahimpapawid din sa 'This Gospel' (Itong Ebanghelyo) ng Busan Christian Broadcasting System, noong Nobyembre 1993 sa Iri Christian Broadcasting System at noong Pebrero 1994, sinimulang isahimpapawid ng Cheongju Christian Broadcasting System ang mga mensahe ko linggo-linggo. Taun-taon, humahaba ang pagsasahimpapawid ng mga mensahe ko at mahigit na siyam na raang minuto ng mga mensahe ko ang naiisahimpapawid bawat linggo. Nirerekord ko ang bawat mensahe at hindi ito madaling gawin. Mula Mayo 20 hanggang 22, 1994, naghatid ako ng mensahe para sa mga Koreano sa Washington D.C. at Baltimore, na idinaos ng Washingon Christian Radio System (WCRS). Pagkatapos nito, hiniling ni Elder Yeong Ho Kim, ang tagapangulo ng WCRS, na maging tagapangulo ako ng lupon ng WCRS, at tinanggap ko ang alok niya.

Maraming tagapakinig ng WCRS ang nagpakita ng magandang reaksiyon, at dahil diyan nakilala ako sa buong pook. Ipinadala sa akin ng tagapangulong si Elder Kim ang mga katugunan ng maraming mga tao, sinasabi nilang ang mga mensahe ay purong Ebanghelyo. Napakasaya niya dahil sa marami at magagandang reaksiyon ng mga tagapakinig.

Pananampalataya ang Katiyakan sa Mga Bagay na Inaasam

Kinilala Bilang isa sa Limampung Nangungunang Iglesya sa Buong Mundo

Noong Pebrero 1991, sa paglipat namin sa bagong santuwaryo sa Guro Dong, nagkaroon kami ng dalawang linggong espesyal na pagtitipon para sa pagbabagong buhay. Sa huling linggo ng pulong, sa magdamag na pagsamba tuwing Biyernes umakyat sa mahigit sampung libo ang nagpalistang miyembro. Nagdala ang Diyos ng iba't ibang uri ng tao mula sa iba't ibang pinanggagalingang kultura at estado sa buhay. Pagkaraan ng anim na buwan, napuno na ang santuwaryo. Pagkatapos ng tatlong taon, hindi na kayang mapaglingkuran ng iglesya ang iba pang mga tao.

Noong Pebrero 11, 1993, ibinalita ng mga pangunahing diyaryo ng Korea at mga pahayagang Cristiano na inihayag ng *'Christian World Magazine'* ng Estados Unidos ang limampung pangunahing iglesya sa buong mundo, at ang iglesya namin ang isa sa mga ito. Mahigit pa lang sa sampung taon mula nang itatag ito, pero ipinahintulot na ng Diyos na lumago kami bilang isang pandaigdigang iglesya. Hindi ako kundi ang Diyos ang kumilos dito, at maiaalay ko lang ang aking pasasalamat at pagpupuri sa Diyos Ama.

Kahit Ano ay Idinalangin Namin ng May Pag-asa

Sinasabi sa Mga Kawikaan 29:18, *"Kung saan walang pangitain, nagpapabaya ang taong-bayan, ngunit mapalad ang sumusunod sa kautusan."* Ipinapaalam sa atin ang pahayag ng Diyos sa pamamagitan ng Kanyang mga propeta. Kung walang pahayag, magpapabaya tayo, babalewalain natin ang batas ng Diyos at kikilos nang naaayon sa ating kagustuhan, kaya patungo tayo sa pagkawasak.

Habang nag-aayuno ako ng apatnapung araw bago magbukas ang simbahan, pinagkalooban ako ng Diyos ng mga panaginip at pangitain. Kumikilos ang Diyos sa atin para gumawa tayo para sa kalooban at kaluguran Niya. Binigyan Niya ako ng mga panaginip at ginabayan Niya ako. Nanalangin akong mabuti na sa oras na magtatag ako ng iglesya, loobin Niyang maging iglesya itong may pandaigdigang misyon, at maging iglesyang mahal ng Diyos.

Sa pagtatatag ng pandaigdigang misyon, una ay kakailanganin kong mag-alaga ng mga manggagawa. Dapat akong mag-alaga ng maraming lider na maayos sa paningin ng Diyos, hindi lang sila gagamitin sa panglokal na misyon kundi ipadadala sila bilang mga misyonero sa ibang bansa. Nanalangin akong makapag-alaga ng mga napakahusay na mga pastor. Noong pumapasok pa ako sa seminaryo, ang mga estudyante ng teolohiya ay madalas naglilinis lang ng banyo sa simbahan, gumagawa ng lingguhang balita at gumagawa ng mahihirap na gawain ng pastor at mga miyembro ng iglesya. Madalas na hindi man lang sila napupuri. Kapag nagkamali sila, papagalitan sila ng mga pastor at ang pinakamasaklap pa rito, maaari silang sipain sa iglesya. Awang-awa akong makita ang ganitong kalagayan ng mga estudyante. Nang buksan na ang simbahan, sinuportahan ko ang matrikula at pang-araw-araw na gastusin ng mga estudyante ng aming iglesya. Gusto ko silang suportahan sa paraang hindi sila maaagaw ng sanlibutan kundi lalago sila bilang makapangyarihang mga ministro. Kumilos ang Diyos sa puso ko para makapag-alaga ng maraming pastor. Pero dahil sa hindi naman maganda ang pinansiyal na kalagayan ng aming iglesya, hindi ito naging madali para sa amin. Minsan, nagrereklamo ang mga miyembrong may hawak ng pera ng iglesya. Hinimok ko sila at ipinaiintindi ko para magtrabaho sila nang panatag ang loob.

Isa pa, para makapagtatag ng misyong pandaigdig, kailangan ko ng mahusay na grupo ng mga mang-aawit, at idinalangin ko ang pangarap kong ito. Noong nag-aayuno ako ng apatnapung araw, nakapanood ako ng grupo ng mang-aawit na nangunguna sa pagpupuri tuwing umaga. At idinalangin ko, "O Diyos, kung magtatatag ako ng iglesya, bigyan Mo ako ng napakahuhusay na grupo ng mang-aawit." Nanalig ako dito. Hindi nagtagal, hindi lang mga grupo ng mang-aawit ang idinalangin ko kundi isang orkestrang magbibigay luwalhati sa Diyos. Sinasabi sa 1 Mga Cronica 23:5, *"At apat na libong bantay ng pinto, apat na libo ang mang-aawit sa PANGINOON, na may panugtog na aking ginawa para sa pagpupuri."* Makikita dito na may apat na libong tao ang tumutugtog ng mga instrumento sa Templo ng Diyos. Sinabi sa atin sa Awit 150 na magpuri sa pamamagitan ng trumpeta, salterio at alpa, sa mga panugtog na may kuwerdas at plauta, ng mga matunog na pompiyang, sa mga pompiyang na maiingay!

Habang nananalangin ako para sa isang orkestra, maraming taon akong naghintay para sa patnubay ng Diyos. Tumawag ang Diyos ng mga propesyonal na manunugtog ng iba't ibang instrumento. Niloob ng Diyos na lumaki silang nasa kanila ang Salita ng buhay, at kumilos sa puso nilang magkaroon ng pangarap. Kadalasan, may kani-kanyang espesyal na ugali ang mga musikero, at hindi madali para sa kanila ang isuko ang sarili at kaalaman para sa ministeryong magbibigay puri sa Diyos. Gayon pa man, may mga musikerong propesyonal na ang nais lang ay magbigay luwalhati sa Diyos kasama ng kanilang pasasalamat sa biyaya ng Diyos, at sila ay nagtayo ng orkestra. Ito ang Nissi Orkestra. Noong Marso 1, 1992, nagkaroon kami ng pagsamba dahil sa pagkatatag ng iglesya at mula noon naging aktibo na sila sa mga kapulungan ng mga iglesya. Tumugtog sila sa krusada ng Jubilee sa Yoido Square at sa iba pang krusadang idinaos ng mga iglesya at mga pangkawanggawang konsiyerto sa loob at labas ng Korea.

At binigyan din kami ng Diyos ng napakagandang mga choir. Sa ngayon, mahigit sa dalawampu ang grupo ng mga nagpupuri, at nagbibigay sila ng luwalhati sa Diyos sa kanilang pagpupuri hindi lang sa Korea kundi sa marami pang ibang bansa.

Purihin Siya ng Timbrel at Sayaw

Ang pangarap na makapagtatag ng misyong pandaigdig ay nagbunsod sa pagkatatag hindi lang ng grupo ng mga nagpupuri, pati grupo ng mga sumasayaw. Pinagbulayan ko ang Biblia tungkol sa kung anong saloobin ang nagpapalugod sa Ama kung sinasamba natin Siya. Nabatid ko ang sagot sa isinulat ni David. Sumayaw si David na punung-puno ng galak nang ibalik sa kanya ang Kaban ng Panginoon (2 Samuel 6:12-23). Pero ang asawa niyang si Mical ay napoot sa kanya at pinulaan siya. *"Sinabi ni David kay Mical, "Iyon ay sa harap ng PANGINOON na Siyang pumili sa akin na higit sa iyong ama, at higit sa buong sambahayan niya, upang hirangin ako bilang pinuno ng Israel, ang bayan ng PANGINOON, kaya't ako'y magsasaya sa harap ng PANGINOON"* (2 Samuel 6:21). Si Mical na namuhi kay Haring David na sumasayaw sa harapan ng Diyos ay isinumpa at hindi nagkaroon ng anak. Maliwanag na dapat tayong sumunod sa Salita ng Diyos at bigyan Siya ng lugod kaysa matakot sa sasabihin ng ibang tao.

Nagsasayaw Sila ng Sayaw ng Salamangkero!

Noong Marso 1986, ang 'Holy Dance Team' (Grupo ng Banal na Sayaw) ay naitatag para magbigay ng luwalhati sa Diyos sa pamamagitan ng magaganda at nakapagpapasiglang sayaw sa saliw ng mga papuring awit. Ito'y para magkaroon ng pag-asa ang mga nakakapanood nito. Ang pangalan ng 'Holy Dance Team' (Grupo ng Banal na Sayaw) ay pinalitan ng 'Arts Mission Team' (Grupo ng Pangmisyong Sining).

Sa kasalukuyan, ang pagsasayaw sa kulturang Cristiano ay pangkaraniwan na lang dahil sa pagsulong ng media, pero noong panahong iyon ito'y bihirang gawin. Itinatag ng iglesya namin ang 'Praise Committee' (Komite sa Pagsamba) at ang 'Performing Arts Mission Committee' (Komite ng Pagtatanghal ng Pangmisyong Sining). Nag-oorganisa sila ng mga palabas at nag-aalaga ng mga propesyonal na mga mang-aawit, mananayaw, at manunugtog. Dahil sa mabilis na paglago ng iglesya namin, maraming nainggit at nagkalat ng maling balita at mga kasinungalingan. Ang maling balita tulad ng "Nagsasayaw sila ng sayaw ng salamangkero sa bawat pagsamba!"ay nagsimula. Sa loob ng isang taon, maraming beses kaming naghahanda ng mga espesyal na pagtatanghal na may sayaw para sa mga espesyal na pagdiriwang o mga pistang ayon sa Biblia at ang mga grupo namin ang nagtatanghal sa harap ng kongregasyon. Pero may kumalat na maling balita na kami raw ay kinukubabawan ng masasamang espiritu at sumasayaw sa bawat pagsamba.

Sa kabila ng mga maling balitang ito, ang aming Grupo ng Banal na Sayaw ay naimbitahan sa 1991 Hallelujah Soviet Union Crusade ni Pastor Hyeon-Gyoon Shin. Ito ang pinakauna nilang pagtatanghal sa ibang bansa, nagbibigay luwalhati sa Diyos sa pamamagitan ng sayaw nila. Simula noon, umani sila ng pag-ibig at kagandahang-loob mula sa maraming tao sa pagtatanghal nila sa Korea at sa ibang bansa. Hanggang ngayon ginagawa nila ang ministeryo nilang pagluluwalhati sa Diyos.

Nakilala Dahil sa Kanilang Talento

Sa ngayon maraming grupo na ang nagtatanghal ng sining sa iglesya. Pinagbuti nila ang kanilang talentong mula sa Diyos at aktibo sila sa kanilang ministeryo. Noong Hunyo 1, 1991, isa sa mga grupo sa iglesya namin ay nakibahagi sa '10th National Gospel Music Competition' na idinaos ng Far East Broadcasting Company, at ang grupo namin ang nagwagi ng Unang Gantimpala. Noong Hunyo 17, 1995, sa ika-labing apat na paligsahan ng 'The Sound of Light Chorus,' ang iglesya namin ang nanalo ng Unang Gantimpala. Ang 'The Sound of Light Chorus' ay nagtatampok ng tatlong miyembro noong araw at isa sa kanila ang pangatlo at bunsong anak kong si Soojin. Bata pa siya ay tinawag na ng Diyos bilang lingkod Niya, at tinapos niya ang kurso sa teolohiya at ngayon ay naglilingkod sa iglesya bilang pastora.

Noong Abril 17, 1993, may konsiyerto ng musikang Cristiano sa Hwaetbool (Torch) Hall, para sa mga batang nagtataguyod ng pamilya nila at ang Nissi Orkestra namin ay naimbitahan at tumugtog doon. Sa taon ding iyon, naimbitahan ang Nissi Orkestra at ang 'Art Mission Team' (grupo ng Pangmisyong Sining) at iba pang grupo ng papuri. Nagtanghal sila sa 'Special Worship Service for the Evangelization of the Prosecutors' (Espesyal na Pagsamba sa Paghahatid ng Magandang Balita sa Mga Piskal), na ginanap sa opisina para sa pagpupulong ng Supreme Public Prosecutor's Office. Noong Nobyembre 6, 1993, ang 'Crystal Singers' ng iglesya ay nakibahagi sa '4th National Gospel Music Competition' na idinaos ng Christian Broadcasting System, at nagwagi ng Gintong Premyo.

Pakikipagtulungan sa Mga Ministeryo ng Kapulungan ng Mga Iglesya

May puso para maglingkod

Dahil ang mga miyembro namin ay dumadalo at nagboboluntaryo sa maraming mga gawaing Cristiano, iba't ibang organisasyon ang gustong bigyan ako ng mataas na posisyon. Pero dahil maraming pastor ang mas nauna sa akin at gusto kong tumulong bilang suporta lang, ayokong tanggapin ang posisyong alok nila. Maraming beses akong tumanggi, pero naisip ko ring baka akalain nilang bastos ako sa pagtanggi sa napakaraming alok, hiniling kong babaan nila ng isang baitang ang posisyon at tinanggap ko na rin ang alok. Sa mga pagtatanghal, kung nakalagay ang pangalan ko sa upuan, dapat akong umupo doon pero kapag walang pangalan sa upuan, lagi akong nauupo sa pinakalikurang hilera. Nahihiya akong maupo sa gitna samantalang may mga pastor na mas nauna sa akin. Pinakakomportable ako kapag nasa hulihan ako. Isa pa dapat

Pandaigdigang Krusada na may Napakamakapangyarihang Pagkilos ng Banal na Espiritu noong 1992

Krusada ng Pagkakaisa at Pagbabahagi ng Ebanghelyo sa Daegu

Krusada para sa Pagbabahagi ng Ebanghelyo sa mga Piskal

Konsiyertong itinanghal para sa pagbabahagi ng ebanghelyo at pagpapakita ng magandang halimbawa sa mga nakapreso

Nangangaral sa Pulong Panalangin at Pag-aayuno para sa Bansa at sa mga Mamamayan

Krusada ng Pagkakaisa sa Hallelujah Seoul (Manmin Central Church)

Krusada at Pagdiriwang para Pag-isahing Muli ang Timog at Hilagang Korea (sa Yoido), 1995

kong pag-isipan at tumuon sa Salita ng Diyos at pananalangin kaysa sumali sa mga gawain sa labas. Kaya sa maraming okasyon, ang katulong na pastor o elder ng iglesya ang nakikilahok para sa akin. Dahil hindi ako mahilig makisalamuha sa iba at hindi dumadalo sa mga pagpupulong at bihirang makisama sa ibang pastor, marahil maaaring ipalagay ng ibang taong hindi ako kilala nang husto na mayabang ako. Pero kapag may humihiling na makipagtulungan ako sa isang gawain, ginagawa ko ang lahat para maging matagumpay ito.

Noong Hunyo 21, 1993, nagbigay ako ng espesyal na panalangin para sa "Whole Country Cycling Campaign and Imjingak Great Crusade for Nation's Reunification.' Nakilahok din ang Nissi Orkestra, ang choir namin, at mga nagboluntaryo. Mula Oktubre 18 hanggang 21 noon taon ding iyon, idinaos sa aming iglesya ang krusada ng Seoul Area Evangelization para sa paghahanda sa malaking krusada ng Nation's Re-unification Jubilee. Apat na tanyag na pastor sa Korea ang mga tagapagsalita, at binigyang-diin nila na dapat namin muling pagsamahin sa pamamagitan ng ebanghelyo ang nahating bansa namin. Noong Nobyembre 24, naimbitahan akong maging tagapagsalita para sa Pulong Panalangin Para sa Pagsasamang Muli ng Bansa na idinaos sa Bundok Dalanginan ng Haneolsan. Nagpahayag ako ng mensahe at idinalangin ang mga dumalo, at maraming pagpapagaling ang naganap.

Interesado rin ako sa misyon ng pagpapakita ng magandang halimbawa sa mga nasa bilibid at doon sa mga bagong laya. Noong Pebrero 28, 1994, ang ikalawang 'Ministry of Justice National Edification Committee Korean Christian Crusade' ay naganap sa Myung Sung Presbyterian Church ng National Edification Committee Christian Association, na may titulong "Salita, Pag-ibig at Magandang Halimbawa." Isa ako sa mga presidente ng kapulungan, at ako ang nagbasa ng mga talata sa Biblia. Ang grupo ng mang-aawit ng aming iglesya, ang Nissi Orkestra at ang grupo ng mga mananayaw ang nagtanghal sa krusada para sa kaluwalhatian ng Diyos. Noong Marso 24 ng taon ding iyon, sa pagdiriwang ng ikaapatnapung taong anibersaryo ng Christian Broadcasting System (CBS), ang ikalabing-isang 'Mission Choir Festival' ay idinaos sa bulwagan ng Sejong Center. Ang choir ng iglesya at ang Nissi Orkestra ay nagtanghal dito. Noong Hunyo 20, 1994, idinaos ang 'Imjingak Great Crusade for Nation's Re-unification' ng World Evangelization Central Council na ang presidente noon ay si Pastor Hyeon-gyoon Shin, ako ang nahilingang mag-alay ng panalangin.

Nagpahayag ang presidenteng si Pastor Hyeon-gyoon Shin ng mensaheng may titulong 'Ang Daan Patungo sa Pagsasamang Muli ng Bansa sa Pamamagitan ng Ebanghelyo,' inuudyukan ang lahat ng iglesya na magkaisa kahit magkakaiba ng denominasyon. Daan-daang miyembro ng aming iglesya ang nagboluntaryo sa choir, orkestra, tagahatid, at pagsasaayos ng trapiko. Mula Hunyo 20 hanggang 22, idinaos ang World Evangelization Central Council's Seoul Area Great Crusade for Nation's Re-Unification sa iglesya namin, naging tagapagsalita si Pastor Homun Lee.

Noong Hulyo 14, ang malaking krusada ng Seoul Holy Spirit ng 1994 ay idinaos sa Olympics Gymnasium kasama si Pastor Jongjin Pee, ang kinatawang presidente. Nagpahayag ng mensahe si Reinhard Bonnke at ako ang gumawa ng Pagbabasbas. Noong Setyembre 5, nakibahagi ako sa krusada ng mga Babaing Cristianong Lider na ginanap ng Nation's Re-Unification Jubilee Crusade Committee sa Olympics Gymnasium, at ako ang nagbigay ng ulat tungkol sa kasaysayan ng organisasyon.

Ang Pagbisita sa Cheong Wa Dae na Palasyo ng Pangulo at Krusada ng Jubilee

Noong Hulyo 29, 1995, bilang permanenteng presidente ng asosasyon ng Nation's Re-Unification & Evangelization Movement naghandog ako ng espesyal na panalangin sa 'Fasting Prayer Meeting for the Nation and Peoples.' Gayundin noong Agosto 12, 1995, ang sampung pastor na namumuno sa krusada ng 'Peaceful Re-Unification Jubilee' na nagdiriwang ng ikalimampung anibersaryo ng Araw ng Kalayaan ng Korea ay naimbitahan sa Cheong Wa Dae, ang Palasyo ng pangulo. Sinabi sa aking magkakaroon kami ng isang oras na pakikipag-usap sa pangulo at maaari kaming magmungkahi. Isang araw bago ang pulong, nanalangin ako sa Diyos, nagtatanong kung anong dapat kong sabihin sa pangulo kinabukasan. Pero wala akong natanggap na sagot. Idinalangin ko ang pulong na ito pero wala akong natanggap na Salita mula sa Banal na Espiritu. Kakaiba na walang tinig na mula sa Banal na Espiritu.

Noong Agosto 12, ika-11:00 ng umaga, nagpulong kami sa Cheong Wa Dae, at napagtanto ko kung bakit walang sagot sa panalangin ko para sa pulong na ito. Pinulong kami ni Pangulong Youngsam Kim, pero hindi kami nabigyan ng pagkakataong mag-usap o magmungkahi. Ang presidente lang ang nagsalita nang nagsalita, at natapos ang pulong. Dapat na manalangin na lang kami at magbalik.

Nagtungo kami sa Yoido Square para sa krusada ng Peaceful Re-Unification Jubilee sa ganap na ika-2:00 ng hapon. Nakita ko ang mga miyembro ng iglesya na nagboboluntaryo sa pag-aayos ng trapiko, sa pagpaparada, sa paghahatid sa entablado, at ang iba ay tumugtog sa Nissi Orkestra.

Ano ang Lihim sa Paglago ng Iglesya?

Pag-asa at Pangitain ni Pastor Hyeon-gyoon Shin

Noong Disyembre 5, 1994, naimbitahan ako sa 'Revivalist Training Center' ng kapulungan ng National Evangelization Movement para maghatid ng mensahe. At noong Disyembre 8, ang ikaapat na libong espesyal na pagsasahimpapawid ng programa ng CBS na 'Renew Us', isang pagdiriwang ng kanilang ikaapatnapung anibersaryo, ay ginanap sa aming iglesya. Inihatid ko ang mensaheng may titulong 'True Voice' (Totoong Tinig), inuudyukan ko ang istasyon na tuparin ang tungkulin tulad ng isang propeta para magkaroon ng katarungan at kapayapaan sa pamamagitan ng mga mensaheng isinasamhimpapawid. Minahal ni Pastor Hyeon-gyoon Shin ang aming iglesya. Ngayong pumanaw na siya, kinikilala siyang Pinakaama ng pagbabagong buhay sa Korea, at isang malaking bituin sa Cristianismo sa Korea ng mahigit na apatnapung taon. Minahal niya ako at ang aming iglesya nang husto. Nagpamalas siya ng pag-asa at pangitain sa mga iglesya sa Korea sa pamamagitan ng kanyang mga mensahe. At binigyang-diin niya ang Banal na Espiritu at ang pagsasamang muli ng Korea, at mayroon din siyang napakalakas na ugaling mapagpatawa. Minahal siya ng marami na nanggaling sa iba't ibang denominasyon. Dahil alam niyang biktima ako ng maling paggamit ng kapangyarihan ng mga denominasyon, dinalaw niya ang aming iglesya noong anibersaryo namin, Oktubre 1992, at siya ang nagbigay ng Pagbabasbas. Simula noon pumupunta siya sa iba't ibang pagdiriwang at pulong, at pinalakas niya ang loob namin sa pamamagitan ng kanyang makapangyarihang mga mensahe.

Ano ang Lihim ng Paglago ng Iglesya?

Maraming mga pastor hindi lang sa Korea kundi sa ibang bansa ang humahanga at nababagbag ang damdamin sa maliwanag at magiliw na mukha ng mga miyembro ng iglesya, at madalas nila akong tanungin kung ano ang lihim ng paglago ng iglesya. Palagi akong tinatanong ng ganito, "Pastor, wala akong nakikitang espesyal na organisasyon o pagsasanay sa iglesya ninyo, ano ba ang lihim ng paglago ng iglesya?", "Paano nagagawa ng mga miyembro ninyong magboluntaryo nang may pagmamahal?" Wala akong itinuro sa kanila. Nagagawa nila ang lahat ng ito sa pamamagitan ng biyaya ng Diyos.

Maaaring sari-sari ang opinyon tungkol sa paglago ng iglesya. May ilang pastor na nagsasabi, "Binibigyan kami ng Diyos ng ganito lang na bilang ng miyembro," o "Ang bilang na ito ay sapat na para sa aming iglesya." Sinasabi ng Biblia na ang mga unang iglesya na kinalugdan ng Diyos ay lumago ang bilang ng mga naligtas araw-araw. Dahil ang kalooban ng Diyos ay ang tumanggap ng kaligtasan ang lahat (1 Timoteo 2:4), ang mga unang iglesya na sumusunod sa kalooban ng Diyos ay nagdaragdag ng mga naliligtas araw-araw (Ang Mga Gawa 2:47). Kapag nakaririnig akong may iglesyang lumalago, napakasaya ko. Dahil ang bawat iglesya ay natatag sa pamamagitan ng dugo ng Panginoon, idinadalangin ko ang iglesya at ang pastor.

Noong Pebrero 23, 1995, idinaos sa aming iglesya ng Korean Pastors' Prayer Fellowship ang ikaisandaan at apatnapu't siyam na komperensya ng mga pastor sa buong bansa. Halos isanlibong pastor ang dumalo. Nagmensahe ako tungkol sa lihim ng paglago ng iglesya. Gayundin noong 1996, nagmensahe ako tungkol sa pinakamahalagang bahagi ng paglago ng iglesya sa komperensya ng mga pastor sa Hawaii at Argentina.

Una, ang pastor at ang iglesya ay dapat tumanggap ng pag-ibig mula sa Diyos

Sabi ng Kawikaan 8:17, *"Iniibig Ko silang sa Akin ay umiibig, at Ako ay natatagpuan ng humahanap sa Aking masigasig."* Para ibigin ang Diyos, ang sinasabi sa 1 Juan 5:3: *"Sapagkat ito ang pag-ibig sa Diyos, na ating tuparin ang Kanyang mga utos at ang Kanyang mga utos ay hindi pabigat."* Sinabi din ni Jesus, *"Siyang mayroon ng Aking mga utos at tinutupad ang mga iyon ay siyang nagmamahal sa Akin, at ang nagmamahal sa Akin ay mamahalin ng Aking Ama, at siya'y mamahalin Ko, at ihahayag Ko ang Aking sarili sa kanya"* (Juan 14:21).

Ikalawa, dapat tayong manalangin

Para maging matagumpay sa ministeryo, dapat nating ibaba sa atin ang kapangyarihan ng Diyos sa pamamagitan ng panalangin. Ang mga Ama ng pananampalataya na tumupad sa kalooban ng Diyos ay mga mandirigma sa pananalangin. Ang mga apostol sa mga unang iglesya ay nagsabi, *"Ibibigay namin ang aming mga sarili sa pananalangin at sa pagmiministeryo sa Salita"* (Ang Mga Gawa 6:4). Ipinaubaya nila ang pamamahala ng iglesya sa mga diakono, at tumuon sila sa Salita ng Diyos at pananalangin. *"Tumawag ka sa Akin, at Ako'y sasagot sa iyo, at magsasabi sa iyo ng mga dakila at makapangyarihang bagay na hindi mo nalalaman"* (Jeremias 33:3). Sa Genesis 3:17, *"At kay Adan ay Kanyang sinabi, 'Sapagkat nakinig ka sa tinig ng iyong asawa, at kumain ka ng bunga ng punungkahoy na Aking iniutos sa iyo na "Huwag kang kakain niyon," sumpain ang lupa dahil sa iyo. Kakain ka mula sa kanya sa pamamagitan ng iyong mabigat na paggawa sa lahat ng mga araw ng iyong buhay.'"* Ang tao ay aani lamang kung magpapawis sa mabibigat na trabaho gayundin naman sa espiritu, matatanggap lang natin ang sagot kung mananalangin tayo nang buong puso at may pawis sa ating noo. Sa kasalukuyan, libu-libong miyembro ng iglesya ang dumadalo sa iglesya at nananalangin gabi-gabi. Ganyan ang nangyayari sa napakaraming lokal na santuwaryo, mga sangay na iglesya at mga tahanan sa buong mundo.

Ikatlo, dapat mayroon tayong espirituwal na pananalig

Ang pananalig na tinutukoy dito ay panampalatayang nagmula sa langit kung saan tunay nating pinaniniwalaan sa

ating puso. Ito ang pananalig na makalikha ng mga bagay mula sa wala, at ito ang pananalig na walang imposible. Hindi natin makakamtan ang pananalig na ito sa pamamagitan ng kaalaman tungkol sa Biblia o sa pagiging matagal nang Cristiano. Ibibigay lang ito ng Diyos sa mga namumuhay sa Salita ng Diyos. Ayon sa Biblia, ang pananalig na walang gawa ay patay. Sa pananalangin lang nang may ganitong uri ng espirituwal na pananalig tayo makatatanggap ng sagot sa dalangin, gaya ng sinabi sa Mateo 21:22, *"At anumang bagay na inyong hingin sa pananalangin na may pananampalataya ay inyong tatanggapin."* At tatanggapin din natin ang kasagutan sa paglago ng iglesya.

Ikaapat, dapat nating marinig ang tinig at tanggapin ang paggabay ng Banal na Espiritu

Ang Banal na Espiritu ay nananahan sa puso ng mga anak ng Diyos na naligtas na, at Siya rin ang gumagabay sa atin patungo sa kalooban ng Diyos. Kapag maliwanag na narinig natin ang tinig at tinanggap ang paggabay ng Banal na Espiritu, makikita natin ang malinaw na paraan ng paglago ng iglesya. Para marinig natin ang tinig ng Banal na Espiritu, una sa lahat, ang pastor mismo ay dapat labanan ang mga kasalanan sa puntong magbubuhos siya ng dugo at iwawaksi ang lahat ng likas na kasamaan ng kanyang puso. Ito ang paraan para mabuwag niya ang makamundong pag-iisip at ang kondisyon ng utak na laban at napopoot sa Diyos. Kahit na ang Salita ng Diyos ay salungat sa ating iniisip at pinaniniwalaan, dapat pa rin nating sundin ito.

Ikalima, dapat nating sundan ang halimbawa ng mga unang iglesya

Sa Aklat ng Ang Mga Gawa, nagpatotoo ang mga unang iglesya sa mensahe ng krus. Isinabuhay nila ang Salita at nagpamalas ng mga tanda at himala. Dahil maraming makapangyarihang pagkilos ng Diyos ang naganap sa pamamagitan ng mga apostol, maraming tao ang tumanggap sa ebanghelyo nang makita ang mga himala, at ang iglesya ay mabilis na lumago.

Malawakang Pagmimisyon sa Loob at Labas ng Bansa

Simula ng Misyon sa Africa

Noong Enero 1994, bumisita sa aming iglesya si Pastor Charles Macom ng Tanzania Pentecostal Church. Nabagbag ang damdamin niya sa mensahe, at nang bumalik na siya sa bansa niya, nagkuwento siya ng tungkol sa akin. Mula Hulyo 4 hanggang 6, 1994, nagsalita ako sa 'African Church Leaders' Conference' na idinaos ng Pentecostal Church Association of Tanzania sa Dar Es Salaam, ang kabisera ng Tanzania. Nadurog ang puso ko nang makita ko ang napakaraming tao sa Africa na nagdurusa sa kahirapan at sari-saring sakit pati na AIDS, dahil alam kong kahit sino ay maaaring makalaya sa lahat ng uri ng sumpa at mabuhay ng may malusog na buhay sa espirituwal man o sa pisikal kung siya ay namumuhay sa Salita ng Diyos.

Habang may komperensya, nagpamalas ang Diyos ng maraming himala. Nang dumating ang grupo namin sa Tanzania, sinasabi ng mga pastor doon, "Pastor, nakakapagtakang walang ulan ngayong araw na ito. Bago kayo dumating ay nag-uuulan pero ngayon ang ganda ng panahon at ni walang alikabok. Nakikita naming hinahawakan din ng Diyos ang kundisyon ng panahon." Mula nang dumating ang grupo namin sa paliparan hanggang sa umalis kami, kahit saan kami pumunta ay may ulap na nakatakip sa amin kapag mainit ang panahon. Kung gabi naman ay umuulan para maging malamig ang panahon. Para magkaroon ng tunay na pananalig ang mga nangunguna sa iglesya, ipinahayag ko ang 'Mensahe ng Krus.' Naunawaan nila ang Salita ng Diyos at naramdaman nilang buhay ito, at tumutugon sila sa pamamagitan ng kanilang kakaibang musika, pagpalakpak at pagsasayaw. Namalas ko ang kanilang mala-inosenteng batang saloobin. Marami sa kanilang nagpatotoong sumigla ulit ang kanilang pananampalataya at nagkaroon sila ng lakas ng loob at pananalig bilang mga pastor.

Pagkatapos ng komperensya, binisita namin ang tribo ng Masai sa Tanzania. Sinalubong kami ng pinuno at maraming taga tribo. Naghahain sila ng dugo ng baka kapag may mga espesyal silang panauhin. Pero dahil alam nilang ang pag-inom ng dugo

Sa nayon ng tribu ng Masai

ay ipinagbabawal ng Diyos, at hindi naman namin ito iinumin, naghain na lang sila ng cola.

Para makapagtanim ako ng pananalig sa kanila, inilahad ko ang sarili kong patotoo nang makilala ko ang Diyos. Ito'y isinalin sa Ingles, Swahili, at Masai habang sinasabi ko. Si Rev. Dr. Myongho Cheong ang nagsalin sa Ingles. Bago siya nagministeryo, propesor siya sa panitikang Ingles sa Hoseo University sa Korea. Nagkaroon siya ng pasanin sa pagmimisyon sa Africa, at itinatag niya ang sentro ng misyon sa Nairobi, Kenya. Sa kasalukuyan, si Rev. Dr. Myongho Cheong ay nagpapahayag ng Five-fold Holiness Gospel (Limang Ulit na Ebanghelyo ng Kabanalan) sa limampu't apat na bansa ng Africa para gisingin ang mga kaluluwa ng Aprikano.

Japan, ang Tigang na Lupa ng Ebanghelyo

Sa ganito ring panahon, ang pintuan ng ebanghelismo ay nagsimula nang mabuksan sa Japan. Mula noong Nobyembre 5 hanggang 8, idinaos ang 'Goshien Revival Mission Rally' sa Goshien Baseball Gymnasium, na siyang pinakamalaking stadium ng baseball sa Japan. Ang 'Art Mission Team' ng aming iglesya ay nagtanghal ng buong giliw para maantig ang puso ng mga Koreanong Hapon na dumalo. Ang 'Art Mission Team' ay inimbitahan ni Pastor Hyeon-gyoon Shin para magtanghal sa 'China Crusade & Baekdu Mountain Re-Unification Prayer Meeting' noong July ng taon ding iyon.

Noong Hulyo 1994, ipinadala si Pastor Seung Gil Ryu bilang misyonero sa Japan at iyon ang simula ng misyon namin doon. Mula Nobyembre 22 hanggang 23, 1994, nagkaroon kami ng krusadang may pamagat na 'Pour Down Fire of the

Holy Spirit' (Ibuhos ang Apoy ng Banal na Espiritu) sa Ganae Cultural Center sa Ida, Japan, halos isanlibo ang dumalo. Ito ay idinaos ng Simbahan ng Ida (na si Yoshikawa Noboru ang nagmiministeryo) at sinuportahan ng ilang iglesya sa lugar. Naghatid ako ng mensaheng pinamagatang 'The History Evidence of Resurrection' (Ang Ebidensiya ng Kasaysayan ng Pagkabuhay Na Muli), at inudyukan ko ang mga dumalo para magkaroon ng katiyakan sa pagkabuhay na muli ni Jesus at magkaroon ng buhay Cristianong may pag-asa sa muling pagkabuhay. Noong ikalawang araw, nangaral ako tungkol sa kung papaano makikilala ang buhay na Diyos. Pagkatapos ng mensahe, idinalangin ko ang mga maysakit at maraming mga tanda ang naganap sa pamamagitan ng nag-aapoy na pagkilos ng Banal na Espiritu. Pagpapasalamat lang sa Diyos ang nagawa ko. Sinabi ni Pastor Yoshikawa Noboru na siyang nanguna sa krusadang ito, "Maraming mananampalatayang Hapon ang nabagbag ang damdamin sa malalim na espirituwal na mensahe ni Rev. Dr. Jaerock Lee, at ito ay hindi pangkaraniwan sa Japan. Marami sa kanila ang nagpapalagay na ang pagpapagaling ay nangyari lang noong panahon ni Jesus. Marami ang napagaling at nakakilala sa Diyos sa pakikinig sa mga makalangit na mensahe ni Rev. Dr. Jaerock Lee."

Naalala ko ang isang maysakit na napagaling sa krusadang ito. Siya si Yoshizawa Motohisa. Naoperahan siya sa kanyang likod noong nagtatrabaho pa siya bilang inhinyero. Dahil sa resulta ng operasyon, nahihirapan na siyang maglakad. Dumalo siya sa krusada habang may napakasakit na nararamdaman. Sa unang araw, nadagdagan ang kanyang pananalig pagkatapos niyang makinig sa mensahe. Noong sumunod na araw, pumunta siya sa hotel na tinutuluyan ko para maidalangin ko siya. Taimtim ko siyang idinalangin, at pagbalik niya mula sa pananalangin, wala na ang sakit na nararamdaman niya at ang hukot na likod ay naituwid na.

Mga Mag-asawang Hindi Nagkakaanak, Tumanggap ng Mga Sagot sa Dalangin

Noong Pebrero 1991, nagkaroon kami ng pagdiriwang sa revival meeting sa temang 'As Your Soul Prospers' (Sa Paglago ng Iyong Kaluluwa) dahil lumipat na kami sa bagong santuwaryo. Naghatid ako ng labinlimang mensahe sa loob ng dalawang linggo, at ako rin ang nanguna sa mga espesyal na pulong para sa mga maysakit.

Nagsimula kaming magkaroon ng Dalawang Linggong Espesyal na Patitipon para sa Pagbabagong Buhay noong 1993. Naganap noong Mayo ang unang pagtitipon sa pamagat na 'Sin, Righteousness, and Judgement' (Kasalanan, Katuwiran at Paghuhukom, Juan 16:8). Sa pakikinig ng mga mensahe dalawang beses sa isang araw, isa sa umaga at isa sa gabi tungkol sa kasalanan, katuwiran at paghuhukom, napagtanto ng mga dumalo kung anong pader ng kasalanan ang mayroon sila sa harapan ng Diyos. Nagbalik-tanaw sila sa kanilang mga sarili at nagsisi, tumutulo ang luha at sipon sa kanilang mukha. Binuwag nila ang pader ng kasalanan sa harapan ng Diyos at nakaranas ng napakalaking tulong sa paghilom.

Hindi man lang nila alam kung ano ang pananalig pero sa pakikinig nila sa bawat mensahe, naranasan nila ang Banal na Espiritu, naunawaan ang Salita at nanalangin, at sinikap nilang mamuhay sa Salita ng Diyos. Maraming tao ang dumalo galing sa iba't ibang iglesya sa buong bansa, walang kinalaman ang denominasyon. Ang mga mananampalatayang tumanggap ng biyaya at napagaling sa pagtitipon ay napuspos ng Banal na Espiritu at naglingkod nang buong sipag sa kani-kanilang iglesya. Napagaling ang mga maysakit ng cancer sa bahay-bata at tiyan ng Apoy ng Banal na Espiritu. Maraming patotoo kabilang na ang mga gumaling sa sakit sa pandinig at itinapon ang kanilang mga hearing aid, ang mga luminaw ang paningin ay itinapon ang kanilang salamin, at ang baog ay nagbuntis.

Dahil maraming mag-asawang mahigit nang limang taong kasal ang hindi pa magkaanak, marami sa kanila ang nabiyayaang magbuntis. Maraming mag-asawa ang sabay-sabay na humingi ng panalangin sa akin kaya noong gabi ng Mayo 5, 1993 sa pagtitipon habang idinadalangin ko ang mga maysakit, idinalangin ko rin ito, "Para sa lahat ng hindi magkaanak, tanggapin ninyo ang biyaya ng pagbubuntis." Pagkatapos ng pagtitipong iyon, nabalitaan kong maraming mag-asawa ang nagkaroon ng anak noong sumunod na taon. Sa kasalukuyan, marami sa mga batang ipinanganak noon ay nakapagtapos sa kindergarten ng Manmin.

Kailangang Mabuhay Kahit May Pisikal na Hamon

Nagkaroon kami ng ikalawang Dalawang Linggong Espesyal na Pagtitipon para sa Pagbabagong Buhay noong May 1994 na pinamagatang "I Will Do" (Gagawin Ko, Juan 14:13). Malakas na pagkilos ng Banal na Espiritu ang naganap sa pulong na ito. Maraming dumalo sa pulong ang nakaranas ng makalangit na paggaling. Nais kong ikuwento si Joanna Park na nasa ospital noon dahil sa malalang aksidente sa trapiko.

Si Joanna Park ay kasali sa banggaan ng apat na sasakyan noong papauwi siya mula sa trabaho noong Mayo 27, 1993.

Nabubuhay si Joanna Park nang may kapansanan
Gumaling at nakapaglakad si Joanna Park sa isang pagtitipong may pagpapagaling na pinangunahan ni Rev. Dr. Jaerock Lee
Nagmiministeryo bilang isang malusog na misyonera si Joanna Park ngayon

Nawalan siya nang ulirat at dinala sa ospital. Nabasag ang panga niya at ang buto niya sa baba ay nasira. Ang mga bituka niya ay naapektuhan din. Halos nabalutan siya ng sugat sa buong katawan. Dahil sa nabalian siya ng mga buto namaga ang buong katawan niya. Wala ring pakiramdam ang mga binti't hita niya kaya hindi niya maigalaw ang paa niya. Dahil naparalisa siya, umiksi ang isa niyang binti ng limang sentimetro. Sinabi ng mga doktor na habang buhay na siyang magkakaroon ng ganoong kapansanan.

Noong Mayo 10, 1994, halos hindi siya payagan ng mga doktor na makadalo sa Dalawang Linggong Espesyal na Pagtitipon para sa Pagbabagong Buhay. Dumating siya na nakasaklay, pero nang ipanalangin ko ang buong kongresyon mula sa altar, nangyari ang paggaling. Ang baliko niyang binti ay naging tuwid. Hindi man lang siya makahikab o makanganga, pero noong sandaling iyon wala siyang sakit na naramdaman nang humikab siya ng maraming beses. Nang personal ko siyang idinalangin, naramdaman niya ang apoy ng Banal na Espiritu, at nakalakad siya nang walang saklay. Napakaligaya ng mga miyembro ng iglesyang nakapanood sa himalang ito at nagbigay luwalhati sila sa Diyos sa isang masigabong palakpakan. Pagkalipas ng dalawang linggo, sinuri ulit siya sa Hanyang University Hospital. Muling humaba ng limang sentimetro ang kanyang binti at naging pantay ulit ang mga ito.

Minsan, may isang sanggol na wala na talagang pag-asang mabuhay pa. Napaaga ang panganganak ni Diakonesa Soonim Kim na 1.2 kilo lang ang timbang. Inilagay sa incubator ang sanggol, ang mga ugat niyang malapit sa puso ay nalagot na, nagdugo ang kanyang utak at nabubulag na siya. Ayon sa mga manggagamot, hindi na kayang pagalingin ang pagdurugo sa utak. Mabubulag siya kapag hindi naoperahan pero kahit maging matagumpay ito, hindi pa rin magiging ganoon kalinaw ang paningin niya.

Noong Mayo 7, 1994 ipinauwi na ng mga doktor ang sanggol sa kanyang mga magulang dahil wala na silang magawa para dito. Mabuti na lang at may nagaganap na pagtitipon noong oras na iyon. Dinala ni Diakonesa Soonim Kim ang sanggol niya sa iglesya. Seryoso ang kondisyon ng sanggol. Matapos niyang dumaan sa maraming gamutan at iniksyon, wala pang isang kilo ang timbang niya. Parang wala nang pag-asang mabubuhay pa siya. Sumuko na ang tatay niya.

Mayo 8 noon nang ipanalangin ko nang taimtim ang sanggol, nagsimulang kumilos ang Diyos. Ang mga mata niya na mukhang mapusyaw ay bumalik sa dating itim na kulay at naging normal ang kanyang paningin. At lumakas na rin siya para makadede sa bote. Mula noon, malakas na siyang kumain at lumaki siyang malusog. Ang pangalan niya ay Hanna, at sa kasalukuyan ay estudyante siya sa sekondarya, lumalaking maganda sa Panginoon.

Isang Taong May Cerebral Apoplexy

Noong 1995, ang ikatlong Dalawang Linggong Espesyal na Pagtitipon para sa Pagbabagong Buhay ay idinaos sa pamagat na 'The Righteous Will Live By Faith' (Ang Makatuwiran Ay Mabubuhay sa Pananampalataya). Sa huling araw ng pagtitipon habang ginaganap ang espesyal na panalangin para sa maysakit, may nagkagulo sa may pintuan ng santuwaryo, isang taong buhat-buhat sa stretcher ang ipinasok. Mukhang may ambulansiyang nagdala sa kanya at malala na ang kalagayan niya. Nalaman ko na siya pala ay si Elder Moonki Kim na nagkaroon ng *cerebral apoplexy*. May ugat na pumutok sa kanyang utak.

Pastora ang asawa niya at nagpapastor sa isang bagong tatag na iglesya at madalas na nagtutungo siya sa aming iglesya para makinig ng Salita ng Diyos. Nang ang taong ito ay dinala sa ospital, sinabi ng mga doktor na maliit ang posibilidad na mabuhay pa siya. Dahil alam ng pastorang ito na may idinadaos na pagtitipon para sa pagbabagong buhay sa aming iglesya,

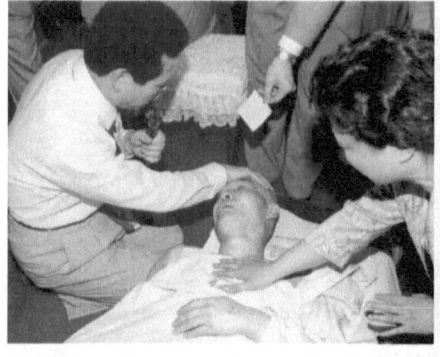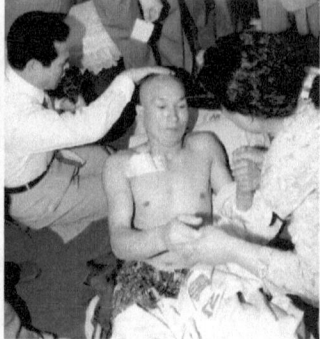

Nakatayo ang isang pasyenteng may 'cerebral apoplexy' (nawalan ng malay dahil sa naputol na ugat sa utak) pagkatapos ipanalangin

dinala niya ang asawa sakay ng ambulansiya para gumaling sa pamamagitan ng pananalig.

Idinalangin ko ang maysakit na ito na walang ulirat, at nang matapos ang pananalangin bigla siyang naupo nang tuwid. Parang isang palabas sa sine, lahat ng nanonood ay nagpalakpakan para bigyan ng luwalhati ang Diyos.

Tumanggap ng Lunas Bago Pa Putulin ang Kamay

Sa pulong na ito, nandoon si Diakonesa Sang-yi Lee na nabubulok ang walong daliri. Pero gumaling siya at naging normal ulit ang mga daliri pagkapanalangin ko. Taglamig noong 1985 nang magkaroon siya ng *frostbite*. Dumaan siya sa maraming gamutan kasama na ang acupuncture. Walang epekto ang lahat ng ito. Mayroon din siyang rayuma sa buong katawan. Noong 1990, noong nasa Seoul siya, dumalo siya sa aming iglesya nang ilang beses pero umuwi rin siya sa kanyang bayan. Pag-uwi niya roon, napalayo na siya sa Diyos at naging tamad sa kanyang pananalig.

Nagsimulang lumiit ang katawan niya at tumigas ang leeg noong 1993. Nasuri siyang may rayuma sa buong katawan, at nagsimulang lumabas ang mga sintomas at tuluyang lumala. Naospital siya sa Korea University Guro Hospital, pero pagkalipas ng dalawang buwan ang walong daliri niya ay nagsimulang mabulok, maliban sa mga hinlalaki. Nangitim ang mga kamay niya hanggang sa may pulso. Hindi lang ang kuko niya kundi pati buto niya sa daliri ay nagsimulang mabulok. Ayon sa mga doktor, kailangang putulin ang kanyang mga kamay hanggang sa pulso para mapigil ang pagkalat ng pagkabulok sa kanyang braso. At naitakda ang petsa. Dahil sa kirot, kinailangang uminom si Diakonesa Sang-yi Lee ng maraming gamot na pang-alis ng kirot. Noong Mayo 1994, isang araw bago siya operahan dumalo siya sa Dalawang Linggong Espesyal na Pagtitipon para sa Pagbabagong Buhay. Sa wakas, naidalangin ko siya at nagpatotoo siyang noong sandaling iyon, uminit ang mga kamay niya, nawala bigla ang kirot na hindi kayang tiisin. Simula noon, bumuti na ang sakit niya, at sinabi ng mga doktor na hindi na niya kailangang magpaopera at maaari na siyang umuwi.

Huminto ang pagkabulok, at ang bulok na bahagi na parang balat ng matandang puno ay natanggal at bagong balat ang simulang tumubo. Pati ang mga kuko ay gumaling. Noong sumunod na taon, Mayo 1995, dumalo ulit siya sa Dalawang Linggong Espesyal na Pagtitipon para sa Pagbabagong Buhay. Sa espesyal na pananalangin para sa maysakit sa ikalawang araw ng pagtitipon, idinalangin ko siya ulit. Pagkatapos ng dalangin, pakiramdam niya ay napakagaan niya, at ang kirot na dulot ng rayuma ay nawala na. Naging malinis siya at kumpleto, hindi lang

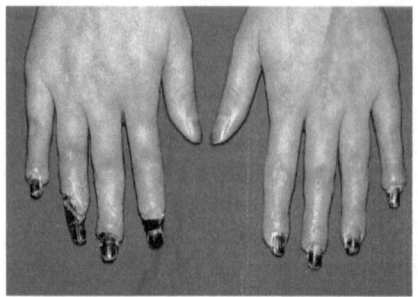

Gumaling ang nabubulok na mga daliri ni Sang-yi Lee

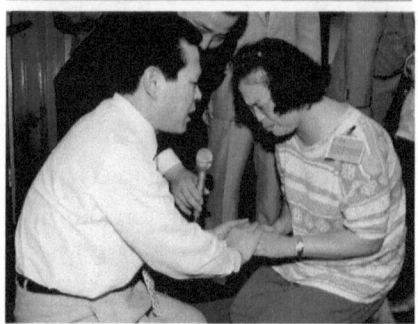

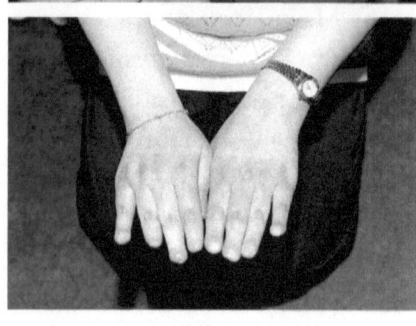

ang mga daliri niyang nabubulok kundi pati ang buong katawan niya ay naging malaya na sa sakit at kirot.

Proteksyon sa Pagguho ng Pamilihan ng Sampoong

Sa iglesya namin, mayroon kaming organisasyong pangmisyon na kung tawagin ay 'Light and Salt Mission' (Misyon ng Ilaw at Asin) para sa pamamahagi ng ebanghelyo sa mga nagtatrabaho sa mga restawran at iba't ibang negosyo. Simula nang maitatag ito noong Oktubre 1985, nagkaroon na ng mga pagsamba at pagpupulong ang grupo sa iba't ibang lugar. Dahil ang mga miyembro ng oganisasyong ito ay nagtatrabaho kapag Linggo, dumadalo sila sa pagsamba pagkatapos ng kanilang mga trabaho sa ika-9:00 at ika-11:00 ng Linggo ng gabi.

Bandang ika-6:00 ng gabi noong Hunyo 29, 1995, nagkaroon ng malagim na pangyayari. Gumuho ang gusali ng Pamilihan ng Sampoong. May sampung miyembro ng aming iglesya ang nagtatrabaho doon, at nagbigay ang Diyos ng iba't ibang paraan para sila makaligtas. Sa kakila-kilabot na pangyayaring ito, naranasan namin ang himala nang makaligtas silang lahat.

Naipit sa mga simentong nagbagsakan sa ikatlong palapag ng silong ng gusali si kapatid na Jinsook Hong at ang mga katrabaho niya sa Pamilihan ng Sampoong, at mahimala siyang nakaligtas. Nagtatrabaho siya sa meryendahan ng mga empleyado sa silong. Pagkatapos ng trabaho niya, nagpunta siya sa klinika para sandaling magpahinga. Gumuho ang gusali habang naroon siya. At siya ay naipit kasama ang nars. Nasugatan ang ulo ng nars at nabalian ang mga buto sa paa. Dahil napakadilim, wala silang makitang puwede nilang malabasan. May naririnig silang mga naghihiyawang boses sa malayo, humihingi ng tulong.

"Jinsook, nagdudugo ang sugat ko sa ulo. Noong sinabi mo sa akin ang ebanghelyo, hindi ko nagustuhan kaya iniwasan kita. Patawarin mo ako. Diyos ko, patawarin Mo ako! Mananalig na ako sa Iyo ngayon!" Umiiyak ang nars at nagsisisigaw. Idinalangin siya ng kapatid na Jinsook, hinawakan ang kamay at inaliw ng Salita ng Diyos. Ang pulbos ng simento ay pumapasok na sa lalamunan niya. Nanalangin ang kapatid na Jinsook, "Diyos ko, dalhin Mo na dito ang mga tagasagip hindi lang para sa akin kundi sa lahat ng tao dito, huwag Mo nang hayaang gumuho pa ang gusali, at bigyan Mo rin kami ng sariwang hangin."

Sinagot ng Diyos ang dalanging ito. Tatlong oras silang naipit at noong ika-9:00 na ng gabi, nakita nila ang ilaw ng flashlight at may sumigaw ng "May tao ba diyan?" Sumagot sila, "Nandito kami!" At dalawang tagasagip ang dumating pagkarinig sa boses nila. Ang klinika ay malapit sa labasan, mabuti na lang ito at mga

Pagguho ng Sampoong Department Store

hagdanan ay hindi gumuho. Noong napadaan ang mga tagasagip sa may hagdanan, nakarinig sila ng mga pananalangin at pagpupuri. Ang nars ay dinala ng ambulansiya sa ospital pero si kapatid na Jinsook Hong ay hindi man lang nasugatan. Ibinalita ito ng mga malalaking diyaryo kinabukasan, sinabi nilang narinig ng mga tagasagip na may umaawit at natagpuan nila ang dalawa.

Sino ang aawit sa ganoong gipit at delikadong situwasyon? Ang tunog ay tunog ng panalangin at pagpupuri sa Diyos, at kumilos ang Diyos sa puso ng mga tagasagip para pumunta doon sa lugar kung saan naipit ang mga anak Niya. Palaging dumadalo si Jinsook Hong sa Pagsamba tuwing Linggo ng gabi at nag-aalay ng tamang ikapu. Kapag tapat tayo sa Araw ng Diyos at nag-aalay tayo ng tamang ikapu, iniingatan tayo ng Diyos sa mga aksidente at sakit.

L.A. 1995

Ang Iglesya Bago Magkahiwalay

Bago naidaos ang kampanya sa pagmimisyon mula Abril 27 hanggang 29, nagkaroon ng mga serye ng pinagsamang krusada sa mahigit na apatnapung iglesya sa iba't ibang lugar. Nagkaroon ako ng krusada sa "H"Presbyterian Church ni Pastor "O"na siyang tagapangulo ng komite ng organisasyon. Bago ako pumunta sa Los Angeles, binigyan ako ng pera ng mga miyembro ng iglesya para magamit sa misyong ito. Bago ako umalis sinabi ko sa ilang manggagawa ng iglesya, "Hinandugan ako ng malaking halaga para sa pagmimisyon, at sigurado akong may paglalaanan dito." Maliit lang ang nabanggit na iglesya ng Presbyterian na pinagdausan ko ng krusada sa loob ng tatlong araw. Ang Pastor nila na mahigit nang animnapung taon ay buong sipag na mag-isang gumagawa at walang ibang tumutulong sa kanya. Maliit lang ang pagpupulong, halos

Bendisyon sa Konseho ng Lungsod ng L.A.

Pagtanggap ng Pandangal na Pagkamamamayan mula sa L.A.

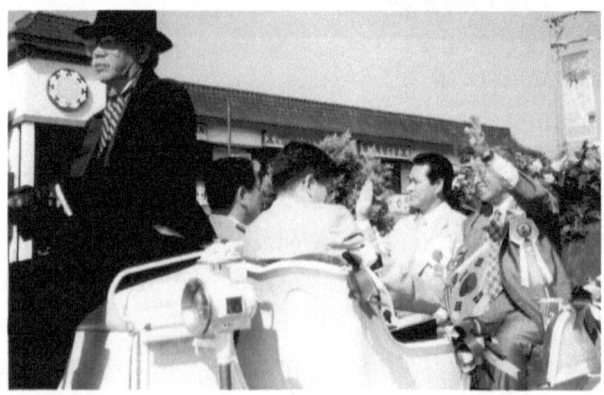

Ang parada sa 'Araw ng Korea' sa L.A.

isandaan lang ang nagsasama-sama sa loob ng tatlong araw, pero ginawa ko pa rin ang buong makakaya ko sa pagpapahayag ng Salita. Maraming mga pastor na nag-aalaga ng mas malalaking iglesya ay nais ding kunin akong tagapagsalita, at nanghihinayang silang hindi nila ako nakuha. Naniniwala akong may dahilan ang Diyos kung bakit doon ako nagkrusada ng tatlong araw.

Sa huling araw ng pulong, noong Abril 29, ang pastor ng iglesya ay nanalangin para sa iglesya, at nananangis siya sa ganitong pananalangin, "O Diyos, lutasin Mo ang problemang pinansiyal ng aming iglesya. Ang iglesya ay malapit nang makuha ng sanlibutan." Nakaranas na ako ng mga situwasyon na hindi ako mapalagay kahit ako pa ang tagapagsalita noong mga oras na iyon. Pero nang marinig ko ang dalangin, lalo akong nabahala. Kumilos ang Diyos sa puso ko sa oras na iyon.

"Tulungan mo ang iglesyang ito. Hindi ba ang malaking halagang nalikom para sa pagmimisyon ay para sa ganitong okasyon? Tulungan mo ang iglesyang ito."

Nang marinig ko ang tinig na iyon, sinabi ko sa mensahe ko, "Hindi ko alam kung magkano ang utang ng iglesyang ito, pero hindi dapat pahirapan ang iglesya ng Diyos ng mga tao sa sanlibutan. Magbibigay ako ng maliit na tulong, kaya lahat tayo, lahat ng mga miyembro ay makibahagi dito ng sama-sama," at nangako akong maghahandog ng US$20,000.

Naunawaan kong dinala ako doon ng Diyos dahil kaya kong tanggapin at intindihin ang mga hindi kanais-nais na situwasyon. Ayokong pagsilbihan nila ako bilang tagapagsalita, pero ang puso ko ay napuspos sa pagnanais na tumulong sa pastor at mabigyan siya ng kaaliwan sa kanyang puso. Ginawa ko ang lahat para hindi makadanas ng paghihirap ang pastor at ang oras niya ay hindi masayang nang dahil sa akin. Ang grupo ng mang-aawit ng iglesya ko ang nanguna sa pagpupuri sa krusadang ito. Pinagsikapan din nilang maghandog ng labis na biyaya at kapuspusan ng Espiritu sa mga miyembro.

Noong sumunod na araw, Abril 30, araw ng Linggo, pumunta sa akin ang pastor, malungkot ang mukha. Sabi niya "Pastor, hanggang kahapon, ang mga miyembro mula sa ibang iglesya na kilala ka ay dumalo sa pulong na ito pero ngayon, siguradong nagsialis na sila. Hindi ka na kailangan pang pumunta doon para makita mo." Nagulat ako sa sinabi niya at tinanong ko kung anong nangyari. Sinabi niya na ang katulong na pastor ng iglesyang iyon ay hindi nakapasa sa eksamen ng pagpapastor at may mga reklamo siya sa pastor na ito. Nagbitiw na siya sa iglesya, at may mga elder ng iglesya na laban sa pastor at hati na rin sila. Nagkakagulo ang iglesya. At isa pa, may problemang pampinansiyal dahil sa mga utang, at nawalan na ng ganang muling sumigla ang iglesya.

Pero nang pumunta na ako sa iglesya, hindi naman pala umalis ang mga miyembro, sa halip ay punung-puno ang iglesya. Kahit ang mga upuan para sa choir ay napuno, at ang mga mukha nila ay nagniningning. Alam ng Diyos ang situwasyon ng iglesyang ito, at para maisalba ito, dinala Niya ako para magpahayag ng Salita ng Diyos at matulungan sa pinansiyal na kalagayan ang pastor.

Ang Kampanya ng Pagmimisyon '95

Noong Abril 30, 1995 ginanap ang '1995 LA World Mission Campaign' (ang Kampanya ng Pandaigdigang Pagmimisyon

Inanyayahan bilang Tagapangulong Pandangal sa Ika-22 Araw ng mga Koreano sa L.A. at pagsali sa Sentro ng Kul

sa LA). Idinaos ito ng World Evangelization Committee at ng Korea-America Christian Spirituality Movement Committee, at naimbitahan ako bilang pangunahing tagapagsalita. Naging matagumpay ang 'World Mission Campaign' (Pandaigdigang Kampanya ng Pagmimisyon) sa biyaya ng Dios. Pagkaraan ng dalawang taon, nabasa ko sa American Christian Newspaper ang ganito,

"Noong Abril 30, may halos limampung mga pastor na nagbibigay buhay at sigla at mahigit sa walong libong mananampalataya ang nagsama-sama at nagkaroon ng pagtitipon ng pagbabagong buhay para sa pagkakaisa ng maraming lahi. Si Rev. Jaerock Lee, ang pangunahing tagapagsalita, ay nagpahayag ng mensaheng 'Let Us Be One' (Magkaisa Tayo), at inudyukan ang mga taong dumalo. Sinabi, niya, 'Tayong lahat ay magkakapatid sa pananampalataya, walang kinalaman ang lugar, lahi at kultura, at sa nagkakaisang pananampalataya, tayo'y magtatag ng pundasyon para sa pandaigdigang paghahatid ng ebanghelyo.' Ang tinig ng mga taong isinisigaw ang slogan ng kampanya, 'Ipahayag ang ebanghelyo hanggang sa dulo ng mundo; gawin itong lungsod ng mga anghel; atin ang tagumpay!' ay umalingawngaw sa buong bulwagan."

Dumalo rin ako sa agahan na may panalangin kung saan tatlong daang lider sa lungsod ng Los Angeles ang nakisalo. Nagandahan sila sa pagtatanghal ng grupo namin ng mang-aawit at mananayaw, ilan sa kanila ay napaiyak dahil nabagbag ang kanilang damdamin.

Pagdiriwang sa Araw ng Korea

Noong Setyembre 1995, dumalo ako sa 22nd Korean Day

Festival (Ika-22 Pagdiriwang sa Araw ng Korea) sa Koreatown ng Los Angeles bilang pandangal na tagapangulo. Ako ang nanguna sa pananalangin para sa pagtatag ng monumento at ako ang nanguna sa pananalangin sa pagdiriwang ng 'Korean Night' (Gabi ng Koreano). Lumahok din ako sa pinakatampok ng buong pagdiriwang na ito, ang parada ng mga karosang punung-puno ng mga bulaklak. May apat na kabayo sa isang espesyal na karosa, at ito ay nakalaan para sa isang espesyal na bisita. Hindi ako komportableng humarap sa napakaraming tao, hiyang-hiya ako dahil ako ang pinasakay sa karosang ito. Sumunod sa akin ang iba pang sasakyan at karosa sa parada.

Maraming mga panggugulo at tangkang pagbubuwag ang naganap para pigilan akong dumalo sa pagdiriwang na ito bilang pandangal na tagapangulo. Ang Los Angeles Koreans' Association ay nagpulong tungkol dito at naglabas sila ng pahayag na tinututulan ang panggugulong ito, nagsasabing kung sino ang mapapatunayang nagkakalat ng mga maling balita tungkol sa akin bilang pandangal na tagapangulo, kakasuhan nila ang mga taong iyon. Ang gawain ni Satanas ay sinugpo ng mga taong inihanda ng Diyos sa isang hindi inaaasahang lugar.

Katapusan ng Libro
Itutuloy (Ikalawang Libro)

Ang may Akda:
Dr. Jaerock Lee

Si Dr. Jaerock Lee ay ipinanganak sa Muan, Jeonnam Province, Republika ng Korea, noong 1943. Sa kanyang taong mga dalawampu, si Dr. Lee ay nagdusa mula sa iba't ibang sakit na walang kalunasan sa loob ng pitong taon at naghihintay ng kamatayan na walang pag-asang gagaling pa. Isang araw noong pabahon ng tag-sibol 1974, manapa, siya ay sinamahan sa isang simbahan ng kanyang kapatid na babae at nang siya ay lumuhod na upang manalangin, ang Buhay na Diyos ay kagyat na pinagaling siya sa lahat ng kanyang mga sakit.

Mula ng sandaling makatagpo ni Dr. Lee ang buhay na Diyos sa pamamagitan ng napaka-gandang karanasan, minahal niya ang Diyos ng buong puso at sinseridad, at noong 1978 siya ay tinawag na maging lingkod ng Diyos. Siya ay mataimtim na nanalangin ng sa gayon kanyang maliwanag na maunawaan ang kalooban ng Diyos, buong-buo na itinaguyod ito at sinunod ang lahat ang mga Salita ng Diyos. Noong 1982, pinasimulan niya ang Manmin Central Church sa Seoul, Korea, at ang napakaraming mga gawa ng Diyos, kasama na ang mga mahimalang pagpapa-galing at mga himala, ay nangyari sa kanyang simbahan.

Noong 1986, si Dr. Lee ay na-ordinahan bilang pastor sa taunang pagtitipon ng Assembly of Jesus' Sungkyul Church sa Korea, at apat na taon ang lumipas noong 1990, ang kanyang mga mensahe ay nagsimulang maisahimpapawid sa Australia, Russia, sa Pilipinas, at sa marami pa sa pamamagitan ng Far East Broadcasting Company, ang Asia Broadcast Station, at sa Washington Christian Radio System.

Tatlong taon pa ang lumipas noong 1993, ang Manmin Central Church ay piniling isa sa mga 50 Nangungunang Simbahan sa Mundo, mula sa *Christian World* magazine (US) at tinanggap niya ang Parangal bilang Doctor of Divinity mula sa Christian Faith College, Florida, USA at noong 1996 isang Ph.D. sa Ministeryo mula sa Kingsway Theological Seminary, Iowa, USA.

Mula 1993, si Dr. Lee ang siyang nanguna sa pandaigdigang pagmimisyon sa pamamagitan ng mga krusada sa ibayong dagat sa; Tanzania, Argentina, L.A., Baltimore City, Hawaii, at New York ng Estados Unidos, Uganda, Japan, Pakistan, Kenya, ang Pilipinas, Honduras, India, Russia, Germany, Peru, Democratic Republic of Congo, Israel, at Estonia. Noong 2002 siya ay tinawag na "pandaigdigang pastor" ng mga pangunahing Pahayagang Krisitiyano sa Korea para sa kanyang mga gawa sa iba't ibang bansa Malakihang Nagkakaisang Krusada.

Nitong Marso 2012, ang Manmin Central Church ay may bilang ng kaanib na 120,000 miyembro. Mayroong mga 10,000 sangay sa sariling Bansa at sa ibayong Dagat sa iba't ibang panig ng mundo, at sa kasalukuyan mayroong mahigit 129 misyonero ay naipadala na sa 23 mga bansa, kabilang na ang Estados Unidos, Russia, Germany, Canada, Japan, China, France, India, Kenya at sa marami pa.

Sa petsa ng paglalathala ng Taga-paglimbag nito, si Dr. Lee ay nakasulat na ng 64 na mga aklat, kabilang na ang pinakamabiling aklat ang Malasahan ang *Walang Hanggang Buhay bago ang Kamatayan, Ang aking Buhay, Ang aking Pananampalataya I&II, Ang Mensahe ng Krus, Ang Sukat ng Pananampalataya, Langit I & II, Impiyerno at Ang Kapangyarihan ng Diyos*. Ang kanyang mga aklat ay isinalin na sa mahigit na 73 na wika.

Ang kanyang Kristiyanong lathala ay nakikita sa *"The Hankook Iibo, Ang JoongAng Daily Ang Dong-A Iibo, Ang Munhwa Ilbo, Ang Seoul Shinmun, Ang Kyunghyang Shinmun, Ang Hankyoreh Shinmun, Ang Korean Economic Daily, Ang Korea Herald, Ang Shisa News, at Ang Christian Press.*

Si Dr. Lee ang kasalukuyang pinuno ng maraming samahang pang-misyonero at mga asosasyon; kasama na ang pagiging Chairman, The United Holiness Church of Jesus Christ, Presidente, Manmin World Mission; Chairman, Global Christian Network (GCN); Tagapag-tatag at Punong kinatawan, World Christian Doctors Network (WCDN); at Tagapag-tatag & punong kinatawan, Manmin International Seminary (MIS).

Ang Langit I & II

Ang detalyeng guhit ng kapaligirang may masayang pamumuhay na maka-langit na mamamayan ay nagsasaya at ang magandang larawan ng iba't ibang antas ng maka-langit na kaharian.

Ang Mensahe ng Krus

Ang Isang makapangyarihang mensahe na nakapupukaw sa lahat ng mga tao na espiritwal na natutulog! Sa aklat na ito matatagpuan mo ang dahilan na tanging si Jesus lamang Taga-pagligtas at ang tunay na minamahal ng Diyos.

Impierno

Isang madamdaming mensahe sa lahat ng nilalang mula sa Diyos, na may kahilingang wala sanang mapahamak na kaluluwa patungo sa kalaliman ng Impierno! Iyong madidiskubre ang hindi pa naihahayag na nakaraan na talaan ng nakapangingilabot na katotohanan ng Mababang Libingan at Impierno.

Buhay Ko, Pananalig Ko II

Ang talambuhay ni Dr. Jaerock Lee ay naglalaan ng pinaka-mahalimuyak na bangong espiritwal para sa mga mambabasa, mula sa kanyang hinimay na bahagi ng kanyang buhay mula sa pag-ibig ng Diyos na namumukadkad sa gitna ng alon, malamig na pasanin at malalim na kabiguan.

Ang Sukatan ng Pananampalataya

Anong uring tahanang dako, korona at mga gantimpala ang nakalaan para sa iyo sa Langit? Ang aklat na ito ay naglalaan ng karunungan at patnubay para masukat ang iyong pananampalataya at higit na malinang at mas matatag na pananampalataya.